எனது இந்தியா

எனது இந்தியா
ஜிம் கார்பெட் (1875 – 1955)

எட்வர்டு ஜேம்ஸ் (ஜிம்) கார்பெட் இன்றைய உத்தராஞ்சல் மாநிலத்திலுள்ள நைனி டாலில் பிறந்தார். பிரித்தானிய இரயில்வேயில் ஒப்பந்தக்காரராகவும், இரண்டு உலகப் போர்களிலும் பிரித்தானிய இராணுவத்திற்காகவும் பணியாற்றினார். தமது 42ஆம் வயதில் முதன்முறையாக இங்கிலாந்து சென்று திரும்பினார். வேட்டைத் திறமையால் ஆட்கொல்லி வேங்கை களையும் சிறுத்தைகளையும் கொன்று சாதாரண மக்களின் அன்பைப் பெற்றார். வேட்டைக்காரராகவும் இயற்கையியலாளராகவும் புகைப்படக்கார ராகவும் விளங்கினாலும் தம் வேட்டை அனுபவங்கள் சார்ந்து எழுதிய நூல்களே இவருக்கு நீங்காத புகழைத் தந்தன. தம் வாழ்க்கை முழுவதையும் உத்தராஞ்சல் பகுதியிலேயே கழித்த ஜிம் கார்பெட், இந்தியா விடுதலை பெற்ற சில மாதங்களில் பிரிட்டனின் மற்றொரு காலனி நாடான கின்யாவிற்குக் குடிபெயர்ந்து, அங்கேயே இறந்தார்.

ஜிம் கார்பெட்டின் முதல் நூலான *Man-eaters of Kumaon* (1944) அவருடைய 69ஆம் வயதில்தான் வெளிவந்தது. (இது பல்லாண்டுகளுக்கு முன்னர் தி.ஜ.ர.வின் மொழிபெயர்ப்பில் தமிழில் வெளிவந்துள்ளது.) *My India* 1952இல் வெளியானது. பிற நூல்கள்: *The Man-eating Leopard of Rudraprayag* (1948); *Jungle Lore* (1953); *Temple Tiger and More Man-eaters* (1954); *Tree Tops* (1955).

யுவன் சந்திரசேகர் (எம். யுவன்) பிறந்தது மதுரை மாவட்டம் சோழவந்தானுக்கு அருகிலுள்ள கரட்டுப்பட்டி என்ற சிறு கிராமத்தில். வசிப்பது சென்னையில். பாரத ஸ்டேட் வங்கியில் பணிபுரிந்து விருப்ப ஓய்வு பெற்றிருக்கிறார்.

மின்னஞ்சல்: *writeryuvan@gmail.com*

ஜிம் கார்பெட்

எனது இந்தியா

தமிழில்
யுவன் சந்திரசேகர்

காலச்சுவடு பதிப்பகம்

அன்பார்ந்த வாசகருக்கு,

வணக்கம்.

காலச்சுவடு நூலை வாங்கியமைக்கு நன்றி.

நூலின் உள்ளடக்கம், உருவாக்கம், அட்டைப்படம் இன்ன பிற அம்சங்கள் பற்றிய உங்கள் கருத்துகளையும் ஆலோசனைகளையும் காலச்சுவடு வரவேற்கிறது. தகவல், எழுத்து, வாக்கியப் பிழைகள் தென்பட்டால் அவசியம் தெரிவித்து உதவுங்கள். நூல் தயாரிப்பில் கடும் குறைபாடு இருப்பின் மாற்றுப் பிரதி உங்களுக்குக் கிடைக்கக் காலச்சுவடு ஏற்பாடு செய்யும்.

மின்னஞ்சல்: **publisher@kalachuvadu.com**

காலச்சுவடு நாகர்கோவில் அலுவலகத்திற்குக் கடிதம் அனுப்பலாம்.

தங்கள்
எஸ்.ஆர். சுந்தரம் (கண்ணன்)
பதிப்பாளர் — நிர்வாக இயக்குநர்

எனது இந்தியா ♦ கட்டுரைகள் ♦ ஆசிரியர்: ஜிம் கார்பெட் ♦ தமிழில்: யுவன் சந்திரசேகர் ♦ முதல் பதிப்பு: மே 2005, பன்னிரண்டாம் பதிப்பு: ஏப்ரல் 2025 ♦ வெளியீடு: காலச்சுவடு பப்ளிகேஷன்ஸ் (பி) லிட்., 669 கே. பி. சாலை, நாகர்கோவில் 629001

enatu intiyaa ♦ Essays ♦ Author: Jim Corbett ♦ Translated by: Yuvan Chandrasekar ♦ Language: Tamil ♦ First Edition: May 2005, Twelfth Edition: April 2025 ♦ Size: Demy 1 x 8 ♦ Paper: 18.6 kg maplitho ♦ Pages: 232

Published by Kalachuvadu Publications Pvt. Ltd., 669 K.P. Road, Nagercoil 629001, India ♦ Phone: 91-4652-278525 ♦ e-mail: publications @kalachuvadu.com ♦ Printed at Clicto Print, Jaleel Towers, 42 KB Dasan Road, Teynampet Chennai 600018

ISBN: 978-81-89359-14-0

04/2025/S.No.196, kcp. 5688, 18.6 (12) 1k

சமர்ப்பணம்

நீங்கள் இந்தப் புத்தகத்தில், இந்தியாவின் வரலாற்றையோ, பிரிட்டிஷ் சாம்ராஜ்யத்தின் எழுச்சி மற்றும் வீழ்ச்சி பற்றிய தகவல் தொகுப்பையோ, ஒன்றுடன் ஒன்று குரோதம் கொண்ட இரண்டு பகுதிகளாக இந்த உபகண்டம் பிளக்கப்பட்டதற்கான காரணத் தையோ, மேற்படிப் பிளவு அந்த இரண்டு பகுதிகளில் - அல்லது ஆசியாவில் - உண்டாக்கிய தாக்கத்தையோ காண முடியாது.

என் வாழ்நாளை இந்தத் தேசத்தில் கழித்தவன் நான். நிகழ்வுகளின் பீடத்துக்கு மிக அருகில் இருந்திருக்கிறேன்; அவற்றின் நாயகர் களோடு மிக நெருக்கமாக சம்பந்தப்பட்டிருக்கிறேன். ஆகவே, மேற்சொன்ன விவகாரங்களைப் பற்றிப் பாரபட்சமின்றி எழுதுவதற்குத் தேவையான பார்வைக்கோணமும் தொலைவும் கிடைக்கப் பெறாத வனாக இருக்கிறேன்.

எனது இந்தியாவில், அதாவது எனக்குத் தெரிந்த இந்தியாவில், நானூறு மில்லியன் மக்கள் வசிக்கிறார்கள். அவர்களில் தொண் ணூறு சதவீதத்தினர், எளிமையானவர்கள். நேர்மையானவர்கள். வீரமும் விசுவாசமும் கொண்டவர்கள். கடுமையான உழைப்பாளி கள். கடவுளிடமும் ஆட்சி புரியும் அரசாங்கத்திடமும் அவர்களுடைய அன்றாடப் பிரார்த்தனை இதுதான்: தங்களது உழைப்பின் பலனை அனுபவிக்க ஏதுவாகத் தங்களுடைய உயிருக்கும் உடமைகளுக் கும் பாதுகாப்பு வேண்டும்.

இவர்கள் நிஜமாகவே ஏழைகள். இந்தியாவின் பஞ்சைப்பராரிகள் என்று அழைக்கப்படுபவர்கள். இவர்கள் மத்தியில் நான் வாழ்ந்திருக் கிறேன். இவர்களை நேசிக்கிறேன். இந்தப் புத்தகத்தில் இவர்களைப் பற்றித்தான் பேசப்போகிறேன்.

இந்தியாவின் ஏழை ஜனங்களாகிய என் நண்பர்களுக்கு இந்தப் புத்தகத்தைப் பணிவுடன் சமர்ப்பணம் செய்கிறேன்.

பொருளடக்கம்

முன்னுரை: ஜிம் கார்பெட்டின் இந்தியா	11
அறிமுகம்	17
கிராமத்தின் அரசி	25
குன்வர் சிங்	35
மோதி	48
சிவப்பு நாடாவுக்கு முந்தைய நாட்கள்	78
கானகத்தின் சட்டம்	87
சகோதரர்கள்	102
சுல்தானா - இந்திய ராபின்ஹூட்	116
விசுவாசம்	162
புத்து	183
லாலாஜீ	190
சமாரி	198
மொக்கமெ காட் வாழ்க்கை	209
வரைபடம்	229

முன்னுரை

ஜிம் கார்பெட்டின் இந்தியா

முற்காலத்திய தமிழ் இலக்கியத்துடன் ஒப்பிடும் போது, இன்றைய எழுத்தில் புற உலகைப் பற்றிய பதிவு கள் மிகவும் குறைவாகவே இருப்பதைக் காண முடிகின் றது. அதிலும் சங்கப் பாடல்களில் ஆறுகளைப் பற்றியும் குன்றுகளைப் பற்றியும் புள்ளினங்களைப் பற்றியும் மலர் களைப் பற்றியும் ஏராளமான குறிப்புகளைப் பார்க்கி றோம். எந்த ஒரு கருத்தைச் சொல்ல வந்தாலும், புலவர் அதை இயற்கையின் பின்புலத்தில் சொல்லிப்போவதைக் காண முடியும். கணியன் பூங்குன்றனாரின் பாடலில் உள்ள நீரோட்டம் பற்றிய விவரிப்பைப் பாருங்கள். தற்கால இலக்கியத்தில் இந்த அம்சம் குறைவாகக் காணப்படுவதற்கு ஒரு காரணம் நகரவாழ்க்கை பெருகி, நகரச் சூழலில் பிறந்து வளர்ந்த ஒரு தலைமுறை எழுத ஆரம்பித்த பின், நம் இலக்கியமும் இயற்கை உலகி னின்று அந்நியப்பட்டு விட்டது என்று எண்ணுகின் றேன். புறவுலகைப் பற்றிய சொல்லாடல் உருவாக வில்லை. 'ஒரு மரத்தடியில்' என்றும் 'ஒரு சிறு பறவை' என்றும் பலர் எழுதுவதைக் காணலாம். என்ன மரம்? எந்தப் பறவை? இந்த விவரங்களைக் குறிப்பிட்டால் அந்தச் சொல்லோவியம் உயிர் பெற்று விளங்கும்.

இந்தியா போன்ற வெப்பநாடுகள் உயிரினங்கள் மிகுந்துள்ள பிரதேசம். இந்தப் பல்லுயிரியம் நம் பாரம் பரியச் செல்வம். சென்னையில் என் வீட்டிலுள்ள சிறு தோட்டத்தில், ஓணான், மூஞ்சூறு, அரணை, பெருச் சாளி எனப் பல சிற்றுயிர்கள் வாழ்கின்றன. அவ்வப் போது ஒரு சாரைப்பாம்பும் வந்து போகின்றது. வண் ணத்துப் பூச்சிகளும் பறவைகளும் வருகின்றன. வீட்டி னுள் பல்லிகள். இது போல உயிரினங்கள் நம்மைச் சுற்றி

எப்போதும் இருக்கின்றன. நகர்ப்புறத்தில் இவ்வளவு என்றால், கடற்கரை, மலைகள், குளங்கள், புல்வெளிகள் போன்ற புறவுலகின் மற்ற கூறுகளை நினைத்துப் பாருங்கள். ஆயிரக்கணக்கான உயிரினங்களுக்கு இவை வாழிடம். அதிலும் மழைக்காடுகள் மற்றும் ஆற்றங்கரை போன்ற உறைவிடங்களில் ஏராளமான உயிரினங்கள். இயற்கையின், பரந்த உயிரின இணைப்பில் நாம் அனைவரும் ஒரு சிறு பகுதியே என்பதை இவை உணர்த்துகின்றன. இவை நம் வாழ்வைச் செறிவுள்ளதாக்குகின்றன. இவற்றின் பாதிப்பு நம் மீது என்றும் உண்டு. அவற்றுக்கும் நம் வாழ்விற்கும் நெருக்கமான பிணைப்பு உண்டு. காட்டுயிரின் இந்தப் பன்முகத்தன்மை நம் இலக்கியத்தில் வெளிப்பட வேண்டாமா?

நைனி தாலில் போஸ்ட்மாஸ்டராகப் பணியாற்றிய வில்லியம் கார்பெட்டின் புதல்வர், ஜிம் கார்பெட் என்றறியப்படும் கர்னல் எட்வர்டு ஜேம்ஸ் கார்பெட் (1875 – 1955). இவர் பிரித்தானிய ரயில்வே காண்ட்ராக்டர். இன்றைய உத்தராஞ்சல், இமயமலைச்சாரலில் பல ஆண்டுகள் பணியாற்றினார். விடுமுறை நாட்களில் வேட்டையாடினார். தன் வேட்டைத் திறமையால் கவர்னர் ஜெனரல் லின்லித்கோ பிரபுவின் நட்பிற்குப் பாத்திரமானார். ஆட்கொல்லி வேங்கைகளையும் சிறுத்தைகளையும் கொன்று மக்களின் அபிமானத்தைப் பெற்றார். அம்மக்கள் இவரைக் ‘கார்பெட் சாஹேப்’ என்று போற்றி நேசித்தனர். இந்தியக் காடுகளைப் பற்றி இவர் எழுதிய கட்டுரைகள் பெரும்பாலும் உயிரினங்களைப் பற்றியது. தனது தாயகமான இங்கிலாந்து வாசகர்களை மனதில் கொண்டே இவர் எழுதினார். ஆங்கிலேயர் ஒருவரால் ஆங்கிலேயர்களுக்காக எழுதப்பட்டது என்றாலும், இந்நூல்களில் இந்தியாவைப் பற்றி விவரமாக எழுதினார்.

‘எனது இந்தியா’ நூலில் 1930களில் இமயமலைச் சாரலில் விரிந்திருந்த காடுகள், காட்டு மரங்கள், புள்ளினங்கள் போன்ற காட்டுயிர்களைப் பற்றியும் இமயமலை வாழ் மக்களைப் (பஹாடிகள்) பற்றியும் பிரித்தானிய அரசு பற்றியும் நேர்த்தியான பதிவுகளைச் செய்தார். காடுகளைப் பற்றி மட்டுமல்லாமல், கிராமப்புற வாழ்க்கை, கந்துவட்டிக்காரர்கள், கஞ்சா அடிமைகள் எனப் பல பரிமாணங்களை அடக்கியது இந்நூல். அவர் இந்த நூலை எழுதியது 1952இல்தான். அவரது 77வது வயதில்.

இதில் கூறப்படும் கதைகள் நிகழ்ந்து இருபது வருடங் களுக்குப் பின்பு, 1947இல் இந்தியாவை விட்டுப் போய், கின்யாவில் வசிக்கும்போதுதான் இந்நூலை எழுதினார். Man - Eaters of Kumaon என்ற இவரது முதல் நூல் அதிகப் பிரதிகள் விற்றபோதிலும், கார்பெட்டுக்கு வாசகர்களிடையே ஒரு மரியாதையைப் பெற்றுத்தந்தது My India தான்.

மேற்கத்தியர்களுக்காக எழுதப்பட்ட நூல்களைத் தமிழில் மொழிபெயர்க்கும்போது சில பிரச்னைகள் ஏற்படுவதுண்டு. உணவு, அதிலும் அசைவ உணவு, துப்பாக்கி போன்ற ஆயுதங்கள், மதுபானங்கள், இயற்கை யியல், உயிரினங்கள் சார்ந்த பல சொற்கள் தவறாக மொழிபெயர்க்கப்படுகின்றன அல்லது விட்டுவிடப்படு கின்றன. அல்லது பொத்தாம்பொதுவான சொற்கள் பயன்படுத்தப்படுகின்றன. துப்பாக்கிகளில் பலவகை உண்டே. தோட்டா துப்பாக்கி, இடிகுழல் துப்பாக்கி, கைத்துப்பாக்கி என. 1991ஆம் வருடம், திம்பம் மலைப் பாதை முடியும் இடத்தில், ஒரு தேநீர்க்கடையில் சந்தித்த ஒருவர் தான் காட்டில் வீரப்பனைப் பார்த்த கதையைக் கூறிக்கொண்டிருந்தபோது, கையில் என்ன துப்பாக்கி வைத்திருந்தார் என்று கேட்டேன். 'அதாங்க... மடக்குத் துப்பாக்கி' என்றார். இடுப்பில் வைத்துச் சுடக்கூடிய Sten Gun ஐத்தான் அவ்வாறு குறிப்பிட்டார். துப்பாக்கிக் கடைகள் ஒவ்வொரு ஊரிலும் இருந்த காலத்தில், இந்தப் பெயர்கள் வழக்கிலிருந்தன. வேட்டை தடை செய்யப்பட்டு, அந்தக் கடைகளும் மூடப்பட்ட பின், இந்தச் சொற்களும் மறைந்து விட்டன. 1950களில் தமிழ்வாணன் எழுதிய கதைகளில் துப்பாக்கிகள் பற்றிய ஒரு பரிச்சயத்தைக் காணலாம். தமிழில் பல வேட்டைக் காரர்கள் இருந்திருந்தாலும், வேட்டை இலக்கியம் என்று எதுவும் தோன்றவில்லை. ஆயுதங்கள் பற்றிய சொற்கள் புழக்கத்தில் வராததற்கு இதுவும் ஒரு காரணம்.

மொழியாக்கப்படும் மூல நூல்களில், ஆசிரியர் குறிப்பிட்டுள்ள பல உயிரினங்கள் நாம் வசிக்கும் இடங் களுக்கருகேயும் உண்டு, அவற்றுக்கு நம் மொழிகளில் பெயர்கள் உண்டு என்பதை மொழிபெயர்ப்பாளர்கள் அறியாததாலும் பல பிழைகள் ஏற்படுவதுண்டு. வட இந்தியாவில் ஜாமுன் என்றறியப்படும் மரத்திற்கு இங்கே நாவல் என்று பெயர். ஜாமுன் மரமென்றே எழுதிவிட்டால் தமிழ் வாசகருக்குப் புரியாது. மற்றொரு

எடுத்துக்காட்டு விலங்குகளைப் பற்றியது. மான்களில் பல இனங்கள் உண்டு. இவை தவிர மான் போலவே உருவம் கொண்ட ஒரு விலங்கினமும் உண்டு. இந்த இரு விலங்கினங்களை ஆங்கிலத்தில் *Deer* மற்றும் *Antelope* என்று வேறுபடுத்திக் கூறுவார்கள். இந்த இரண்டாவது இனத்தைத் தமிழில் 'இரலை' என்று குறிப்பிடுவர். கலைக்களஞ்சியத்தில் (1954) இதுபற்றி விரிவான குறிப்பு ஒன்றுண்டு. வெளிமான் என்றறியப்படும் *black buck* ஒரு இரலையே. கோடியக்கரை காட்டிலும் சென்னை, கிண்டி தேசியப்பூங்காவிலும் வெளிமான்களைக் காண லாம். ஆனால் இரலை போன்ற பதங்களை வெகுசிலரே பயன்படுத்துகிறார்கள். அதுபோலவே தமிழ்நாட்டுக் காடுகளில் வாழும் *Gaur* என்றறியப்படும் காட்டெருது, எளிதாகச் சரணாலயங்களில் காணக்கூடியது. இதைக் காட்டெருமை என்று பலர் தவறாகக் குறிப்பிடுகின்றார் கள். விலங்குகளுக்கும் புள்ளினங்களுக்கும் சரியான தமிழ்ப்பெயர்களை மீட்டெடுத்துப் புழக்கத்தில் கொண்டு வர இம்மாதிரியான மொழியாக்க நூல்கள் உதவக் கூடும். மொழிபெயர்ப்பாளர் இந்த விசயத்தில் எடுத்துக் கொண்ட அக்கறை சொற்றொடர்களில் வெளிப்படு கின்றது.

இது தவிர வேறு சில சிக்கல்களும் உண்டு. விலங்கு களை அஃறிணையில் குறிப்பிடுவது தமிழ்மொழி மரபு; ஆனால் ஆங்கிலத்தில் விலங்குகளைகூட, குறிப்பாகச் செல்லப்பிராணிகளை, சில சந்தர்ப்பங்களில் உயர்தி ணையில் 'அவன், அவள்' என்றழைக்கும் மரபு உண்டு. இதைத் தமிழில் நுழைத்து விடக்கூடாது. இரு மொழி மரபுகளைப் பற்றிய உணர்வு மொழிபெயர்ப்பாளருக்குத் தேவை. இந்நூலில் தனிக்கவனம் செலுத்தி இம்மாதிரி யான தவறுகள் தவிர்க்கப்பட்டிருக்கின்றன.

ஆகவே காடு, காட்டுயிர்கள் சார்ந்த நூல்களை மொழியாக்கம் செய்யும்போது தீவிர கவனம் தேவைப் படுகின்றது. புறவுலகைப் பற்றி, உயிரினங்களின் பன் முகத்தன்மை பற்றி ஒரு சொல்லாடல் உருவாவதற்குத் தேவையான மொழிவளம் வளர இத்தகைய நூல்கள் கவனமாக மொழிபெயர்க்கப்பட வேண்டும். சுற்றுச் சூழல், பல்லுயிரியம் இவைபற்றி எழுதவும் விவாதிக்க வும், பசுமை இலக்கியம் உருவாகவும் அத்தகைய மொழி வளம் ஒரு சாதனமாக அமையும். சுற்றுச்சூழல் பற்றிய பிரச்னைகளை விவாதிக்கவும், இத்துறையில் தோன்றும்

புதிய கருத்தாக்கங்களை வாசகர்களுக்கு விளக்கவும் இயலும். புறவுலகு, அதில் வாழும் உயிரினங்கள் பற்றிய பிரக்ஞை ஏற்படும். 'நம்மில் பலர் புறவுலகு என்று ஒன்றில்லாதது போலவே வாழ்க்கையை முடித்துக்கொள் கிறார்கள்' என்று கார்ள் சேகன் எழுதியது நினைவிற்கு வருகின்றது.

நம் சமுதாயத்தில் புதிய புதிய அக்கறைகள் உருவாகும் போது, மொழியின் பயன்பாட்டில் அதற்கேற்ற மாற்றங்கள் ஏற்படவேண்டும். எடுத்துக்காட்டாக, காடு நம் அன்றாட வாழ்வின் ஆதாரம் என்றும், இயற்கையில் உயிரினங்கள் ஒவ்வொன்றும் ஒரு பிரம்மாண்டமான இணைப்பின் அங்கங்களே என்றும், காட்டுயிர்கள் இயற்கையின் விதிகள்படியே இயங்குகின்றன என்பதையும் நாம் இன்று அறிந்து வியந்து கொண்டிருக்கும் வேளையில், 'காட்டு தர்பார்', 'மிருக புத்தி' போன்ற பதங்களைப் புறந்தள்ளி விட வேண்டும். காட்டுயிர் பராமரிப்பிற்குகந்த மொழி புழக்கத்தில் வரவேண்டும். 'காட்டில் வாழும் கொடிய விலங்குகள்' என்று எழுதுபவர்கள் நோக்கில் ஒரு மாற்றத்தை உருவாக்க வேண்டும். 'எனது இந்தியா' போன்ற படைப்புக்கள் காட்டின் சீரான கட்டுக்கோப்பையும் காட்டுயிர்களின் அற்புதத்தையும் நமக்குக் காட்டி, அத்தகைய மாற்றத்திற்கு உதவி செய்யக்கூடும்.

'அமராவதி'   சு. தியடோர் பாஸ்கரன்
சென்னை 600 041

அறிமுகம்

எனது சமர்ப்பணக் குறிப்பைப் படித்துவிட்டு நீங்கள் கேட்கலாம்: 'இந்தியாவின் ஏழை ஜனங்கள் என்று குறிப்பிடு கிறீர்களே, அவர்கள் யார்? "எனது இந்தியா" என்று நீங்கள் சொல்வதன் அர்த்தம் என்ன?' நியாயமான கேள்விகள் தாம். வடக்கிலிருந்து தெற்காக இரண்டாயிரம் மைல்களும், அதே தொலைவு கிழக்கிலிருந்து மேற்காகவும் நீண்டு கிடக்கும் இந்த மகத்தான தீபகற்பத்தில் வசிப்பவர்களை மாத்திரமே இந்தியன் என்ற சொல்லால் குறித்துப் பழகியிருக்கிறது உலகம். பூகோள ரீதியாக இது சரியாய் இருக்கலாம். ஆனால், ஜனங்களைப் பொறுத்தவரை, உரிய விளக்கமின்றி இந்த அடையாளத்தைப் பயன்படுத்தக் கூடாது. மிக நெகிழ்வான இந்த அடையாளம், அளவற்ற விதத்தில் ஏற்கெனவே பிழை யாகப் புரிந்துகொள்ளப்பட்டிருக்கிறது.

இந்தியாவின் நானூறு மில்லியன் மக்கள் இனத்தாலும், குலத்தாலும், ஜாதியாலும் நெடுக்குவசமாகப் பிளவுபட்டிருப் பவர்கள். ஐரோப்பாவில் உள்ள பிளவுகளை விடவும் மிகப் பெரிய பாகுபாடுகள் கொண்ட மக்கள். ஒரு தேசத்துக்கும் இன்னொரு தேசத்துக்கும் இடையில் உள்ள பிளவுகளைப் போல, மத வேறுபாடுகளால் பிளவுண்டவர்கள். இந்திய சாம் ராஜ்யத்தை ஹிந்துஸ்தான் எனவும் பாகிஸ்தான் எனவும் இரண்டாகப் பிளந்தது இன வேறுபாடு அல்ல, மத வேறுபாடு தான். ஆகவே, இந்த நூலின் தலைப்புக்கு நான் வழங்கும் பொருள் என்ன என்பதை விளக்க முயல்கிறேன். 'எனது இந்தியா', எனது பால்ய காலத்திலிருந்து நான் அறிந்த, பணிபுரிந்த, விஸ்தாரமான பிரதேசத்தைக் குறிக்கிறது; அதன் கிராம வாழ்க்கையையும் செயல்பாடுகளையும் குறிக்கிறது; எனது எழுபது வருட வாழ்க்கையின் பெரும்பகுதியை யார் மத்தியில் நான் கழித்தேனோ, அந்த எளிய ஜனங்களின் நடைமுறைகளையும் குணாம்சங்களையும் உங்களிடம் சித்தரிக்க முயன்றிருக்கிறேன்.

இந்தியாவின் வரைபடத்தைப் பாருங்கள். தீபகற்பத்தின் தென்கோடி முனையான கன்னியாகுமரியில் ஆரம்பித்து, உங்கள் பார்வையை மேல்நோக்கி நகர்த்திக்கொண்டு வாருங்கள். ஐக்கிய மாகாணத்துக்கு வடக்கே, இமயமலையின் அடிவாரம் வரை உயரும் கங்கைச் சமவெளியைப் பாருங்கள். நைனி டால் என்னும் மலைவாசஸ்தலத்தைக் காண்பீர்கள். ஐக்கிய மாகாண அரசாங்கத்தின் கோடைகாலத் தலைமையகம் அது. சமவெளியின் வெப்பத்திலிருந்து தப்பித்து வந்திருக்கும் ஐரோப்பியர்களும் தனவந்தர்களான இந்தியர்களும் ஏப்ரல் முதல் நவம்பர்வரை இங்கு வந்து நிரம்புவார்கள். குளிர்காலத்தில், நிரந்தரவாசிகளான மிகச் சிலர் மட்டுமே வசிப்பார்கள். அவர்களில் ஒருவனாகத்தான் என் வாழ்வின் பெரும் பகுதியைக் கழித்தேன்.

இப்போது, இந்த மலைத் தலத்தைவிட்டுப் பார்வையை விலக்கி, கங்கை கடலோடு கலக்கச் செல்லும் பாதையில் நகருங்கள். அலகாபாத், பனாரஸ், பட்னா இவற்றைத் தாண்டி மொக்கமெ காட்* வரை வந்து சேருங்கள். இங்கே நான் இருபது வருடங்கள் உழைத்தேன். என்னுடைய சித்திரங்களின் காட்சிகள் இந்த இரண்டு இடங்களையும் மையமாகக் கொண்டவைதாம்: நைனி டால், மொக்கமெ காட்.

நைனி டாலுக்குச் செல்வதற்கு ஏராளமான ஒற்றையடிப் பாதைகள் இருக்கின்றன. இவை தவிர, மோட்டார்ச் சாலை ஒன்றும் இருக்கிறது. அந்தச் சாலையைப் பற்றி நியாயமான பெருமிதம் எங்களுக்கு உண்டு. இந்தியாவின் மலைச் சாலைகளிலேயே, மிகச் சீராக அமைக்கப்பட்ட, மிக நன்றாகப் பராமரிக்கப்படுகிற சாலை அது; கத்தகூடம் ரயில் நிலையத்திலிருந்து புறப்பட்டு இருபத்திரண்டு மைல் தொலைவு செல்வது. ஆங்காங்கே புலிகளும் ராஜநாகங்களும் வசிக்கும் காடுகள் வழி செல்கிறது. வாட்டமான சரிவுகளின் வழி 4500 அடி மேலேறி நைனி டாலை அடைகிறது. திறந்த பள்ளத்தாக்கு என்று விவரிக்கத்தக்க நைனி டால், கிழக்கு மேற்காகப் பரந்தது. மோட்டார்ச் சாலை அணுகும் திக்கில் திறந்திருக்கிறது. மற்ற மூன்றுபுறங்களிலும் மலைகளால் சூழப்பட்டிருக்கிறது. அவற்றில் மிகவும் உயரமானதாகிய சீனா 8569 அடி உயரம் உள்ளது.

பள்ளத்தாக்கில் சுமார் இரண்டு மைலுக்கும் சற்று அதிகமான விஸ்தீரணம் கொண்ட ஏரி உள்ளது. அதன் ஒரு முனையில் உள்ள ஜீவ ஊற்றிலிருந்து ஏரிக்கு நீர் வருகிறது.

---

* காட் : படித்துறை. (மொ–ர்)

மறுமுனையில், மோட்டார்ச் சாலை முடியும் இடத்தில், ஏரியின் உபரித் தண்ணீர் வெளியேறுகிறது. பள்ளத்தாக்கின் மேல்முனையிலும் கீழ்முனையிலும் கடைவீதிகள் இருக்கின்றன. சுற்றிலுமிருக்கும் மலைகள் காடு அடர்ந்தவை. அவற்றில் வீடுகளும், தேவாலயங்களும், பள்ளிகளும், பொழுதுபோக்குக் கூடங்களும், உணவகங்களும் உள்ளன. ஏரியின் விளிம்பை யொட்டி படகுவீடுகள் இருக்கின்றன. அழகான ஹிந்து ஆலயம் ஒன்று இருக்கிறது. மிகப் புனிதமான குகைக் கோயில் இருக்கிறது. அதனுடைய தலைமைப் பூசாரியான பிராமணக் கிழவர் என் நெடுநாள் நண்பர்.

ஏரி தோன்றிய விதம் பற்றிப் புவியியலாளர்கள் மாறுபட்ட அபிப்பிராயங்களைச் சொல்கிறார்கள். சிலர் பனிப்பாறைகளையும், நிலச்சரிவுகளையும் காரணமாகச் சொல்கிறார்கள். மற்றும் சிலர், எரிமலை வெடிப்பைக் காரணமாகச் சொல்கிறார்கள். ஹிந்து புராணங்களோ, அத்ரி, புலஸ்தியர், புலகர் என்ற மூன்று ரிஷிகளே இந்த ஏரி உருவாகக் காரணம் என்று சொல்கின்றன. *ஸ்கந்த புராணம்* இதை விவரிக்கிறது. தவ யாத்திரை மேற்கொண்ட ரிஷிகள் மூவரும் சீனா மலையின் உச்சியை வந்தடைந்தனர். அவர்களின் தாகத்துக்குத் தண்ணீர் கிடைக்கவில்லை. மலையடிவாரத்தில் ஒரு பள்ளம் வெட்டி, நீரை வரவழைத்தனர். திபெத்தின் புனித ஏரியான மானசரோவரிலிருந்து வந்த நீர் அது.

ரிஷிகள் புறப்பட்டுப் போனதும், நைனி அம்மன் அந்த ஏரி நீரில் வாசம் புரிய வந்து சேர்ந்தாள். நாளடைவில், ஏரிப்பள்ளத்தின் கரைகளில் காடுகள் தோன்றின. நீர்த் தேக்கத்தாலும் தாவரங்களாலும் ஈர்க்கப்பட்டு, ஏராளமான பறவைகளும் விலங்குகளும் பள்ளத்தாக்கில் வந்து குடியேறின. அம்மன் கோயிலைச் சுற்றிலுமுள்ள நாலுமைல் வட்டாரத்தில் நான் ஏகப்பட்ட பிராணிகளைப் பார்த்திருக்கிறேன். இவை தவிரப் புலி, சிறுத்தை, கரடி, கடம்பை மான் என்று பல்வேறு விலங்குகளைப் பார்த்திருக்கிறேன். இந்தப் பகுதியில் நூற்றி இருபத்தெட்டு வகைப் பறவைகள் காணப்படுகின்றன.

ஏரியைப் பற்றிய வதந்திகள் இந்தப் பகுதியின் ஆரம்பகால ஆட்சியாளர்களை எட்டியிருக்கின்றன. ஆனால், தங்கள் புனித ஏரியின் இருப்பிடத்தைப் பற்றித் தகவல் சொல்வதற்கு மலைஜனங்களுக்கு விருப்பமில்லை. 1839இல் இருந்த ஆட்சி யாளருக்குப் பிரமாதமான யோசனை ஒன்று உதித்திருக்கிறது. மலைவாசி ஒருவனின் தலையில் பெரிய பாறை ஒன்றைச் சுமத்தி, நைனியம்மன் ஏரிவரை அதைச் சுமந்து செல்ல வேண்டும் என்று உத்தரவிட்டார். மலைகளில் பல நாட்கள்

அலைந்து திரிந்தவன், பாறையைச் சுமந்ததில் சோர்வடைந் தான். தன்னைப் பின்தொடர்ந்து வந்த குழுவை ஏரிக்கு அழைத்துச் சென்றான்.

அந்த மனிதன் சுமந்து வந்ததாகச் சொல்லப்படும் பாறையை, நான் சிறுவனாக இருந்தபோது பார்த்திருக்கிறேன். அறுநூறு பவுண்டு எடை கொண்ட அந்தப் பாறையை மலைவாசி ஒருவன் எனக்குக் காட்டினான். மனிதன் தூக்க முடியாத அளவு பெரிய பாறை அது என்று அவனிடம் கூறினேன். அவன் சொன்னான்: 'ஆமா. பெரிய பாறைதான். ஆனா, அந்தக் காலத்திலே எங்க ஆளுக ரொம்ப பலசாலிகளா இருந்தாங்களே.'

நல்ல தொலைநோக்குக் கண்ணாடியை எடுத்துக்கொண்டு சீனா மலையின் உச்சிக்கு என்னுடன் வாருங்கள். நைனி டாலைச் சுற்றிலுமுள்ள பிரதேசத்தைப் பருந்துப் பார்வையில் நீங்கள் காணமுடியும். சாலை செங்குத்தாகத்தான் இருக்கிறது. ஆனால், உங்களுக்குப் பறவைகள், மரங்கள் மற்றும் மலர்களின் மேல் ஆர்வம் இருந்தால், மூன்று மைல்கள் ஏறிச் செல்வதற்குத் தயங்க மாட்டீர்கள். மேற்சொன்ன ரிஷிகள் மூவரையும் போலவே, உச்சிக்கு வந்தவுடன் உங்களுக்கும் தாகம் எடுக்கும். பளிங்கு போன்ற குளிர்ந்த நீரூற்றை உங்களுக்குக் காட்டுவேன். மதிய உணவை முடித்துக்கொண்டு சற்று ஓய்வெடுத்த பிறகு, வடபுறம் திரும்புங்கள்.

உங்களுக்கு நேர்கீழே காடு அடர்ந்த பள்ளத்தாக்கு கோஸி நதியை நோக்கி இறங்குகிறது. நதிக்கு அப்பால், ஒன்றுக்கொன்று இணையாகச் செல்லும் எண்ணற்ற மலைத் தொடர்கள் இருக்கின்றன. அவற்றில் இங்குமங்குமாக கிராமங் கள் உள்ளன. ஒரு மலைத்தொடரில் அல்மோரா நகரம் இருக்கிறது. இன்னொன்றில் ராணிக்கெட் ராணுவக் கேந்திரம் இருக்கிறது. இவற்றுக்கு அப்பால் மேலும் மலைத்தொடர்கள். அவற்றில் உச்சபட்சமான துங்கார் புக்கல் 14200 அடி உயரம் கொண்டது. மகோன்னதமாகப் பனிபடர்ந்த இமயத்தின் முன்னால் குள்ளமாகத் தெரிவது.

உங்களுக்கு வடக்கே பறவைப்பாதையில் அறுபது மைல் களுக்கு அப்பால் திரிசூல் சிகரம் இருக்கிறது. 23406 அடி உயரமுள்ள இந்த மகாசிகரத்தின் கிழக்கிலும் மேற்கிலும் அறுபடாத ஒரே கோடாகப் பல நூறு மைல்களுக்குப் பனிமலைத் தொடர்கள் நீண்டுகிடக்கின்றன. திரிசூலுக்குக் கிழக்கே உறைபனி மங்கும் இடத்தில், முதலில் கங்கோத்ரி தொடர் இருக்கிறது. அப்பால், கேதார்நாத், பத்ரிநாத் ஆலயங் களுக்கு மேலே உள்ள பனிப்பாறைகளும், மலைகளும் இருக்

கின்றன. அதற்கும் அப்பால், ஸ்மித்தினால் கீர்த்தி பெற்ற காமெட் சிகரம் உள்ளது. திரிசூலுக்குக் கிழக்கே, மிகவும் பின்னணியில், நந்ததேவியின் உச்சியை மட்டும் நீங்கள் காணலாம். இந்தியாவின் மிக உயரமான சிகரம் அது (25639 அடி).

உங்களுக்கு முன்னால், வலதுபுறம், நந்தகோட் இருக்கிறது. பார்வதிதேவியின் மாசுமறுவற்ற பீடம் அது. கிழக்கே இன்னும் தள்ளி, பஞ்ச சூலியின் அற்புதச் சிகரங்கள் உள்ளன. திபெத் திலுள்ள கைலாசத்துக்குச் செல்லும் வழியில் பாண்டவர்கள் பயன்படுத்திய ஐந்து சமையல் கூடங்கள் அவை.

காலை புலரும் வேளையில், சீனா மலையும் இடையில் உள்ள மலைகளும் இரவின் வலையில் இன்னமும் அமிழ்ந்தி ருக்கும்பொழுதில், பனித் தொடர்கள் கருநீல நிறத்திலிருந்து இளஞ்சிவப்பு நிறத்துக்கு மாறுகின்றன. வானுலகுக்கு அருகில் இருக்கும் சிகரங்களைச் சூரியன் தீண்டும்போது, இளஞ்சிவப்பு நிறம் கண்ணைப் பறிக்கும் வெண்மையாக மெல்லமெல்ல உருக்கொள்கிறது. பகல்பொழுதில் மலைத்தொடர் உறைபனி யாகவும் வெண்மையாகவும் தோற்றமளிக்கும் – ஒவ்வொரு முகடும் பனித்துகளாலான இறகுபோல. சூரியாஸ்தமனத்தின் போது, வானுலகச் சைத்திரிகனின் இச்சையைப் பொறுத்து இளஞ்சிவப்பு, பொன்னிறம் அல்லது செந்நிறமாக வண்ணம் கொள்கிறது.

பனிப்படலத்துக்கு முதுகைக்காட்டி, தெற்குநோக்கித் திரும்புங்கள். உங்கள் பார்வையின் எல்லையில் மூன்று நகரங்களைக் காண்கிறீர்கள்: பரெய்லி, காசிப்பூர், மொராதா பாத். கல்கத்தாவிலிருந்து பஞ்சாபுக்குச் செல்லும் பிரதான ரயில்பாதையில் அமைந்த ஊர்கள் இவை. மூன்றிலும் மிக அருகில் உள்ளது காசிப்பூர். பறவைப் பாதையில் ஐம்பது மைல் தொலைவில் உள்ளது.

ரயில்பாதைக்கும் மலையடிவாரத்திற்கும் இடையில் உள்ள நிலம் மூன்று வகைகளால் ஆனது. முதலாவது, சுமார் இருபது மைல் அகலம் கொண்ட விவசாய நிலம். அடுத்தது, பத்து மைல் அகலம் கொண்ட புல்வெளிப் பிரதேசம். தெராய் என்று அழைக்கப்படுவது. மூன்றாவது, மரங்கள் அடர்ந்த பகுதி. பத்துமைல் அகலம் உள்ளது. பாபர் என்று அழைக்கப் படுவது. மலையடிவாரம் வரை நீளும் பாபர் பிரதேசத்தில், நிலம் திருத்தப்பட்டிருக்கிறது. பல கால்வாய்கள் பாய்வதால் செழிப்புற்ற இந்த நிலத்தில் பல்வேறு அளவிலான கிராமங்கள் உருவாகியிருக்கின்றன.

மிக அருகிலுள்ள கிராமத் தொகுதியான காலாதுங்கி, நைனி டாலிலிருந்து சாலை வழியே பதினைந்து மைல் தொலைவில் உள்ளது. இதன் மேல்முனையில் நீங்கள் எங்கள் கிராமத்தைக் காணலாம். சோட்டி ஹல்த்வானி. மூன்று மைல் நீளக் கற்சுவரால் சூழப்பட்டது. நைனி டாலிலிருந்து கீழிறங்கி வரும் சாலையும், மலையடிவாரத்தைச் சுற்றிக் கொண்டு செல்லும் சாலையும் சந்திக்கும் இடத்தில் எங்கள் குடில் இருக்கிறது. கூட்டமாய் வளர்ந்த பெரிய மரங்களுக்கு நடுவில் அதன் கூரையை மட்டும் நீங்கள் பார்க்க முடியும்.

இந்தப் பிரதேசத்திலுள்ள மலையடிவாரங்கள் முழு வதிலுமே இரும்புத் தாது கிடைக்கிறது. வட இந்தியாவில் முதன்முதலாக இரும்புத் தாது கண்டுபிடிக்கப்பட்டது காலா துங்கியில்தான். இங்கே இருந்த வார்ப்படச் சாலைகளில் எரிபொருளாக விறகைப் பயன்படுத்தி வந்தார்கள். குமாவும் பகுதியின் அரசனான ஜெனரல் ஸர். ஹென்றி ராம்ஸே, பாபர் பகுதியின் காடு முழுவதையும் ஊதுலைகள் தின்று தீர்த்துவிடுமோ என்று அஞ்சி, வார்ப்பட சாலைகளை மூடிவிட உத்தரவிட்டார்.

காலாதுங்கியிலிருந்து சீனா மலையில் நீங்கள் இருக்கும் இடம்வரையில் உள்ள தாழ்மலைப் பகுதிகளில் சால் மரங்கள் காடாக அடர்ந்திருக்கின்றன. எங்கள் ரயில்வே துறைக்கு ஸ்லீப்பர் கட்டைகளை வழங்குபவை இந்த மரங்கள்தாம்.

அருகில் உள்ள மலைமடிப்பில் கூர்ப்பா தால் ஏரி இருக் கிறது. இந்தியாவின் மிகச் சிறந்த உருளைக்கிழங்குகள் விளை யும் வயல்கள் அதைச் சூழ்ந்திருக்கின்றன. மிகத் தொலைவில், வலதுபுறம், கங்கையின் மேல் சூரியன் மினுங்குவதை நீங்கள் பார்க்கலாம். இடதுபுறம், அது சாரதாவின் மேல் மினுங்கு வதையும் பார்க்கலாம். இரண்டு நதிகளும் மலையடிவாரத்தை விட்டு விலகும் இடங்களுக்கு இடையில் உள்ள தூரம் சுமார் இருநூறு மைல்.

இப்போது கிழக்குப்புறம் திரும்புங்கள். உங்களுக்கு முன் னால், மிக அருகிலிருந்து சற்றுத் தொலைவுவரை நீங்கள் பார்க்கிற பிரதேசம், பழையகால அரசாங்கக் கையேடுகளில் 'அறுபது ஏரி ஜில்லா' என்று அழைக்கப்பட்டது. ஏரிகளில் பலவும் தூர்ந்துவிட்டன. அவற்றில் சில, நானறியத் தூர்ந்தவை. மீதமிருப்பவற்றில் சில: நைனி டால், ஸாட் டால், பீம் டால், நக்குச்சியா டால்.

நக்குச்சியா டாலுக்கு அப்பால் உள்ள கூம்பு வடிவ மலை, சோட்டி கைலாஸ். இந்தப் புனிதமான மலையில் வேட்டையாடுவது, தெய்வங்கள் உகக்காத விஷயம். யுத்த

காலத்தில் விடுமுறையில் வந்திருந்த ராணுவ வீரன் ஒருவன் மலையாடு ஒன்றைக் கொன்றுவிட்டான். தெய்வக்குற்றம் இழைத்த கடைசி ஆள் அவன்தான். கால் இடறி ஆயிரம் அடி ஆழப் பள்ளத்தாக்கில் வீழ்ந்தான். அவனுடைய சகாக்கள் இருவரின் கண்ணெதிரே இது நடந்தது.

சோட்டி கைலாசுக்கு அப்பால், காலா ஆகார் மலைத் தொடர் இருக்கிறது. சௌகார் ஆட்கொல்லிப் புலியை வேட்டையாடுவதற்காக இரண்டுவருட காலம் நான் அலைந்து திரிந்த இந்த மலைத்தொடருக்கு அப்பால் மங்கலாகத் தெரிபவை, நேபாளத்தின் மலைகள்.

இப்போது மேற்கு நோக்கித் திரும்புங்கள். ஆனால், முதலில் நீங்கள் செய்ய வேண்டியது, சில நூறு அடிகள் கீழிறங்கி, தேவபட்டாவில் நிலைகொள்ள வேண்டும். சீனா மலையை அடுத்திருக்கிற, *7991* அடி உயரமுள்ள பாறைச் சிகரம் அது. உங்களுக்கு நேர்கீழே ஆழமும் அகலமும் அடர்த்தியும் கொண்ட பள்ளத்தாக்கு இருக்கிறது. சீனா மலையிலிருந்து தேவபட்டாவரை உள்ள இந்தப் பள்ளத்தாக்கு, டச்சௌரி மற்றும் காலாதுங்கி வழியாக நீள்கிறது.

இமயத்தின் எந்தவொரு பகுதியையும் விடத் தாவரங்களும் பிராணிகளும் மிகச் செறிவாக உள்ள பிரதேசம் இது. இந்த அற்புதமான பள்ளத்தாக்குக்கு அப்பால், அறுபடாத நீள் கோடாக கங்கை நதிவரை மலைகள் நீண்டு செல்கின்றன. நூறு மைல்களுக்கு அப்பால், கங்கையின் வெள்ளம் சூரிய ஒளியில் தகதகப்பதை நீங்கள் பார்க்கலாம். கங்கைக்கும் அப்பால், சிவாலிக் மலைத் தொடர் இருக்கிறது. மகோன்னதமான இமயமலை தோன்றுவதற்கும் முன்னால் தோன்றிய மலைத்தொடர் அது.

■

கிராமத்தின் அரசி

சீனா மலையின் உச்சியிலிருந்து பருந்துப் பார்வையில் நீங்கள் கண்ட கிராமங்களில் ஒன்றுக்கு இப்போது என்னுடன் வாருங்கள். மலையின் முகத்தின் குறுக்காக வடுக்கள்போல உங்களுக்குத் தென்பட்ட இணைகோடுகள், அடுக்கடுக்கான வயல்கள். அவற்றில் சில, பத்து அடிக்குமேல் அகலம் இல்லாதவை. அவற்றைத் தாங்கும் கற்சுவர்கள் சில இடங்களில் முப்பது அடி உயரம் உள்ளவை. இந்தக் குறுகலான வயல்களை உழுவது மிகவும் கடினமான வேலை. அபாயகரமானது. ஒருபுறம் செங்குத்தான மலை. மறுபுறம் ஆழமான சரிவு. குட்டையான கொழு உள்ள கலப்பையையும், மலைகளில் வளர்ந்த கால் நடைகளையும் கொண்டுதான் இவற்றை உழ முடியும். மலைக் கால்நடைகள் சிறியவை. பலமானவை. ஆடு களைப்போல உறுதியாக ஊன்றி நடப்பவை.

தங்கள் இடையறாத உழைப்பினால் இந்த விளை நிலங்களை உருவாக்கியவர்களான நெஞ்சுறுதி வாய்ந்த ஜனங்கள் வரிசையான கல்வீடுகளில் வசிக்கிறார்கள். மாக்கல் கூரை கொண்ட வீடுகள். பாபர் மற்றும் அதற்கும் அப்பாலுள்ள சமவெளியிலிருந்து இமயத்தின் உட்பகுதிநோக்கிச் செல்லும் கரடுமுரடான குறுகிய

சாலையையொட்டி அமைந்தவை. இந்தக் கிராமத்தவர்களுக்கு என்னைத் தெரியும். ஒட்டுமொத்த கிராமமும் பணம்போட்டு, ஒருமுறை எனக்கு அவசரத் தந்தி அனுப்பியது. அது கிடைத்த வுடன் சூட்டோடு சூடாக நான் கிளம்பி வந்தேன். அந்தத் தந்தியை அனுப்புவதற்காக நைனி டாலுக்கு ரன்னர் ஒருவன் கொண்டு போனான். நான் அப்போது பணிபுரிந்துவந்த மொக்கமெ காட்டிலிருந்து உடனடியாக இங்கு வந்தேன் – ஆட்கொல்லிப் புலி ஒன்றைக் கொன்று இவர்களை நிம்மதிப் படுத்துவதற்காக.

தந்தி அனுப்புவதற்குக் காரணமாக அமைந்த சம்பவம் ஒரு நடு மத்தியானத்தில் நடந்தது. வீடுகளின் வரிசைக்கு நேர்மேலே இருந்த ஒரு வயலில் நிகழ்ந்தது அது. ஒரு பெண்ணும் அவளுடைய பன்னிரண்டு வயது மகளும் கோதுமை அறுவடை செய்துகொண்டிருந்தார்கள். திடீரென்று ஒரு புலி தோன்றி, தன் தாயிடம் தஞ்சமடைய ஓட முயன்ற மகளைத் தாக்கியது. உடம்பிலிருந்து தலையைத் துண்டித்தது. உடம்பைக் கவ்விக்கொண்டு விளைநிலத்தை அடுத்திருந்த காட்டுக்குள் சென்றது. தாயாரின் காலடியில் கிடந்தது மகளின் தலை.

தந்திகள் – அவை அவசரத் தந்திகளாய் இருந்தாலுமே – சென்று சேர்வதற்கு அதிக காலம் பிடித்தது. நானும், ரயில் மார்க்கமாகவும் சாலைவழியாகவும் ஓர் ஆயிரம் மைல்கள் பயணம் செய்து வரவேண்டியிருந்தது. கடைசி இருபது மைல் களை நடந்தே கடந்தேன். தந்தி அனுப்பப்பட்ட நாளிலிருந்து, கிராமத்திற்கு நான் வந்து சேர்வதற்குள் ஒருவாரம் கடந்தோடி விட்டது. இடைப்பட்ட காலத்தில் இன்னொருவரையும் அடித்து விட்டது அந்தப் புலி; இந்த முறை ஒரு பெண்மணி. நைனி டாலிலுள்ள எங்கள் இல்லத்தை அடுத்திருந்த வீட்டின் வளாகத்தில் தன் கணவனுடனும் குழந்தைகளுடனும் பல வருடங்கள் வசித்தவள். கிராமத்துக்கு மேலே உள்ள குன்றில், வேறு சிலருடன் சேர்ந்து புல் அறுத்துக்கொண்டிருந்தாள். புலி அவளைத் தாக்கிக் கொன்றது. அவளுடைய சகாக்கள் பார்த்துக் கொண்டிருக்கும்போதே, அவளை இழுத்துச் சென்றது. பயந்து அலறிய பெண்களின் கூக்குரல் கிராமம் வரை கேட்டது. நடந்துவிட்ட அசம்பாவிதத்தைத் தெரிவிப்பதற்காக அந்தப் பெண்கள் நைனி டாலை நோக்கி ஓடிய அதே வேளையில், கிராமத்தின் ஆண்கள் ஒன்று கூடினர். மிகுந்த தீரத்துடன் அந்தப் புலியைத் துரத்தியடித்தனர்.

தாங்கள் கொடுத்த தந்தியை மதித்து நான் புறப்பட்டு வருவேன் என்று நம்பி – இந்தியர்களின் சகஜமான நம்பிக்கை

தான் இது – அந்த உடம்பை ஒரு துப்பட்டியில் பொதிந்து முப்பது அடி உயர ரோடொடென்ட்ரான் மரத்தின் உச்சாணிக் கொம்பில் கட்டி வைத்திருந்தனர். அந்தப் புலி அருகாமை யிலிருந்து இவற்றையெல்லாம் பார்த்துக்கொண்டு இருந்திருக்க வேண்டும். பிற்பாடு அதன் நடவடிக்கைகளை வைத்து இதைத் தெரிந்து கொள்ள முடிந்தது. காரணம், மரத்தில் கட்டப் படுவதைப் புலி பார்த்திருக்காத பட்சத்தில், அந்த உடலைப் புலியால் கண்டறிய முடிந்திருக்காது. புலிகளுக்கு நுகர்திறன் கிடையாது.*

அந்தப் பெண்கள் நைனி டாலில் சென்று தகவல் சொன்ன வுடன், இறந்து போனவளின் கணவன் என்னுடைய சகோதரி மாகியிடம் வந்து, தன் மனைவி கொல்லப்பட்ட விபரத்தைத் தெரிவித்தான். மறுநாள் பொழுது புலரும் நேரத்தில், மாகி சில ஆட்களை அனுப்பினாள் – கொல்லப்பட்டவளின் உட லுக்கு மேலே பரண் ஒன்று அமைத்து, நான் வரும்வரை அதில் அமர்ந்திருக்குமாறு அவர்களிடம் சொல்லியனுப்பினாள்.

அன்றைய தினம் நான் வந்துவிடுவேன் என்று எதிர் பார்க்கப்பட்டது. பரண் அமைப்பதற்கான சாமான்களை கிராமத்திலிருந்தே எடுத்து வந்தனர். கிராமத்தவர்களின் துணையுடன் ரோடொடென்ட்ரான் மரத்தை நோக்கி என் ஆட்கள் சென்றனர். அந்தப் புலி மரத்தில் ஏறியிருந்திருக்க வேண்டும். துப்பட்டியில் பொத்தல் இட்டு, உடலைத் தூக்கிச் சென்றிருந்தது. உடல் இழுத்துச் செல்லப்பட்ட தடத்தில் கிராமத்தவர்களும் என் ஆட்களும் அரைமைல் தூரம் பின் தொடர்ந்து சென்றனர். அபாரமான துணிச்சல்தான். காரணம், அவர்களிடம் ஆயுதம் எதுவும் இல்லை. பாதியளவு உண்ணப் பட்ட உடலைப் பார்த்தவுடன், அதற்குச் சற்று மேலே இருந்த ஓக் மரத்தில் அவர்கள் பரண் அமைக்கத் தொடங்கினர்.

பரண் அமைத்து முடித்த மாத்திரத்தில் நைனி டாலைச் சேர்ந்த வேட்டைக்காரன் ஒருவன், வேட்டையாடுவதற்காகக் கிளம்பியவன், தற்செயலாக அந்த இடத்திற்கு வந்து சேர்ந் தான். என்னுடைய நண்பன் என்று கூறிக்கொண்ட அவன், என்னுடைய ஆட்களைப் போகச் சொன்னான். புலிக்காகத் தானே காத்திருப்பதாகவும் சொன்னான்.

இதற்குள் நான் வந்து சேர்ந்திருந்தேன். என்னுடைய ஆட்கள் என்னிடம் தகவல் அறிவிப்பதற்காக நைனி டாலுக்குத்

---

* அண்மைக்கால ஆய்வுகளின்படி, புலிக்கு மோப்பசக்தி உண்டு என்று உயிரியலாளர்கள் கண்டறிந்துள்ளதாக திரு. தியடோர் பாஸ்கரன் தெரிவிக்கிறார். – (மொ-ர்)

திரும்பி வந்தார்கள். இந்த வேட்டைக்காரன், அவனுடைய துப்பாக்கிதூக்கி, அவனுடைய சாப்பாட்டுக்கூடையையும் லாந்தர் விளக்கையும் சுமந்து வருகிற ஒருவன் ஆகியோர் பரணில் ஏறிக்கொண்டனர். நிலா கிடையாது. இருட்டி ஒரு மணிநேரம் கழித்து, வேட்டைக்காரனிடம் துப்பாக்கி தூக்கி கேட்டான் – புலி அந்த உடலை இழுத்துச் சென்றபோது ஏன் விட்டுவிட்டீர்கள்; ஏன் அதைச் சுடவில்லை என்று. இரையின் அருகில் புலி நெருங்கியே வரவில்லை என்று எண்ணிய வேட்டைக்காரன், லாந்தர் விளக்கைப் பற்ற வைத்தான். தரையில் வெளிச்சம் படவேண்டும் என்பதற்காக அதைக் கயிற்றில் கட்டிக் கீழே இறக்கினான். கைநழுவி லாந்தர் தரையில் மோதித் தீப்பிடித்தது. அது மே மாதம். காடுகள் உலர்ந்திருக்கும் காலம். நிமிட நேரத்தில் மரத்தடியைச் சுற்றிக் கிடந்த சருகுகளும் சுள்ளிகளும் விசையாகப் பற்றியெரிய ஆரம்பித்தன.

பெரும் துணிச்சலுடன் அந்த வேட்டைக்காரன் மரத்தி லிருந்து சறுக்கி இறங்கினான். தன்னுடைய மேல்கோட்டால் நெருப்பை அணைக்க முயன்றான். திடீரென்று அவனுக்கு ஆட்கொல்லிப் புலியின் ஞாபகம் வந்து விட்டது. அவசரமாகப் பரணில் தொற்றி ஏறிக்கொண்டான். நெருப்புப் பற்றிக் கொண்ட கோட்டைக் கீழேயே விட்டுவிட்டான்.

இரை நிஜமாகவே இழுத்துச் செல்லப்பட்டு விட்டது என்று தீயின் வெளிச்சத்தில் தெரிந்துவிட்டது. ஆனால், வேட்டைக்காரனின் கவனம் இப்போது இரையின் மேல் இல்லை. அவனுடைய பதட்டமெல்லாம், தன் பாதுகாப்பு பற்றியும், அரசாங்கக் காட்டுக்கு இந்த நெருப்பு உண்டாக்கப் போகும் சேதத்தையும் பற்றியும்தான். பலமான காற்றால் விசிறப்பட்ட நெருப்பு மரத்தின் பக்கமிருந்து மெல்ல அகன்று சென்றது.

எட்டுமணி நேரத்துக்குப் பிறகு பெய்த ஆலங்கட்டி மழை யில் நெருப்பு அணைந்தது. ஆனால், அதற்குள் பல சதுரமைல் கள் காட்டை அது எரித்து முடித்திருந்தது. ஆட்கொல்லிப் புலி ஒன்றை எதிர்கொள்வதில் அந்த வேட்டைக்காரனின் முதல் முயற்சி அது. முதலில் கிட்டத்தட்ட வறுபடும் நிலையையும், அதன் பின்னர் உறைந்துவிடும் நிலையையும் அனுபவித்த பிறகு, அதுவே கடைசி முயற்சியாகவும் அமைந்தது. மறுநாள், அவன் சோர்ந்துபோய் நைனி டாலுக்குத் திரும்பினான். அவன் ஒரு வழியில் வந்துகொண்டிருக்கும்போது, நான் இன்னொரு வழியில் அந்த கிராமத்தை நோக்கிச் சென்று கொண்டிருந்தேன் – முந்தைய இரவில் நடந்தது எதையும் அறியாதவனாக.

நான் கேட்டுக்கொண்டபடி, கிராமத்தவர் என்னை அந்த ரோடோடென்ட்ரான் மரத்திடம் அழைத்துச் சென்றார்கள். தான் கொன்ற இரையை மீட்டுச் செல்வதற்கு எவ்வளவு திடசித்தத்துடன் செயல்பட்டிருந்தது அந்த வேங்கை என்பதைப் பார்த்து நான் வியப்படைந்தேன். கிழிந்த துப்பட்டி தரையிலிருந்து சுமார் இருபத்தைந்தடி உயரத்தில் இருந்தது. மரத்தில் பதிந்திருந்த கால்நகத் தடங்கள், மிருதுவான மண்தரை மற்றும் மரத்தடியில் கிடந்த சுள்ளிகள் முறிந்திருந்த விதம் ஆகியவை அந்தப் புலி மரத்தின் மீது ஏறி ஏறி குறைந்தது இருபது தடவைகளாவது கீழே விழுந்திருக்கிறது என்று காட்டின. அதன்பிறகுதான் துப்பட்டியில் பொத்தலிட்டு உடலைக் கவர்ந்திழுப்பதில் வெற்றிபெற்றிருக்கிறது அது.

இந்த இடத்திலிருந்து பரண் கட்டப்பட்டிருந்த மரத்தை நோக்கி அந்த உடலை அரைமைல் தூரம் தூக்கிச் சென்றிருக்கிறது. அந்த இடத்திற்கு அப்பால், இழுத்துச் சென்ற தடயமனைத்தையும் நெருப்பு அழித்துவிட்டது. புலி சென்றிருக்கக்கூடிய வழி என்று நான் அனுமானித்த பாதையில் மேலும் ஒரு மைல் சென்றேன்.

அந்தப் பெண்ணின் தீய்ந்த தலை என் காலில் இடறியது. இதற்கு நூறு கஜத்திற்கு அப்பால் மிக அடர்த்தியான புதர் இருந்தது. நெருப்பு அந்த இடத்தைத் தீண்டவில்லை. மணிக்கணக்காக அந்தப் புதரில் தேடிப் பார்த்தேன். பள்ளத்தாக்கின் அடிவாரம் வரை ஐந்து மைல் தொலைவு தேடிக்கொண்டே சென்றேன். என்றாலும் புலியின் தடயம் எதுவும் காணக் கிடைக்கவில்லை. (வேட்டைக்காரன் தற்செயலாகப் பரணுக்கு வந்து சேர்ந்ததிலிருந்து அந்தப் புலி சுட்டுக்கொல்லப்படுவது வரை ஐந்துபேர் உயிரிழந்திருந்தார்கள்.)

விரயமாகத் தேடியலைந்துவிட்டு, கிராமத்துக்குத் திரும்பி வந்தேன். பின்மாலைப் பொழுது. கிராமத் தலைவரின் மனைவி எனக்காக உணவு தயார் செய்தாள். அவளுடைய மகள்கள் பித்தளைத் தட்டுகளில் பரிமாறினர். பகல் முழுவதும் பட்டினி கிடந்திருந்தேன். சாப்பாடு மிகமிகத் தேவையாயிருந்தது. வயிறு நிறையச் சாப்பிட்டேன். அருகிலிருந்த நீரூற்றில் கழுவுவதற்குத் தட்டுகளை எடுத்துக்கொண்டு கிளம்பினேன். என் நோக்கத்தைப் புரிந்துகொண்ட அந்தச் சிறுமியர் மூவரும் விரைந்து வந்து தட்டுகளை என்னிடமிருந்து வாங்கிக் கொண்டனர். தலையை ஆட்டிச் சிரித்தவாறு அவர்கள் கூறினார்கள் – வெள்ளைக்காரச் சாமியார் சாப்பிட்ட தட்டுகளைக் கழுவுவதால் அவர்களது ஜாதி ஆசாரம் கெட்டுவிடாதாம். அவர்கள் பிராமணர்கள்.

கிராமத் தலைவர் இறந்துவிட்டார். அவருடைய மகள்கள் திருமணமாகி கிராமத்தை விட்டுச் சென்றுவிட்டார்கள். ஆனால், அவருடைய மனைவி உயிருடன் இருக்கிறாள். சீனா மலையிலிருந்து பருந்துப்பார்வையில் பார்த்துவிட்டு, தற்சமயம் என்னுடன் அந்தக் கிராமத்துக்கு வந்துகொண்டிருக்கும் நீங்கள் தேநீர் அருந்தத் தயாராக இருக்க வேண்டும். நீரால் தயாரிக்கப்பட்ட தேநீர் அல்ல; செறிவான புதுப்பாலில், வெல்லம் சேர்த்துப் போடப்பட்ட தேநீர். நமக்காக அந்த அம்மாள் தயாரிப்பது.

கிராமத்திற்கு எதிரே உள்ள செங்குத்தான மலைச்சரிவில் நாம் இறங்கி வருவதைப் பார்த்துவிட்டார்கள். சிறிய சதுரமாக விரிக்கப்பட்ட நைந்த கம்பளமும், மான் தோல் போர்த்திய இரண்டு பிரம்பு நாற்காலிகளும் நமக்காக ஆயத்தம் செய்யப் பட்டிருக்கின்றன. நம்மை வரவேற்பதற்காக அந்த நாற்காலி களின் அருகில் நிற்கிறவள்தான் கிராமத் தலைவரின் மனைவி. முகத்திரை அணியும் வழக்கம் இங்கே கிடையாது. அந்த அம்மாளை நீங்கள் நன்றாக உற்றுப்பார்த்தாலும் அவள் சங்கடப்பட மாட்டாள்.

அவளும் லட்சணமானவள்தான். இன்றைக்குப் பனி போன்று வெள்ளையாய் இருக்கும் அவளது தலைமுடி நான் அவளை முதன்முதலாக அறிந்தபோது கருகருவென்று இருந் தது. அப்போதெல்லாம் சிவந்திருந்த அவளது கன்னங்கள் இப்போது வெண்மஞ்சள் நிறமாக ஆகிவிட்டன. அவற்றில் மடிப்போ சுருக்கமோ கிடையாது. ஒரு நூறு தலைமுறைப் பாரம்பரியம் கொண்ட பிராமணக் குடும்பத்தில் பிறந்தவள் அவள். அவளுடைய வம்சத்தைத் துவக்கி வைத்த மூதாதையின் ரத்தம் போலவே சுத்தமான பிராமண ரத்தம் அவளுக்கு. சுத்தமான வம்சம் பற்றிய பெருமிதம் எல்லா மனிதர்களிலும் இயல்பாய் உள்ள ஒன்றுதான். ஆனாலும், இந்தியாவில் உள்ளதை விட அதிக மரியாதை வேறெங்கும் அதற்குக் கிடையாது. இந்தப் பிரியமான கிழவி நிர்வகித்து வரும் இந்தக் கிராமத்தில் பல்வேறு ஜாதிகள் இருக்கின்றன. ஆனால், அவளை யாரும் எதிர்ப்பதில்லை. அவள் வைத்ததுதான் சட்டம். அடியாட்களின் உடல்வலு காரணமாக அல்ல; இவளுக்குப் பாதுகாவலர்களே கிடையாது. இந்திய மண்ணின் தாது போன்ற பிராமண குலத்தைச் சேர்ந்தவள் அவள் என்பதுதான் ஒரே காரணம்.

சமீபகாலமாக, விளைபொருட்களுக்கு நல்ல விலை கிடைக்கிறது. அதனால், இந்த மலைக் கிராமத்துக்குச் சுபிட்சம் வந்து சேர்ந்திருக்கிறது – இந்தியாவில் சுபிட்சம் என்றுதான்

அதைக் குறிப்பிடுவார்கள். நம்மை வரவேற்கிறாளே இந்தப் பெண்மணி, கிராமத்தின் சுபிட்சத்தில் தனக்கான முழுப்பங்கையும் பெற்றிருப்பவள் இவள். தன்னுடைய சீதனமாக அவள் கொண்டுவந்த பொன்மணிச் சரங்கள் இன்னும் அவள் கழுத்தில் கிடக்கின்றன. ஆனால், அவளுடைய சன்னமான வெள்ளி நெக்லெஸ், குடும்ப வங்கியில் பத்திரமாய் இருக்கிறது – சமையலறையின் தரையில் தோண்டப்பட்ட பள்ளத்தில். அவளுடைய கழுத்தில் இப்போது கனமான தங்க வடச் சங்கிலி கிடக்கிறது. பழைய நாட்களில் அவளது காதுகள் மூளியாக இருக்கும். இப்போது அவளுடைய காதுமடல்களில் ஏகப்பட்ட சன்ன வளையங்கள் மாட்டப்பட்டிருக்கின்றன. ஐந்து அங்குல விட்டமுள்ள தங்க வளையம் அவள் மூக்கில் தொங்குகிறது. வலது காதில் மாட்டப்பட்ட சன்னமான தங்கச் சங்கிலி அதன் எடையை ஓரளவு தாங்கியிருக்கிறது. மலையில் வசிக்கும் உயர்ஜாதிப் பெண்கள் அணியும் உடையை அவள் அணிந்திருக்கிறாள் – ஒரு சால்வை, இறுக்கமான கம்பளி ரவிக்கை, சித்திரங்கள் பொறித்த மகத்தான பாவாடை. வெறுங்காலுடன் இருக்கிறாள். முன்னேறிய இந்த நாட்களிலும் கூட, காலணிகள் அணிவது புனிதமற்றவள் என்பதற்கான அடையாளம் – எங்கள் மலை மக்களிடையே.

தேநீர் தயாரிப்பதற்காக அந்த மூதாட்டி வீட்டின் உட்புறம் சென்றுவிட்டாள். இந்த உற்சாகமான பணியில் அவள் ஈடுபட்டிருக்கும் சமயத்தில், குறுகலான சாலையின் எதிர்ப்புறம் உள்ள பனியாவின் கடையை நோக்கி உங்கள் கவனத்தைத் திருப்பலாம். பனியாவும் பழைய சிநேகிதன்தான். நமக்கு வந்தனம் செலுத்தி, ஒரு சிகரெட் பாக்கெட்டை அன்பளிப்பாகத் தந்துவிட்டு, தன்னுடைய மரமேடையில் சம்மணமிட்டு உட்காரத் திரும்பிப் போய்விட்டான் அவன். அவனுடைய சரக்குகள் அங்கேதான் வைக்கப்பட்டிருக்கின்றன. கிராமத்தவருக்கும், வழிப்போக்கர்களுக்கும் தேவைப்படுகிற இந்தச் சரக்குகளாவன: கோதுமை மாவு, அரிசி, பருப்பு, நெய், உப்பு, நைனி டால் கடைவீதியில் தள்ளுபடி விலைக்கு வாங்கப்பட்ட பழைய இனிப்புவகைகள், அரசனின் உணவுமேஜையில் இருக்கும் அருகதைகொண்ட மலை உருளைக்கிழங்குகள், பொது இடத்தில் யாராவது தின்றால் பார்ப்பவர் கண்களில் நீரை வரவழைக்கும் தீவிர நிறம் கொண்ட டர்னிப் கிழங்குகள், சிகரெட்டுகள் தீப்பெட்டிகள், ஒரு தகர டின்னில் மண்ணெண்ணெய், மேடைக்கருகில் அவனது கையெட்டும் தொலைவில் இரும்பு வாணலியில் நாள் முழுக்கக் கொதித்துக் கொண்டிருக்கும் பால்.

பனியா மேடையில் அமர்ந்ததும், அவனது வாடிக்கையாளர்கள் சிலர் அவன் முன்பு கூடுகின்றனர். முதலில் ஒரு சிறுவன், சின்னஞ்சிறுமியான தன் தங்கையுடன். ஒரு தம்பிடி* வைத்திருக்கும் தனவான் அவன். அது மொத்தத்துக்கும் இனிப்புப் பலகாரங்கள் வாங்க ஆவலாய் இருக்கிறான். சிறிய, அழுக்குக் கையிலிருந்து எடுத்த தம்பிடியை திறந்த டப்பா ஒன்றில் போடுகிறான் பனியா. பின்னர், திறந்த தட்டைச் சுற்றி வரும் குளவிகளையும் ஈக்களையும் கைவீசி விரட்டிவிட்டு, சதுர வடிவ இனிப்புப் பதார்த்தம் ஒன்றை எடுக்கிறான். தயிரும் சர்க்கரையும் கொண்டு செய்யப்பட்டது அது. அதைப் பாதியாகப் பிய்த்து ஆவலுடன் நீண்டிருக்கும் கரங்கள் இரண்டிலும் ஒவ்வொன்று வைக்கிறான்.

அடுத்ததாக, தாழ்த்தப்பட்ட ஜாதியைச் சேர்ந்த ஒரு பெண் வருகிறாள். அவளிடம் இரண்டணா இருக்கிறது. பருவட்டாக அரைக்கப்பட்ட கோதுமை மாவு ஒரு அணாவுக்கு. எங்கள் மலை ஜனங்களின் அடிப்படை உணவு அது. அப்புறம் இரண்டு தம்பிடிக்கு, பருப்பு – கடையில் இருக்கும் மூன்று வகைப் பருப்புகளில் மிகவும் பருவட்டானது. எஞ்சிய இரண்டு தம்பிடிக்கு கொஞ்சம் உப்பும், அந்த உக்கிரமான டர்னிப்புகளில் ஒன்றையும் வாங்கிக்கொண்ட பிறகு, பனியாவுக்கு பவ்வியமாக வணக்கம் சொல்கிறாள். காரணம், அவன் மரியாதைக்குரியவன். பிறகு தன் குடும்பத்துக்கு மதிய உணவு சமைப்பதற்காக வேகமாகச் செல்கிறாள்.

அந்தப் பெண்மணி சாமான் வாங்கிக்கொண்டிருக்கும் போதே, கூர்மையான விசில் ஒலிகளும் ஆண்களின் பேச்சொலியும் முன்னோசையாக வருகின்றன. பின்னால், பொதி சுமக்கும் கோவேறு கழுதை மந்தை வருகிறது. மொராதாபாத் கைத்தறிகளிலிருந்து, மலையின் உட்புறப் பகுதிச் சந்தைகளுக்குத் துணிகள் சுமந்து செல்பவை. அடிவாரத்திலிருந்து வரும் கரடுமுரடான பாதையில் நெட்டுக்குத்தாக ஏறி வந்ததால் களைத்திருக்கின்றன. கோவேறு கழுதைகள் சற்று இளைப்பாறும்போது, அவற்றை நடத்தி வந்த நால்வரும் பனியாவின் கடையின் முன்னால் போட்டிருக்கும் பெஞ்சில் உட்கார்ந்திருக்கிறார்கள். ஒரு குவளை பாலும், ஒரு சிகரெட்டும் கொண்டு சிரமபரிகாரம் செய்துகொள்கிறார்கள். இந்தக் கடையிலும் சரி, மலை முழுவதும் உள்ள நூற்றுக்கணக்கான பாதையோரக் கடைகளிலும் சரி, வழங்கப்படும் பானம்

---

* ஒரு தம்பிடி என்பது, சல்லி என்று அழைக்கப்படும் மூன்று சின்னஞ்சிறு செப்புக்காசுகளால் ஆனது. நான்கு தம்பிடிகள் ஓர் அணா. பதினாறு அணா = ஒரு ரூபாய்.

பால்தான். நாகரிகம் என்று அழைக்கப்படுகிறதே, அதனுடன் தொடர்பு கொள்ள நேர்ந்த மிகச் சிலரைத் தவிர, எங்கள் மலைவாழ் ஆண்கள் மது அருந்துவதில்லை. பெண்கள் மது அருந்துவது என்பது அறவே கிடையாது எனது இந்தியாவில்.

தினசரிச் செய்தித்தாள் எதுவும் இந்தக் கிராமத்துக்கு வந்தது கிடையாது. கிராமவாசிகளுக்குத் தெரியவரும் வெளி யுலகச் செய்தி என்பது எப்போதாவது அவர்கள் நைனி டாலுக்குச் செல்லும்போதோ, வழிப்போக்கர்களிடமிருந்தோ கிடைப்பது மட்டுமே. அவர்களில் மிகவும் தகவலறிந்தவர்கள் என்றால், தலைச்சுமை வியாபாரிகள்தாம். மலைக்கு வரும் வழியில், இந்தியாவின் தொலைதூரச் சமவெளியிலிருந்து அவர்கள் செய்தி கொண்டு வருகிறார்கள். சுமார் ஒரு மாதம் கழித்துத் திரும்பிச் செல்லும்போது, தங்கள் சாமான்களை விற்ற வணிக மையங்களிலிருந்து செய்தி கொண்டுசொல் கிறார்கள்.

அந்த மூதாட்டி நமக்காகத் தேநீர் தயாரித்து விட்டாள். விளிம்புவரை நிரப்பப்பட்ட உலோகக் கோப்பையைக் கையா ளும்போது கவனம் தேவை. உங்கள் கையின் தோல் வழண்டு விடுமளவு சூடாக இருக்கிறது அது. தலைச்சுமை வியாபாரி களிடமிருந்து கவனம் நம் மீது திரும்பிவிட்டது. கிராமத்தின் கண்கள் அனைத்தும் உங்கள் மீது பதிந்திருக்கின்றன. அவர் களின் விருந்தாளி நீங்கள். உங்களுக்குப் பிடித்திருக்கிறதோ இல்லையோ, அந்தத் தித்திப்பான, சூடான திரவத்தை ஒரு சொட்டு விடாமல் நீங்கள் அருந்தியாக வேண்டும். உங்கள் கோப்பையில் கசடுகள் எதையும் மிச்சம் வைத்தீர்களென்றால், பானம் உங்களுக்குப் பிடிக்கவில்லை என்றுதான் அர்த்தம்.

உபசாரத்துக்குக் கைம்மாறு செய்ய சிலர் முயன்றிருக் கிறார்கள். நாம் அந்தத் தவறைச் செய்யப் போவதில்லை. காரணம், இந்த எளிமையான, இணக்கமான ஜனங்கள் மிக வும் தன்மானம் உள்ளவர்கள். இந்தப் பெண்மணிக்கு அவள் பிரியமாய்த் தந்த தேநீருக்குரிய விலையைக் கொடுப்பது என் பது கிட்டத்தட்ட அவளை அவமானப்படுத்துகிற மாதிரி. பனியா கொடுத்த சிகரெட்டுகளுக்குப் பணம் கொடுப்பதும் அதுபோலவேதான்.

ஆக, நாம் இந்தக் கிராமத்தை விட்டுப் புறப்படுகிறோம் – சீனா மலையின் உயரத்தில் இருந்து உங்களிடமுள்ள பிரமாத மான தொலைநோக்குக் கண்ணாடியால் பார்த்தபோது தெரிந்த விஸ்தாரமான பிரதேசத்தில் உள்ள இந்தக் கிராமத்தை விட்டு. இந்தப் பிரதேசத்தில் இதேபோன்ற கிராமங்கள் ஆயிரக்கணக் கில் சிதறிக் கிடக்கின்றன.

என் வாழ்க்கையின் மிகச் சிறந்த பகுதியை இந்தக் கிராமத்தில் கழித்திருக்கிறேன். உங்களுக்குச் சந்தேகமே வேண்டாம் – நாம் வந்தபோது கிடைத்த வரவேற்பும், விரைவி லேயே மறுபடியும் வருமாறு அழைக்கப்பட்டதும், நிஜமான வெளிப்பாடுகள்தாம். தங்களை அறிந்த, புரிந்துகொண்ட அனைவரின் மீதும் எனது இந்தியாவின் ஜனங்களுக்கு இருக்கும் அன்பு மற்றும் நல்லெண்ணத்தின் வெளிப்பாடுகள் அவை.

குன்வர் சிங்

குன்வர் சிங் தாக்குர் ஜாதியைச் சேர்ந்தவர். சாந்தினி சவுக் கிராமத் தலைவர். அவர் நல்லதொரு தலைவர்தானா இல்லையா என்று எனக்குத் தெரியாது. அவரிடம் எனக்கு நெருக்கம் உண்டான தற்குக் காரணம், அவர் மிகச் சிறந்த, மிக வெற்றிகரமான கள்ள வேட்டைக்காரர் என்பதுதான். அத்துடன், எனது இளமைக்கால நாயகனாய் இருந்த என்னுடைய மூத்த அண்ணன் டாமின் பரம ரசிகர் அவர்.

டாமைப் பற்றிப் பல கதைகள் குன்வர் சிங் வசம் இருந்தன. டாமின் வேட்டைப் பயணங்கள் பலவற்றில் உடன் சென்றிருக்கிறார் குன்வர் சிங். அவர் கூறிய கதைகளில் எனக்கு மிகவும் பிடித்த கதை ஒன்று உண்டு. திரும்பத் திரும்பச் சொன்னாலும் அலுக்காத கதை. டாமுக்கும் எல்லிஸ் என்ற நபருக்கும் இடையே தற்செயலாக நடந்துவிட்ட போட்டியைப் பற்றிய கதை. இந்தியாவின் மிகச் சிறந்த துப்பாக்கி வீரருக்கான பி. ப்பி. ஆர். ஏ. தங்கப்

பதக்கத்தை முந்தைய வருடத்தில் டாம் வென்றார். எல்லிஸை விட ஒரு புள்ளி அதிகம் பெற்று ஜெயித்தார் அவர். டாமுக்கும் எல்லிஸுக்கும் ஒருவரையொருவர் தெரியாது. இருவரும் ஒரே காட்டில் வேட்டையாடி வந்தனர். காருப்புவுக்கு அருகில் உள்ள காடு அது. ஒருநாள் அதிகாலைப் பொழுது. மர உச்சிகளின் மேல் மூடுபனி உயர்ந்துகொண்டிருந்த நேரம். ஆழமான பள்ளம் ஒன்றுக்கு எதிரே இருந்த மேட்டுக்குப் போகும் பாதையில் அவர்கள் சந்தித்தனர். காலைவேளைகளில் அந்தப் பள்ளத்தில் மான்களும் பன்றிகளும் சகஜமாகத் திரியும்.

குன்வர் சிங் டாமுடன் சென்றிருந்தார். நைனி டாலைச் சேர்ந்த வேட்டைக்காரன் புத்து, இல்லிஸுடன் வந்திருந்தான். குன்வர் சிங்குக்கு புத்துவைப் பற்றி இழிவான அபிப்பிராயம். காரணம், புத்து கீழ்ஜாதிக்காரன். அதுமட்டுமல்லாமல், அவன் காட்டைப் பற்றிய விபரம் எதுவுமே தெரியாதவன். வழக்கம்போல வந்தனங்கள் கூறிக்கொண்ட பின், எல்லிஸ் பின்வருமாறு சொன்னார்: துப்பாக்கி சுடும் போட்டியில் வெறும் ஒரு புள்ளி வித்தியாசத்தில் டாம் வென்றிருக்கலாம். ஆனால், அவனைவிடத் தான் உசத்தியான வேட்டைக்காரன் என்பதை இப்போது எல்லிஸ் காட்டப் போகிறார். இதை நிரூபிப்பதற்கு, ஆளுக்கு இரண்டு முறை சுட வேண்டும்.

சீட்டுக் குலுக்கிப் போடப்பட்டது. எல்லிஸ் ஜெயித்தார். தானே முதலில் சுடுவதாக முடிவெடுத்தார். கவனமாகக் கீழே இறங்கிச் சென்றார். துப்பாக்கி சுடுவோர் சங்கப் போட்டியில் உபயோகித்த .450 ஹென்றி – மார்ட்டினி ரைஃபிள் எல்லிஸிடம் இருந்தது. டாமிடம் இருந்தது, .400 எக்ஸ்ப்ரஸ் வெஸ்ட்லி – ரிச்சர்ட்ஸ் இரட்டைக்குழல் துப்பாக்கி. இந்தத் துப்பாக்கி பற்றி டாமுக்கு ஒரே பெருமை – இந்த ரகத் துப்பாக்கிகள் மிகச் சிலவே அந்தச் சமயத்தில் இந்தியாவுக்கு வந்துசேர்ந்திருந்தன.

காற்றின் திசையில் பிசகு இருந்திருக்கலாம். அல்லது இவர்கள் அணுகிச் சென்ற விதம் ஜாக்கிரதைக் குறைவாக இருந்திருக்கலாம். போட்டியாளர்கள் இருவரும் மேட்டில் சென்று சேர்ந்தபோது, கீழே பள்ளத்தில் விலங்கு எதுவும் தட்டுப்படவில்லை. பள்ளத்தின் இந்தப்புறத்தில் இருந்த புல் பற்றை காய்ந்திருந்தது. அதற்கு அப்பால் இருந்த புல் கருகியிருந்தது. அந்தத் தீய்ந்த நிலம் தற்சமயம் பசுமை கொள்ளத் தொடங்கியிருந்தது. புதிய புற்கள் முளைவிட்டிருந்த அந்த இடத்தில்தான் காலையிலும் மாலையிலும் விலங்குகள் காணக் கிடைத்தன.

காய்ந்த புல்பற்றைக்குள் விலங்குகள் ஏதேனும் பதுங்கி யிருக்கலாம் என்று குன்வர் சிங் கருதினார். அவருடைய ஆலோசனைப்படி, அவரும் புத்துவும் காய்ந்த புல்லுக்குத் தீ வைத்தனர். தீ நன்கு பற்றிவிட்டது. நாலாபுறத்திலுமிருந்து கரிச்சான் குருவிகளும் பனங்காடைகளும் மைனாக்களும் தீயிலிருந்து தப்பி வெளியேறிய வெட்டுக்கிளிக் கூட்டத்தை உண்பதற்கு வந்துசேர்ந்தன. புல் பரப்பின் மறுபுறத்தில் ஒரு அசைவு தென்பட்டது. இரண்டு பெரிய காட்டுப் பன்றிகள் வெளியேறி வந்தன. முன்னூறு கஜங்களுக்கப்பால் இருந்த மரக் காட்டில் அடைக்கலம் புகுந்துவிடும் நோக்கத்துடன், எரிந்த நிலத்தை வேகமாகக் கடந்தன.

நூற்றி அறுபத்தியெட்டு பவுண்டு எடையுள்ள எல்லிஸ், கவனமாக மண்டியிட்டார். துப்பாக்கியை உயர்த்தி, இரண்டா வதாகச் சென்ற பன்றியை நோக்கிச் சுட்டார். அதன் பின்னங் கால்களுக்கிடையே புழுதி எழும்பியது. துப்பாக்கியைத் தாழ்த்தி, அதன் குறியை இருநூறு கஜ தொலைவுக்கு மாற்றி யமைத்தார். காலியாகிவிட்ட தோட்டாவை வெளியேற்றி விட்டு, புதிய தோட்டாவைக் குழாயில் வேகமாகப் பொருத்தி னார். முதலாவதாகச் சென்ற பன்றியின் முன்புறம் புழுதியைக் கிளப்பியது அவரது இரண்டாவது தோட்டா. இது, பன்றி களின் பாதையை வலதுபுறமாகப் பக்கவாட்டில் திசைதிருப்பி விட்டது. இவர்களுக்கு நேர் எதிராக அவை ஓடிவந்தன. ஓட்டத்தின் வேகம் அதிகரித்துவிட்டது. இப்போது டாமின் முறை. அவசரமாகச் சுட்டாக வேண்டும், காரணம் பன்றிகள் மரச் செறிவை வேகமாக நெருங்கிக்கொண்டிருந்தன. சுடும் எல்லையைவிட்டு விரைந்து விலகிக்கொண்டிருந்தன.

டாம் உறுதியாகக் காலூன்றி நின்று துப்பாக்கியை உயர்த்தினார். இரண்டு தோட்டாக்களும் இரண்டு பன்றி களின் தலையிலும் சென்று பாய்ந்தன. முயல்களைப்போல அவை இரண்டும் சுருண்டு வீழ்ந்தன. இந்தக் கதையைப் பாராயணம் செய்யும் குன்வர் சிங் எப்போதும் இப்படித்தான் சொல்லி முடிப்பார்: 'நான் புத்துவைத் திரும்பிப் பார்த்தேன். தாழ்ந்த சாதிக்காரனுக்குப் பெறந்து பட்டணத்திலே வளர்ந்த பயல் அவன். அவன் தலையிலே அப்பிக் கிடக்கும் எண்ணெய் நாத்தம் எனக்குச் சகிக்காது. அவன்ட்டெ சொன்னேன். "பாத்தியாடா? ஒங்க ஸாஹேப் எங்க ஸாஹேபுக்கு சுடக் கத்துக் குடுப்பாருன்னு பீத்திக்கிட்டியே? ஒங்க மூஞ்சியிலே கரியெப் பூசணும்னு எங்க ஸாஹேப் நெனைச்சிருந்தாருன்னா, ரெண்டு பன்னியையும் ஒரே தோட்டாவாலே போட்டுத் தள்ளி யிருப்பாரு. ரெண்டு தோட்டா அவசியப்பட்டிருக்காது."'

இந்த வித்தையை எப்படிச் செய்ய முடியும் என்ற ரகசியத்தை குன்வர்சிங் சொன்னதேயில்லை. நானும் கேட்டதில்லை. காரணம், என்னுடைய நாயகன் மீது எனக்கு இருந்த மகத்தான நம்பிக்கை அப்படிப்பட்டது. அவ்வாறு செய்ய முடியுமா என்று ஒரு கணம் கூட நான் சந்தேகப்பட்டதில்லை. அவர் விரும்பியிருந்தால், ஒரே தோட்டாவால் இரண்டு பன்றிகளையும் கொன்றிருக்க முடியும்தான்.

எனக்கு முதன்முதலாகத் துப்பாக்கி கிடைத்த தினத்தில், முதல் ஆளாக வந்து சேர்ந்தவர் குன்வர் சிங். சீக்கிரமே வந்துவிட்டார். மிகுந்த பெருமிதத்துடன் அவர் கைகளில் துப்பாக்கியைக் கொடுத்தேன். பழைய கால, இரட்டைக்குழாய் உள்ள இடிகுழல் துப்பாக்கி.* அதன் வலது குழாயில் மிகப் பெரிய விரிசல் இருந்ததையோ, துப்பாக்கியின் அடிக்கட்டையுடன் குழாய்கள் பித்தளைக் கம்பியால் கட்டப்பட்டிருந்ததையோ அவர் கணநேரம்கூடப் பார்த்ததாகக் காட்டிக் கொள்ளவில்லை. இடது குழாயின் பெருமைகளைப் பற்றி மட்டுமே பேசினார். அதன் நீளம், பருமன், அது எத்தனை காலம் உழைக்கக் கூடியது என்று மிகவும் மெச்சினார். பிறகு, துப்பாக்கியைக் கீழே வைத்தார். என் வசம் புதிதாக வந்திருக்கும் வஸ்துவைப் பற்றி என் எட்டுவயது மனம் இரண்டு மடங்கு பூரிக்கும்படியான வார்த்தைகளைச் சொன்னார்.

‘இனிமே நீங்க சின்னப்பையன் கிடையாது. பெரிய ஆளா ஆயிட்டீங்க. இந்தப் பிரமாதமான துப்பாக்கியை எடுத்துக்கிட்டு, நம்ம காட்டுக்குள்ளே எங்கே வேணும்னாலும் நீங்க போகலாம். பயப்படவே வேண்டியதில்லே. என்ன, மரம் ஏறக் கத்துக்கிறணும். நம்மளை மாதிரி காட்டுலே வேட்டையாடுற ஆட்களுக்கு இது எவ்வளவு அவசியம்ங்குறதுக்கு இப்போ ஒரு கதை சொல்றேன்.

போன ஏப்ரல் மாசம் நானும் ஹர் சிங்கும் ஒரு நாள் வேட்டைக்குப் போனோம். கிராமத்திலேயிருந்து புறப்படும்போதே சகுனம் சரியில்லே. நரி ஒண்ணு குறுக்கே போச்சு. ஒங்களுக்குத்தான் தெரியுமே, ஹர் சிங் ஒரு அப்பிராணிப் பய. காட்டுப் பிராணிகளைப் பத்தி ஒண்ணுமே தெரியாது. நரியைப் பாத்தவொடனே, வீட்டுக்குத் திரும்பிடலாம்னு சொன்னேன். அவன் சிரிச்சான். இதெல்லாம் சிறுபிள்ளைத்தனம். நரி குறுக்கே போனதாலே நமக்குக் கெடுதல் ஒண்ணும் வராதுன்னான்.

* muzzle-loader gun

ஆக, நாங்கபாட்டுக்குப் போய்க்கிட்டே இருந்தோம். நட்சத்திரம் மங்குற நேரத்துக்குக் கிளம்பியிருந்தோம். காருப்பு கிட்டே நான் ஒரு புள்ளிமானைச் சுட்டேன். ஏன்னே தெரியலே, குறி தவறிருச்சு. பிற்பாடு ஹர் சிங் ஒரு பொட்டை மயிலைச் சுட்டான். அதோட றெக்கை ஒடிஞ்சுருச்சு. எங்க ளாலெ முடிஞ்சமட்டும் துரத்தியும் அது புல்லுக்குள்ளே ஓடிப் போயிருச்சு. அதுக்கப்புறம் காடு முழுக்க அலசியும், சுடுறதுக்கு ஒண்ணுமே சிக்கலே. சாயங்காலம் வீட்டைப் பாக்கத் திரும்பினோம்.

ரெண்டுவாட்டி சுட்டுருக்கோம். ஃபாரஸ்டுக்காரங்க எங்களைத் தேடுவாங்களோன்னு பயந்தோம். அதுனாலே, ரோட்டை விட்டு விலகி, ஓடை மண்ணுலே நடந்து வந்தோம். வழிநெடுகப் புதரும் மூங்கில் முள்ளும் மண்டிக் கிடந்துச்சு. எங்களுக்கு யோகமில்லாமெப் போனதைப் பத்திப் பேசிக் கிட்டே நடந்து வர்றோம். ஓடைக்குள்ளே திடீர்னு ஒரு புலி வந்துருச்சு. எங்களைப் பாத்துக்கிட்டு நிக்கிது. கொஞ்சநேரம் எங்களை மொறைச்சுப் பாத்துக்கிட்டே நின்னுச்சு. அப்பறம் வந்தவழியே திரும்பிப் போயிருச்சு. போதுமான நேரம் காத்திருந்துட்டு, மேற்கொண்டு நடந்தோம். திரும்பவும் ஓடைக்குள்ளே அந்தப் புலி வந்துருச்சு. இந்தத்தடவை, அது எங்களைப் பாத்துக்கிட்டு நின்னப்போ உறுமுச்சு. வாலை முறுக்கி ஆட்டுச்சு. மறுபடியும் நாங்க அசையாமே நின்னோம். கொஞ்சநேரம் கழிச்சு புலி அமைதியாயிருச்சு. ஓடையை விட்டு வெளியேறிருச்சு.

கொஞ்ச நேரம் கழிச்சு, புதருக்குள்ளேயிருந்து ஏகப்பட்ட காட்டுக்கோழிக எழும்பிப் பறந்துச்சு. புலிதான் அதுகளை விரட்டியிருக்கணும். ஒரு கோழி எங்களுக்கு நேரா இருந்த ஹால்டு மரத்திலே வந்து ஒக்காந்துச்சு. எங்க கண்ணெதிரே இருந்த கிளையிலே அது இறங்கினவுடனே, ஹர் சிங் அதைச் சுடப் போறேன்னு சொன்னான். வெறுங்கையோடெ வீட் டுக்குப் போகவேணாமாம். துப்பாக்கிச் சத்தத்தைக் கேட்டா புலியும் பயந்துக்கும்னு சொல்லிக்கிட்டே, நான் தடுக்குறதுக் குள்ளே சுட்டுப்புட்டான்.

அடுத்த நொடியிலே பயங்கரமான உறுமல் கேட்டுச்சு. புதருக்குள்ளேயிருந்து புலி எங்களைப் பாத்துப் பாய்ஞ்சு வந்தது. ஓடைக்கரையிலே அந்த இடத்துலே சில ரூனிமரங்க நின்னுது. ஒரு மரத்தைப் பாத்து நான் பாய்ஞ்சு ஓடினேன். இன்னொண்ணைப் பாத்து ஹர் சிங் ஓடினான். என்னோட மரம் புலிக்குக் கிட்டத்துலே இருந்தது. ஆனாலும், புலி நெருங்கி வர்றதுக்குள்ளே நான் எட்டாத உயரத்துக்கு ஏறிட்டேன்.

சின்னப்புள்ளையிலேயே நான் மரமேறக் கத்துக்கிட்ட மாதிரி, ஹர் சிங் கத்துக்கிடலே. இன்னமும் தரையிலேதான் நின்னுக்கிட்டிருந்தான். ஒரு கிளையைப் பிடிச்சுத் தொத்துற துக்கு எவ்விக்கிட்டிருந்தான். என்னை விட்டுட்டு புலி அவன் மேல தாவிச்சு. ஹர் சிங்கை அது கடிக்கலே. அறையலே. ஆனா, பின்னங்காலை ஊணி நின்னு, அவனை மரத்தோடெ வச்சு அமுக்கிப் பிடிச்சுக்கிருச்சு. மரத்தோட மறுபக்கத்திலே இருந்த பெரிய பெரிய பட்டைகளையும் சிராய்களையும் காலாலே அறைஞ்சு பேர்த்துச்சு. இதெல்லாம் நடக்கும்போது, ஹர் சிங் அலறிக்கிட்டிருந்தான். புலியானா உறுமிக்கிட்டே இருந்துச்சு.

நான் துப்பாக்கியோடதான் மரமேறியிருந்தேன். காலாலே மரத்தைப் பிடிச்சுக்கிட்டு, துப்பாக்கிக் குதிரையைத் தட்டி னேன். ஆகாயத்துலே சுட்டேன். ரொம்பக் கிட்டத்துலே துப்பாக்கிச் சத்தம் கேட்டவுடனே புலி ஓடிருச்சு. ஹர் சிங் மயக்கம் போட்டு மரத்தடியிலே விழுந்துட்டான்.

புலி போயிக் கொஞ்ச நேரம் கழிச்சு, சத்தம்போடாமே மரத்தை விட்டு இறங்கி வந்தேன். ஹர் சிங் கிட்டே போனேன். அவன் வயித்திலே புலி நகம் பதிஞ்சிருந்தது. தொப்புளுக்குக் கிட்டேயிருந்து முதுகுத்தண்டுக்குச் சில விரல்கடை வரை கிழிஞ்சிருந்தது. உள்ளேயிருந்த சகலமும் வெளியே வந்துருச்சு.

இதுதான் பெரிய சிக்கல். ஹர் சிங்கை விட்டுப்புட்டு ஓடவும் முடியாது. இந்த மாதிரி விஷயங்கள்லெ எனக்கு அனுபவம் கிடையாதா, ஹர் சிங்கோடெ வயித்திலேயிருந்து வெளியே வந்திருந்ததையெல்லாம் திரும்ப வயித்துக்குள்ளேயே அடைக்கணுமா, வெட்டிப் போடணுமான்னு தெரியலே. ஹர் சிங் கிட்டே இதைப்பத்தி கிசுகிசுன்னு பேசினேன். ஏன்னா, நாங்க பேசுற சத்தம் கேட்டாப் புலி திரும்பி வந்து எங்களைக் கொன்னு போட்டுரும்னு பயம். வயித்திலெயிருந்து வெளியெ வந்ததை மறுபடியும் வயித்துக்குள்ளே அடைக்கணும்னு ஹர் சிங் அபிப்பிராயப்பட்டான். தரையிலே மல்லாந்து படுத்துக் கிட்டான். எல்லாத்தையும் உள்ளே திணிச்சேன். அதுலே ஒட்டியிருந்த சருகுகள், புல், தூசி தும்புகள் எல்லாத்தையும் அள்ளிப்போட்டேன். என் வேட்டியை அவுத்து அவன் வயித்தைச் சுத்தி இறுக்கிக் கட்டி முடிச்சுப் போட்டேன். எல்லாம் மறுபடி விழுந்துறாமெ இருக்கணுமே. கிராமத்தைப் பாத்து நடந்தோம். ஏழு மைல் தூரம். ரெண்டு துப்பாக்கியை யும் தூக்கிக்கிட்டு நான் முன்னாடி நடந்தேன். ஹர் சிங் பின் னாலே வந்தான்.

மெல்லத்தான் நடந்து வந்தோம். ஹர் சிங் வயித்தைச் சுத்திக் கட்டின வேட்டி அவுந்துறாமெப் பிடிச்சுக்கிட்டே வந்தான். வழியிலேயே இருட்டிருச்சு. கிராமத்துக்குப் போறதை விட, காலாதுங்கி ஆஸ்பத்திரிக்கிப் போனாத் தேவலைன்னு நெனைச்சான் ஹர் சிங். துப்பாக்கிகளை ஒளிச்சு வச்சேன். மூணுமைல் ஜாஸ்தியா நடந்து ஆஸ்பத்திரிக்குப் போனோம். நாங்க போனப்போ ஆஸ்பத்திரி மூடியிருந்துச்சு. ஆனா, டாக்டர்பாபு பக்கத்திலேதான் குடியிருந்தாரு. தூங்கலே. எங்க கதையைக் கேட்டுப்புட்டு, லாந்தரை ஏத்திக்கிட்டு ஹர் சிங்கை ஆஸ்பத்திரிக் குடிசைக்குக் கூட்டிட்டுப் போனாரு. புகையிலை வியாபாரி அலாதியாவைக் கூட்டிட்டு வரச் சொல்லி என்னெ அனுப்பினாரு. காலாதுங்கியிலே போஸ்ட் மாஸ்டரும் அவருதான். அவருக்கு மாசம் அஞ்சு ரூபா சர்க் கார் சம்பளம். அலாதியாவும் நானும் வந்துசேர்ந்தோம். ஹர் சிங்கை டாக்டர் ஒரு கயித்துக் கட்டில்லே படுக்க வச்சிருந் தாரு. அலாதியா லாந்தரை உசத்திப் பிடிச்சாரு. பிளந்திருந்த சதையை நான் சேர்த்துப் பிடிச்சேன். ஹர் சிங்கோடெ வயித் திலிருந்த துவாரத்தை மூட்டி டாக்டர் தையல் போட்டாரு.

அந்த இளவயசு டாக்டர் தங்கமான மனுசர். தொழிலுக்குப் புதுசு. நான் ரெண்டு ரூபா குடுத்தப்பொ வாங்க மாட்டேன் னுட்டாரு. வலி மறக்குறதுக்காக, ஹர் சிங்குக்கு ஒரு நல்ல மருந்து குடிக்கக் குடுத்தாரு. நாங்க வீட்டுக்குத் திரும்பினோம். எங்க வீட்டுப் பொம்பளைக அழுதுக்கிட்டு இருந்தாங்க. காரணம், கொள்ளைக்காரங்களோ காட்டு மிருகங்களோ தாக்கினதுலெ நாங்க செத்துப் போயிருப்போம்னு அவங்க நினைச்சுட்டாங்க.

அதுனாலதான் பாருங்க ஸாஹேப், நம்மளை மாதிரி காட்டுலே வேட்டைக்குப் போறவுங்களுக்கு மரமேறத் தெரியி றது அவசியம். சின்னவயசிலே, ஹர் சிங்குக்கு யாராவது புத்தி சொல்லியிருந்தா எங்களுக்கு அத்தனை சிரமம் வந்து சேர்ந்திருக்காது.'*

---

* அந்தப் பெண்புலி அப்போதுதான் குட்டிபோட்டிருக்க வேண்டும். அந்தப் பகுதியில் மனிதர்கள் நடமாடுவதை விரும்பியிருக்காது. ஹர் சிங்கை அது சாய்த்து அழுத்திய ரூனி மரம் பதினெட்டு அங்குல பருமன் உள்ளது. ஆத்திரத்தில் அந்த மரத்தில் கால்வாசியைப் பிய்த்துப் போட்டுவிட்டது புலி. காருப்பு காட்டில் வேட்டைக்கோ, துப்பாக்கி வேட்டைக்கோ செல்பவர்களுக்கு வழிச் சின்னமாக விளங்கி வந்த அந்த மரம், இருபத்தைந்து வருடம் கழித்து காட்டுத் தீக்கு இரையாகியது.

தன்னுடைய மூன்று நண்பர்களின் தடாலடியான முரட்டு வைத்தியமும், வயிற்றினுள் சென்ற இலைதழைகளும் ஹர் சிங்கை எதுவுமே செய்யவில்லை. அவர் நீண்ட நாள் வாழ்ந்திருந்து முதுமையுற்றே இறந்தார்.

பழைய இடிகுழல் துப்பாக்கியைத் தூக்கிக்கொண்டு அலைந்த ஆரம்ப வருடங்களில் குன்வர் சிங்கிடமிருந்து பல விஷயங்களைக் கற்றுக்கொண்டேன். மானசீகமாக வரைபடங் களை உருவாக்கிக்கொள்வது அவற்றில் ஒன்று. காட்டுக்குள் சில சமயங்களில் சேர்ந்து வேட்டைக்குப் போவோம். பெரும் பாலும் தனியாகத்தான் வேட்டைக்குச் செல்வேன். குன்வர் சிங்குக்குக் கொள்ளைக்காரர்களைப் பற்றிய அச்சம் இருந்தது. சில சமயம், வாரக்கணக்காகத் தன் கிராமத்தைவிட்டு வெளி யேற மாட்டார். நாங்கள் வேட்டைக்குச் சென்ற காடுகள் பல நூறு மைல்கள் விஸ்தீரணம் கொண்டவை. அவற்றினூடே ஒரே ஒரு சாலை மட்டுமே சென்றது. எண்ணற்ற தடவைகள், நான் வேட்டை முடிந்து திரும்பும்போது குன்வர் சிங்கின் கிராமத்துக்குச் சென்றிருக்கிறேன். என்னுடைய வீட்டை விடவும் காட்டுக்கு மூன்று மைல்கள் அருகாமையில் இருந்தது அந்தக் கிராமம். புள்ளிமானையோ, கடம்பை மானையோ அல்லது ஒரு பெரிய பன்றியையோ நான் சுட்டிருக்கிறேன், அதைப் போய் எடுத்துவர முடியுமா என்று கேட்பதற்காகப் போவேன்.

அவர் தவறாமல் மீட்டுவருவார். நான் கொன்ற விலங்கைப் பிணந்தின்னிக் கழுகுகளிடமிருந்து பாதுகாப்பதற்காகக் கவன மாக மறைத்து வைத்திருப்பேன். அந்த இடம் மரங்களும் புற் களும் எவ்வளவு அடர்ந்த காடாக இருந்தாலும் போய்க் கொண்டுவந்துவிடுவார். வித்தியாசமான மரம் ஒவ்வொன் றிற்கும், ஒவ்வொரு நீர்நிலைக்கும், விலங்குத் தடத்திற்கும், ஓடைக்கும் நாங்கள் ஒவ்வொரு பெயர் சூட்டியிருந்தோம். துப்பாக்கியிலிருந்து தோட்டா பறக்கும் மானசீக தூரத்தின் அடிப்படையில் நாங்கள் தொலைவுகளை அளந்து வைத்திருந் தோம். எங்கள் திசைகள் காந்தத் திசைகாட்டியின் நான்கு புள்ளிகளுக்குள் நிலைப்பட்டிருந்தன.

நான் ஒரு விலங்கை ஒளித்து வைத்திருப்பேன். அல்லது ஒரு மரத்தின் மேல் கழுகுகள் குழுமுவதை வைத்து சிறுத் தையோ வேங்கையோ ஏதோவொரு மிருகத்தை அடித்துப் போட்டிருக்கிறது என்று குன்வர் சிங் யூகிப்பார். அவரோ நானோ மிகத் தீர்மானமாகத் தன்னம்பிக்கையுடன் புறப் பட்டுச் சென்று, அந்த இடத்தைக் கண்டுபிடித்துவிடுவோம் – அது பகலானாலும் சரி, இரவானாலும் சரி.

பள்ளிப்படிப்பு முடிந்து, வங்காளத்தில் பணியாற்றத் தொடங்கிய பிறகு, காலாதுங்கிக்கு வருடத்தில் சுமார் மூன்று வாரங்கள் மட்டுமே என்னால் வர முடிந்தது. என்னுடைய வருடாந்தர விஜயமொன்றின்போது, எனது பழைய நண்பர்

குன்வர் சிங் அபினுக்கு அடிமையாகியிருந்ததைக் கண்டேன். எங்கள் மலையடிவாரக் கிராமங்களின் சாபக்கேடு அது.

மலேரியாவால் சீர்கெட்டிருந்த அவரது உடம்பில், இந்தப் பொல்லாத பழக்கமும் வந்து சேர்ந்து கொண்டது. அதை விட்டுவிடுவதாக எத்தனையோமுறை வாக்குறுதி அளித்தார். வாக்கைக் காப்பாற்றும் மன உறுதி அவரிடம் இல்லை. எனவே, ஒரு முறை பிப்ரவரி மாதத்தில் நான் காலாதுங்கிக்கு வந்தபோது, குன்வர் சிங் மோசமாக நோய்வாய்ப்பட்டிருக் கிறார் என்று எங்கள் கிராமத்து ஆட்கள் சொன்னதைக்கேட்டு நான் ஆச்சரியம் அடையவில்லை.

நான் வந்திருக்கும் விஷயம் காலாதுங்கி முழுவதும் அன்றிரவே பரவிவிட்டது. மறுநாள் காலையில் குன்வர் சிங்கின் கடைசி மகன் வேகமாக ஓடிவந்தான். பதினெட்டு வயதுப் பையன். தன்னுடைய தகப்பன் சாகக் கிடப்பதாகவும், சாவதற்குள் என்னை ஒரு முறை பார்க்க விரும்புவதாகவும் தெரிவித்தான். சாந்தினி சவுக் கிராமத்தின் தலைவரும், அரசாங்கத்துக்கு வருடந்தோறும் நாலாயிரம் ரூபாய் நில வருவாய் கட்டுபவருமான குன்வர் சிங் ஒரு முக்கியப் பிரமுகர். கல்லால் கட்டப்பட்டதும், மாக்கல் கூரை கொண் டதுமாகிய பெரியதொரு வீட்டில் வசித்தார். அங்கே நான் பலமுறை சென்று அவருடைய உபசரிப்பில் திளைத்திருக் கிறேன்.

குன்வர் சிங்கின் மகனுடன் நான் கிராமத்தை நெருங்கிய போது, பெண்கள் ஒப்பாரி வைக்கும் சத்தம் கேட்டது. அவரு டைய வீட்டிலிருந்து கேட்கவில்லை, தன்னுடைய வேலையா ளுக்காக குன்வர் சிங் கட்டிய ஒற்றை அறைக் குடிசையி லிருந்து கேட்டது. குன்வர் சிங்கின் மகன் அந்தக் குடிசைக்கு என்னை இட்டுச் சென்றான். பேரக்குழந்தைகளின் இரைச் சலால் தன் தகப்பனின் உறக்கம் கெட்டுப் போகிறது என்று அவரை இந்தக் குடிசைக்குக் கொண்டு வந்துவிட்டதாகச் சொன்னான். நாங்கள் வருவதைப் பார்த்ததும், குன்வர் சிங்கின் மூத்த மகன் குடிசைக்குள்ளிருந்து வெளியில் வந்தான். தன்னுடைய தகப்பனுக்கு நினைவு தப்பி விட்டதாகவும், இன்னும் சில நிமிடங்களில் இறந்து விடுவார் என்றும் தெரிவித்தான்.

குடிசையின் கதவருகில் நின்றேன். அறையிலிருந்த மங்க லான வெளிச்சத்தை, அறைக்குள் சல்லாத்துணி போல அடர்த்தியாகப் பரவியிருந்த புகை இன்னும் மங்கலாக்கியது. அந்த வெளிச்சத்துக்குக் கண்கள் பழகிய பிறகு, வெறும் மண் தரையில் குன்வர் சிங் வெற்றுடம்புடன் படுத்திருப்பதைக்

கண்டேன். அவர் மீது அரைகுறையாக ஒரு துணிவிரிப்புப் போர்த்தியிருந்தது. சுரத்தேயில்லாத அவரது வலதுகையை அருகில் தரையில் உட்கார்ந்திருந்த ஆள் தாங்கிப் பிடித்திருந் தான். குன்வர் சிங்கின் விரல்களைப் பசுவொன்றின் வாலைச் சுற்றிப் பற்றச் செய்திருந்தான். (இது ஒரு ஹிந்து நம்பிக்கை. உயிர் பிரியும் தறுவாயில் இருப்பவன் பசுவின் வாலைப் பிடித்துக் கொள்ள வேண்டும். காராம்பசுவாய் இருந்தால் உத்தமம். பிரிந்து செல்லும் ஜீவனின் முன்னால் ரத்த ஆறு ஒன்று எதிர்ப்படும். அதன் மறுகரையில் நீதிபதி அமர்ந்திருப் பார். அவர் முன்னால் ஆஜராகி, அந்த ஜீவன் தான் செய்த பாவங்களுக்கு பதில் சொல்லியாகவேண்டும். ரத்த ஆற்றைக் கடப்பதற்கு, காராம்பசுவின் வாலைப் பற்றிக் கொள்வதுதான் ஒரே வழி. இந்த வசதியைப் பெறாத ஜீவன் பூமியிலேயே தங்கி உழலும்; நீதிபதி முன்பு தான் ஆஜராவதற்கு உதவாதவர் களைத் துன்புறுத்தும்.)

குன்வர் சிங்கின் தலைக்கருகில் ஒரு தாம்பாளத்தில் பசுஞ்சாண வறட்டிகள் கனன்றுகொண்டிருந்தன. தாம்பாளத் துக்கருகில் பூசாரி ஒருவர் உட்கார்ந்திருந்தார். கை மணியை ஒலித்தவாறு மந்திர உச்சாடனம் செய்துகொண்டிருந்தார். அறை முழுவதும் ஆட்கள் நிரம்பியிருந்தனர். பெண்கள், ‘போயிட்டாரே. போயிட்டாரே’ என்று திரும்பத் திரும்பச் சொல்லி ஒப்பாரி வைத்துக்கொண்டிருந்தனர். இந்தியாவில் தினந்தோறும் இந்த மாதிரித்தான் மனிதர்கள் சாகிறார்கள் என்று எனக்குத் தெரியும். என் சிநேகிதரை அதுபோலச் சாக விடமாட்டேன். வாஸ்தவத்தில், என்னால் முடிந்தவரை அவர் சாகாமல் தடுப்பேன், இந்தமுறை மட்டுமாவது.

அறைக்குள் வேகமாகப் பாய்ந்தேன். இரும்புத் தாம்பா ளத்தைத் தூக்கினேன். அது நான் நினைத்ததை விடச் சூடாக இருந்தது. என் கைகள் வெந்துவிட்டன. கதவருகில் கொண்டு சென்று வெளியே வீசினேன். திரும்பி வந்து, மண்தரையில் ஊன்றிய முளையில் பசுமாட்டைக் கட்டியிருந்த தாம்புக் கயிறை அறுத்து, மாட்டை வெளியில் ஓட்டிவிட்டேன். இதை யெல்லாம் நான் மௌனமாகச் செய்ததை அறைக்குள் கூடி யிருந்த மனிதர்கள் கவனித்தனர். ஆரவாரம் மெல்ல மெல்ல அடங்கியது; நான் பூசாரியின் கையைப் பிடித்து அறையை விட்டு வெளியேற்றியதும் நின்றேபோனது. பிறகு, நிலைப்படி யருகில் நின்றவாறு, அனைவரையும் வெளியில் போகும்படி ஆணையிட்டேன். முணுமுணுப்போ, எதிர்ப்போ இன்றி அனைவரும் கீழ்ப்படிந்தனர்.

இளைஞர்களும் முதியவர்களுமாக, குடிசையை விட்டு வெளியேறியவர்களின் எண்ணிக்கை நம்ப முடியாததாய்

இருந்தது. கடைசி ஆளும் வாசல்படியைத் தாண்டி வெளியேறி யதும் குன்வர் சிங்கின் மூத்த மகனை அழைத்தேன். இரண்டு சேர் புதுப்பாலை லேசாகக் காய்ச்சி முடிந்த அளவு சீக்கிர மாகக் கொண்டு வரச் சொன்னேன். அவன் என்னை விசித் திரமாகப் பார்த்தான். மறுபடியும் நான் கட்டளையிட்டேன். அவன் விரைந்து சென்றான்.

குடிசைக்குள் மீண்டும் நுழைந்தேன். சுவரில் சார்த்தியி ருந்த நார்க்கட்டிலை இழுத்துப் போட்டேன். குன்வர் சிங்கைத் தூக்கிக் கட்டிலில் கிடத்தினேன். இப்போது தாராளமாகக் காற்று வேண்டும். உடனடியாக வேண்டும். சுற்றுமுற்றும் பார்த்தேன். சிறு ஜன்னலொன்று பலகையடித்து மூடிக் கிடந்தது. பலகைகளை உடைக்க அதிக நேரம் தேவைப்பட வில்லை. மனித வாசனையும் பசுஞ்சாண நாற்றமும் கொதிக் கும் நெய்யின் மணமும் காரல் புகையும் மண்டிப் புழுங்கிய, உஷ்ணம் நிரம்பியிருந்த அறைக்குள் காற்று நுழைந்தது. காட்டிலிருந்து நேரடியாக வரும் இதமான இனிய காற்று.

குன்வர் சிங்கின் மெலிந்த உடலைத் தூக்கியபோது, அதில் கொஞ்சம் உயிர் ஒட்டியிருந்தது எனக்குத் தெரிந்தது. மிக மிகக் கொஞ்சம் உயிர். வெகுவாக உள்ளடங்கியிருந்த அவரது விழிகள் மூடியிருந்தன. உதடுகள் நீலம் பாரித்திருந்தன. சுவாசம் திணறியது. என்றாலும், புத்துணர்வூட்டும் தூய காற்றின் காரணமாக அவர் மீளத் தொடங்கினார். மூச்சுத் திணறல் மட்டுப்பட்டு, சற்று சீரடைந்தது.

அவரது கட்டிலில் உட்கார்ந்திருந்தேன். துக்கம் அனுஷ் டிக்க வந்தவர்களை நான் மரணக் கூடத்திலிருந்து வெளியேற்றி விட்டேன். அவர்களுக்கிடையே உருவாகிவிட்ட அமளியைத் திறந்திருந்த கதவின் வழியே பார்த்துக்கொண்டிருந்தேன். குன்வர் சிங் கண்களைத் திறந்துவிட்டார் என்பதையும், அவர் என்னைப் பார்த்துக்கொண்டிருக்கிறார் என்பதையும் உணர்ந் தேன். தலையை அவர் பக்கமாகத் திருப்பாமலே, பேசத் தொடங்கினேன்:

'மாமா, காலம் மாறிவிட்டது. நீங்களும் மாறிவிட்டீர்கள். ஒரு காலத்தில், உங்களை வீட்டை விட்டு அகற்ற ஒருவனும் துணிந்திருக்க மாட்டான். வேலைக்காரனின் குடிசையில் வெறுந்தரையில் கொண்டுவந்து போட்டிருக்க மாட்டான். ஜாதியை விட்டு விலக்கினவனை மாதிரி, பிச்சைக்காரனை மாதிரி சாக விட்டிருக்க மாட்டான். நான் சொன்னதைக் கேட்க மாட்டேன் என்றுவிட்டீர்கள். அந்த நாசமாய்ப்போன போதைவஸ்து உங்களை இந்தக் கதிக்குக் கொண்டுவந்து

சேர்த்துவிட்டது. நீங்கள் கூப்பிட்டு அனுப்பியதற்கு நான் சில நிமிஷம் தாமதமாக வந்திருந்தால், இப்போது நீங்கள் சுடுகாட்டுக்குப் போய்க்கொண்டிருப்பீர்கள். சாந்தினி சவுக்கின் தலைவராகவும், காலாதுங்கியின் மிகச் சிறந்த வேட்டைக்காரராகவும் அனைவரின் மரியாதையையும் சம்பாதித்தவர் நீங்கள். இப்போது உங்கள் மரியாதையெல்லாம் போய்விட்டது. நன்றாகச் சாப்பிட்டு, திடமாக இருந்த நீங்கள் வெற்று வயிற்றோடு பலவீனமாகக் கிடக்கிறீர்கள். பதினாறு நாளாக நீங்கள் எதுவுமே சாப்பிடவில்லை என்று வரும்வழியில் உங்கள் மகன் சொல்லிக்கொண்டு வந்தான். ஆனால், அவர்கள் சொல்கிற மாதிரி, நீங்கள் சாகப் போவதில்லை. இன்னும் பல வருஷம் வாழ்ந்திருப்பீர்கள். நாம் இருவரும் சேர்ந்து காருப்பு காட்டுக்குள் வேட்டைக்குப் போக முடியாமல் இருக்கலாம். நீங்கள் வேட்டைக்கு வரப் பிரியப்பட மாட்டீர்கள். ஆனால், நான் வேட்டையாடும் சகலத்தையும் உங்களோடு பகிர்ந்துகொள்வேன், எப்போதும் போல.

இப்போது, இந்த இடத்தில் உங்கள் மூத்த மகனின் தலையில் அடித்து சத்தியம் செய்ய வேண்டும். உங்கள் கையில் பூணூலையும் அரசிலையையும் பிடித்துக்கொண்டு, அந்த நாசமாய்ப்போன அபினை இனிமேல் தொடுவதில்லை என்று நீங்கள் வாக்குக் கொடுக்கவேண்டும். இந்தத் தடவை உங்கள் சத்தியத்தை மீறவே மாட்டீர்கள். உங்கள் மகன் பால் கொண்டுவரும்வரைக்கும் நாம் சிகரெட் பிடிப்போம்.'

நான் பேசும்போது குன்வர் சிங் கண்ணை அகற்றாமல் என்னைப் பார்த்துக்கொண்டிருந்தார். முதல் தடவையாக வாய் திறந்து பேசினார். 'செத்துக்கிட்டிருக்கிற மனுசனாலே எப்பிடி சிகரெட் பிடிக்க முடியும்?'

'சாவதைப் பற்றி இனி நாம் பேச வேண்டாம். நான்தான் சொன்னேனே, நீங்கள் சாகப் போவதில்லை. எப்படி சிகரெட் பிடிப்பது என்று நான் காட்டுகிறேன்.'

டப்பாவில் இருந்து இரண்டு சிகரெட்டுகளை எடுத்தேன். ஒன்றைப் பற்றவைத்து அவர் உதடுகளில் பொருத்தினேன். மெல்ல ஒருமுறை உறிஞ்சினார். இருமினார். பலவீனமான கையால் சிகரெட்டை வாயிலிருந்து எடுத்தார். இருமல் ஓய்ந்ததும், சிகரெட்டை மீண்டும் உதட்டில் பொருத்தி புகையை இழுக்க ஆரம்பித்தார்.

நாங்கள் சிகரெட் பிடித்து முடிப்பதற்குள்ளாக, குன்வர் சிங்கின் மகன் பெரிய பித்தளைப் பாத்திரத்தைத் தூக்கி வந்தான். நான் அவசரமாக எழுந்து வாங்கிக்கொள்ளாதிருந்

தால், நிலைப்படியில் அதைத் தவற விட்டிருப்பான். அவன் அதிர்ச்சியடைந்ததில் நியாயமிருக்கிறது. கடைசியாக அவன் பார்த்தபோது, தரையில் சாகக் கிடந்த தகப்பன் இப்போது கட்டிலில் படுத்திருக்கிறார்; என் தொப்பியின் மீது தலை வைத்து, புகைத்துக் கொண்டிருக்கிறார்.

முகர்ந்து குடிப்பதற்கு அந்தக் குடிசையில் எதுவுமே இல்லை. எனவே, வீட்டுக்குப் போய் ஒரு கோப்பை கொண்டு வருமாறு அவனைத் திருப்பியனுப்பினேன். கோப்பை வந்ததும், இளஞ்சூடாக இருந்த பாலைக் குன்வர் சிங்குக்குப் புகட்டினேன். பின்னிரவு வரை அந்தக் குடிசையில் இருந்தேன். நான் புறப்படும்போது குன்வர் சிங் ஒரு சேர் பால் குடித்து முடித்திருந்தார். இதமான, வசதியான கட்டிலில் அமைதியாகத் தூங்கிக்கொண்டிருந்தார். கிளம்பும்போது அவருடைய மகனிடம் எக்காரணம் கொண்டும் குடிசையின் அருகில் யாரையும் வரவிடவேண்டாம் என்று எச்சரித்தேன். தகப்பனின் அருகில் உட்கார்ந்து, அவர் கண் விழிக்கும் போதெல்லாம் குடிப்பதற்குப் பால் கொடுக்கும்படிச் சொன்னேன். காலையில் நான் திரும்பி வரும்போது குன்வர் சிங் உயிரோடு இல்லாதிருந்தால் கிராமத்தையே கொளுத்தி விடுவேன் என்று மிரட்டினேன்.

மறுநாள் காலையில் சாந்தினி சவுக் கிராமத்துக்கு நான் மறுபடியும் சென்றபோது, குன்வர் சிங்கும் அவருடைய மகனும் ஆழ்ந்து உறங்கிக்கொண்டிருந்தார்கள். பித்தளைப் பாத்திரம் காலியாகி இருந்தது.

குன்வர் சிங் தன் சத்தியத்தைக் கடைப்பிடித்தார். என்னுடைய வேட்டைப் பயணங்களில் துணைக்கு வரும் அளவுக்கு உடல் தேறவில்லை என்றாலும், என்னை அடிக்கடி வந்து சந்தித்தார். நான்கு வருடங்களுக்குப் பிறகு, தன் சொந்த வீட்டில் தன் சொந்தக் கட்டிலில் காலமானார்.

■

மோதி

மோதி கெச்சலான உருவம் கொண்டவன். நேர்த்தியாகச் செதுக்கப்பட்டது போன்ற அங்க அமைப்பு உள்ளவன். இந்தியாவின் உயர்ஜாதியினர் அனைவருக்கும் பாரம்பரியமாக வரும் அம்சம் தான் இது. அவனுடைய தந்தையும் தாயும் இறந்த போது அவன் ஒரு பாலகன். கால்களும் கைகளும் குச்சிகுச்சியாய்த் துருத்தித் தெரிந்த இளம் வயது. குடும்பத்தின் பொறுப்பு அவன் மேல் கவிந்தது. நல்லவேளை, அந்தக் குடும்பம் சிறியதுதான்; அவனுடைய தம்பியும் தங்கையும் கொண்டது.

மோதிக்கு அப்போது பதினாலு வயது. அவனுக்குத் திருமணமாகி ஆறு ஆண்டுகள் கழிந்திருந்தன. எதிர்பாராத விதமாகக் குடும்பத்தின் தலைவனானதும், அவன் செய்த முதல் காரியம், தன்னுடைய பன்னிரண்டு வயது மனைவியை அழைத்து வந்ததுதான். திருமண நாளுக்குப் பிறகு அவளை அவன் பார்த்தது கிடையாது. காலாதுங்கியிலிருந்து சில டஜன் மைல்கள் தொலைவில் உள்ள கோட்டா

துன்னில், அவளுடைய தகப்பன் வீட்டில் வசித்து வந்தவளைக் கூட்டிவந்துவிட்டான்.

மோதிக்கு ஆறு ஏக்கர் நிலம் வாரிசுரிமையாக வந்தது. அதில் விவசாயம் செய்வதற்கு, வயதில் சிறியவர்களான நான்குபேர் மட்டும் வேலை செய்து மாளாது. எனவே, மோதி ஒரு கூட்டாளியைச் சேர்த்துக் கொண்டான். உள்ளூர் மொழியில் **சாகீ** என்று அழைக்கப்பட்ட அந்தக் கூட்டாளி இரவு பகலாக நிலத்தில் உழைத்தான். ஊதியமாக, சாப்பாடும் தங்குமிடமும் அவனுக்கு இலவசமாகக் கிடைத்தது. விளைச் சலில் பாதிப் பங்கும் கிடைத்தது. அவர்களது கூட்டு வாழ்க் கைக்கான குடிசை மூங்கில்களாலும், கோரைகளாலும் கட்டப்பட்டது. அனுமதி பெற்று, காடுகளில் வெட்டித் தோளிலோ தலையிலோ நெடுந்தூரம் இவற்றைச் சுமந்து வர வேண்டும். மலையடிவாரத்தில் சுழற்றியடிக்கும் சூறா வளிகள் தாக்குவதால், குடிசையை அடிக்கடி பழுது பார்க்க நேரிடும். இவையெல்லாம் மோதியையும் அவனது உதவியாட் களையும் மிகவும் சிரமப்படுத்தி வந்தன. அவர்களை இந்த சிரமத்திலிருந்து விடுவிக்கும் விதமாக, கற்களாலான வீடு ஒன்றை அவர்களுக்குக் கட்டிக் கொடுத்தேன். மூன்று அறை களும் நான்கு அடி அகலமுள்ள வராந்தாவும் கொண்ட வீடு அது. மோதியின் மனைவி, மலையின் உயரமான பகுதியிலி ருந்து வந்தவள். அவளைத் தவிர, மற்றவர்கள் அனைவருமே மலேரியாவால் பாதிக்கப்பட்டிருந்தார்கள்.

தங்கள் பயிர்களைப் பாதுகாப்பதற்காக, கிராமத்தைச் சுற்றி முள்வேலி ஒன்றை அமைப்பது கிராமவாசிகளின் வழக்கம். பல வாரங்கள் கடினமாக உழைத்து இந்தச் சாதா ரண வேலியைக் கட்டுவார்கள். வழி தவறி வந்து மேயும் கால்நடைகள் மற்றும் காட்டு விலங்குகளிடமிருந்து பெரிய பாதுகாப்பு எதையும் அந்த வேலி தந்ததில்லை. எனவே, பயிர்கள் உயர்ந்த பிறகு, கிராமவாசிகளின் குடும்ப உறுப்பினர் கள் இரவு முழுவதும் வயல்களில் காவல் காக்க வேண்டி யிருந்தது.

துப்பாக்கிகள் வைத்துக்கொள்ளக் கடுமையான கட்டுப் பாடுகள் இருந்தன. எங்கள் கிராமத்திலிருந்த நாற்பது குடித் தனங்களுக்கும் சேர்த்து, ஒரே ஒரு இடிகுழல் துப்பாக்கி வைத்துக்கொள்ள மாத்திரமே அரசாங்கம் அனுமதியளித் திருந்தது. இதனால், முறைவைத்து, ஒருவர் மட்டும் வன்மை யான ஆயுதத்தால் தன் பயிர்களைக் காப்பாற்றிக்கொள்ள லாம். மற்றவர்கள் இரவு முழுவதும் தகர டப்பாக்களைத் தட்டி ஓசையெழுப்பிக்கொண்டிருக்க வேண்டியதுதான்.

அத்துமீறி அழிவு செய்பவற்றில் பன்றிகளும் முள்ளம்பன்றிகளும் முதன்மையானவை. அவற்றைக் கணிசமான எண்ணிக்கையில் கொல்வதற்குத் துப்பாக்கி உதவவே செய்தது. ஆனாலும், இரவுகளில் பயிரழிவு மிக அதிகமாக இருந்தது. கிராமம் மிகவும் ஒதுக்குப்புறமாகவும், காடுகள் சூழ்ந்தும் அமைந்திருந்ததுதான் காரணம்.

மொக்கமெ காட்டில் நான் எடுத்திருந்த ஒப்பந்த வேலையில் லாபம் ஈட்டத் தொடங்கியதும், கிராமத்தைச் சுற்றி ஒரு கற்சுவர் எழுப்ப ஆரம்பித்தேன். கட்டி முடிக்கப்பட்ட சுவரின் உயரம் ஆறு அடி. நீளம் மூன்று மைல். அதைக் கட்டி முடிக்கப் பத்து வருடங்கள் ஆனது. ஏனெனில், லாபத்தில் எனக்குக் குறைவான பங்கே கிடைத்து வந்தது. இன்றைக்கு நீங்கள் ஹல்த்வானியிலிருந்து ராம்நகருக்குக் காலாதுங்கி வழியாகக் காரில் சென்றீர்களானால், போர் நதிப் பாலத்தைக் கடந்து காட்டுக்குள் நுழைவதற்கு முன்னால் அந்தச் சுவரைச் சுற்றிக்கொண்டுதான் போயாக வேண்டும்.

குளிர் மிகுந்த டிசம்பர் மாதத்தில், ஒரு காலைப்பொழுதில், கிராமத்தினுள்ளே நடந்து போய்க்கொண்டிருந்தேன். என்னுடைய நாய் ராபின் எனக்கு முன்னால் ஓடியது. கூட்டம் கூட்டமாகக் கவுதாரிகள் எழுந்து பறந்தன. ராபினைத் தவிர யாருமே அவற்றைத் தொந்தரவு செய்யமாட்டார்கள். கிராமத்தில் வசித்தவர்கள் அனைவருக்கும் சூரியோதயத்தின் போதும், சூரிய அஸ்தமனத்தின் போதும் கவுதாரிகள் எழுப்பும் ஒலியைக் கேட்பதில் பிரியம் உண்டு.

பாசன வாய்க்கால் ஒன்றின் விளிம்பிலிருந்த குறுமண் தரையில் ஒரு பன்றியின் கால்தடங்களைப் பார்த்தேன். பெரிய, வளைந்த, கபடமான தோற்றமளிக்கும் கோரைப்பற்கள் கொண்ட அந்தப் பன்றி, ஒரு எருமைக் கன்றுக்குட்டி அளவு பெரியது. கிராமத்தில் அனைவருக்கும் பரிச்சயமானது. கீச்சொலி எழுப்பிக்கொண்டு முள்வேலியினூடாகத் தந்திரமாக நகர்ந்து சென்று பயிர்களைத் தின்று கொழுத்துவந்தது. மேற்சொன்ன சுவர், ஆரம்பத்தில் அந்தப் பன்றிக்கு இடைஞ்சலாகத்தான் இருந்தது. ஆனால் முரட்டு முகமும், விடாமுயற்சியும் கொண்ட பன்றி அது. விரைவிலேயே அந்தச் சுவரில் ஏறுவதற்குக் கற்றுக்கொண்டு விட்டது. வயல்களில் காவல் இருப்பவர்கள் எத்தனையோ முறை அதைச் சுட்டிருக்கிறார்கள். பல தடவை, ரத்தம் சிந்தி ஓடியிருக்கிறது. ஆனால் ஒரு முறை கூட மரணகாயம் ஏற்பட்டதில்லை. அந்தக் காயங்களின் ஒரே பலன், பன்றி இன்னும் ஜாக்கிரதையாகச் செயல்பட்டது.

அந்த டிசம்பர்க் காலையில் பன்றித் தடம் என்னை மோதியின் வசிப்பிடம் நோக்கி இட்டுச் சென்றது. வீட்டை நெருங்கும்போது, மோதியின் மனைவி வாசலில் நின்றிருப் பதைப் பார்த்தேன். இடுப்பில் கையூன்றி நின்று, தங்களுடைய உருளைக்கிழங்குப் பாத்திக்கு ஏற்பட்டிருந்த சேதத்தைப் பார்த்துக்கொண்டிருந்தாள். இன்னும் முற்றியிராத தண்டுகள். பன்றியும் மிகவும் பசியோடு இருந்திருக்கவேண்டும். தொழில் சுத்தமாக வேலையை முடித்திருந்தது. நாசகாரப்பன்றி எந்தத் திசையில் சென்றிக்கக்கூடும் என்று ராபின் சுற்றிச் சுற்றி நோட்டம் விட்டுக்கொண்டிருந்தது. அந்தப் பெண்மணி தன் வேதனையைச் சொல்லிப் புலம்பினாள். 'எல்லாம் புன்வாப் பாவுடைய தப்புதான். நேத்து ராத்திரி துப்பாக்கி இவர்கிட் டெத்தான் இருந்தது. வீட்டுலெ இருந்து தன்னோடெ சொத்தைப் பார்த்துக்கிடாமெ, காலுவோட கோதுமை வயல்லெ போய் உக்காந்துட்டாரு. அங்கே கடம்பை மான் கிடைச்சாலும் கிடைக்கும்னு போயிட்டாரு. அவரு அங்கே போயிருக்கும்போது, இங்கே இந்த சைத்தான் இப்பிடிப் பண்ணி வச்சிருக்கு.'

இந்தியாவில், எங்கள் பகுதிப் பெண்கள் தங்கள் கணவன் மாரைப் பெயர் சொல்லிக் குறிப்பிடுவதோ, கூப்பிடுவதோ கிடையாது. குழந்தைகள் பிறப்பதற்கு முன்னால், வீட்டுக்காரர் என்று சொல்வார்கள். குழந்தை பிறந்தபிறகு, தலைச்சன் குழந்தையின் அப்பா என்று அவர் அழைக்கப்படுவார். மோதிக்கு இப்போது மூன்று குழந்தைகள். மூத்தவன் பெயர் புன்வா. ஆகவே, அவனுடைய மனைவிக்கு அவன் 'புன் வாப்பா'. கிராமத்தவருக்கு அவள் 'புன்வாம்மா'.

எங்கள் கிராமத்துப் பெண்களிலேயே மிகவும் கடினமான உழைப்பாளி புன்வாம்மா. கடுமையான சண்டைக்காரியும் அவள்தான். முந்தின நாள் இரவில் புன்வாப்பா காணாமல் போனதற்கான தன் தரப்புக் காரணத்தை சர்வநிச்சயமாகச் சொன்னவள், என் பக்கம் திரும்பினாள். இவள் பயிர்செய்த உருளைக்கிழங்குகளைத் தின்ன, கேவலம், ஒரு பன்றி ஏறித் தாண்டி வரக்கூடிய சுவரில் கொண்டுபோய் என் பணத்தைக் கொட்டி வீணடித்துவிட்டேனாம் நான். அந்தப் பன்றியைச் சுடுவதற்கு எனக்குத் துப்பில்லை என்றால், அது ஏறிச் சாட முடியாத அளவு சுவரையாவது சில அடிகள் உயர்த்திக் கட்ட வேண்டும்; அது என்னுடைய கடமை என்று எடுத்து ரைத்தாள். அந்தச் சூறாவளி என் தலைக்குமேல் சுழற்றி அடித்துக்கொண்டிருக்கும்போது, நல்லவேளை, மோதி வந்து விட்டான். அவனே அதைச் சமாளித்துக்கொள்ளட்டும் என்று

ராபினை விசிலடித்து அழைத்துக்கொண்டு அவசரமாகப் பின்வாங்கி விலகி வந்துவிட்டேன்.

அன்று மாலையில், அந்தப் பன்றியின் தடத்தைச் சுவரின் மறுபக்கம் பிடித்து இரண்டு மைல் தொலைவு தொடர்ந்து சென்றேன். சில சமயம் விலங்குத் தடங்கள் வழியாகவும், சில சமயம் போர் நதியின் கரையோரமாகவும் போனேன். இடையிடையே நாணல்கள் வளர்ந்திருந்த அடர்த்தியான முட்புதர்களின் அருகில் பன்றித் தடம் என்னைக் கொண்டு சேர்த்தது. புதர்மறைப்பில் நிலைகொண்டேன். சுடுவதற்குத் தேவையான அளவு வெளிச்சம் இருக்கும்போதே பன்றி புதரைவிட்டு வெளியேறி வருவதற்கு சரிபாதி வாய்ப்பு இருந்தது. ஆற்றின் கரையில் ஒரு பாறையின் பின்னால் நான் மறைந்துகொண்ட சிறிது நேரத்தில், மேல்காட்டுப் பகுதியில் பெட்டைக் கடம்பை மான் ஒன்று குரலெழுப்பத் தொடங் கியது. சில வருடங்களுக்குப் பிறகு, நான் பவல்காட் பிரம்மச்சாரி*யைச் சுட்டுக்கொன்றது அந்தப் பகுதியில்தான். புலி வந்திருக்கிறதென்று வனராசிகளை எச்சரித்தது அந்த மான்.

பதினைந்து நாட்களுக்கு முன்னால், மூன்று துப்பாக்கிகள் கொண்ட வேட்டைக்குழுவொன்று காலாதுங்கிக்கு வந்திருந் தது. அந்தக் குழுவிடம் எட்டு யானைகள் இருந்தன. வேட்டை யாடுவதற்கு நான் அனுமதி பெற்றிருந்த காட்டுப்பகுதிக்கு வந்திருந்த புலியைச் சுட்டுக்கொல்வதற்காக மேற்படிக் குழு வந்திருந்தது. என்னுடைய பகுதிக்கும் அந்தக் குழுவின் பகுதிக்கும் இடையிலான எல்லை போல போர் நதி ஓடியது. புலியைத் தங்கள் பகுதியில் வைத்துக் கொல்லும் உத்தேசத் துடன் ஆற்றின் மறுகரையில் பதினான்கு இளம் எருமை களைக் கட்டிப் போட்டிருந்தது வேட்டைக் குழு. இதில் இரண்டு எருமைகளைப் புலி கொன்றுவிட்டது. பாக்கிப் பன்னிரண்டு எருமைகளும் கவனிப்பாரற்று இறந்து போயின. முந்தின நாள் இரவு ஒன்பது மணி சுமாருக்கு துப்பாக்கிச் சத்தம் கேட்டது.

கடம்பை மானின் குரலைக் கேட்டவாறு, பாறையின் பின்னால் இரண்டு மணிநேரம் உட்கார்ந்திருந்தேன். பன்றியைக் காணவில்லை. சுடுவதற்குத் தேவையான வெளிச் சம் இல்லை என்று ஆனபிறகு, ஆற்றைக் கடந்து போனேன். கோட்டா சாலையைப் பிடித்து, வேகமாகக் கீழிறங்கிச் சென்றேன். ஒரு பெரிய மலைப்பாம்பு வசித்த குகையைக் கடந்தபோது மெதுவாகவும் ஜாக்கிரதையாகவும் சென்றேன்.

* பார்க்க: The Man-Eaters of Kumoun

வனத்துறையைச் சேர்ந்த பில் பெய்லி ஒரு மாதத்துக்கு முன்னால் இந்த இடத்தில்தான் பன்னிரண்டடி நீள ராஜ நாகம் ஒன்றைச் சுட்டுக் கொன்றிருந்தார்.

கிராமத்தின் வாசலில் நின்று மோதியைக் கூவி அழைத்தேன். மறுநாள் அதிகாலையில் என்னுடன் புறப்பட்டுவரத் தயாராகும்படி அவனிடம் சொன்னேன். காலாதுங்கிக் காடுகளில் பலவருடங்களாக என் நிரந்தரத் துணைவனாய் இருந்துவருகிறான் மோதி. உன்னிப்பானவன். புத்திசாலி. தீர்க்கமான பார்வையும், கேட்கும் திறனும் கொண்டவன். காடுகளுக்குள் ஓசையெழாமல் நடமாடக் கூடியவன். சாதாரணமாக ஒரு மனிதனுக்கு இருக்கக் கூடிய அதிகபட்சத் துணிச்சல் கொண்டவன். நேரம் தவறாமல் வந்துவிடுவான்.

அந்தக் காலைப் பொழுதில், பனியால் நனைந்திருந்த காட்டுக்குள் நாங்கள் நடந்தோம். வனராசிகளைத் துயிலெழுப்பும் பல்வேறு ஒலிகளைக் கேட்டவாறு சென்றோம். பெட்டைக் கடம்பை மான் குரலெழுப்பியதைப் பற்றியும் என்னுடைய சந்தேகத்தையும் அவனிடம் கூறினேன். தன்னுடைய குட்டியைப் புலி அடித்துக் கொன்றதை அந்த மான் பார்த்திருக்க வேண்டும்; புலி தான் கொன்ற இரையின் அருகில் இருப்பதை – இது சாதாரணமாக நடப்பதுதான் – கவனித்தவாறு இருந்திருக்கவேண்டும். அந்த மான் தொடர்ந்து குரலெழுப்பியதற்கு வேறு காரணம் எதுவும் எனக்குப் புலப்படவில்லை. புலி அடித்த மான்குட்டி ஒன்று தனக்குக் கிடைக்க வாய்ப்பிருக்கிறது என்பதில் மோதி மிகுந்த மகிழ்ச்சி அடைந்தான். ஏனெனில், அவனுடைய சம்பாத்தியத்தில் மாதம் ஒருமுறை மட்டுமே தன் குடும்பத்துக்காக இறைச்சி வாங்க முடியும். ஆகவே, புலியோ சிறுத்தையோ புதிதாகக் கொன்ற கடம்பை மான், புள்ளிமான் அல்லது பன்றி அவனுக்குக் கடவுள் கொடுத்த வரம் மாதிரி.

முந்தினநாள் மாலையில் கடம்பை மான் வடக்குத் திசையிலிருந்து குரலெழுப்பியது என்று நான் அனுமானித்திருந்தேன் – நான் இருந்த இடத்திலிருந்து சுமார் ஆயிரத்தைந்நூறு கஜம் தொலைவிலிருந்து. அந்த இடத்திற்கு நாங்கள் வந்து சேர்ந்தபோது, இரை எதுவும் அங்கே கிடக்கவில்லை. தரையில் ரத்தமோ, ரோமங்களோ அல்லது இழுத்துச் சென்ற தடமோ இருக்கிறதா என்று தேடத் தொடங்கினோம். அது எங்களை இரை கிடக்கும் இடத்துக்கு இட்டுச் செல்லலாம். பலியான மிருகத்தைப் பார்த்துவிடுவோம் என்பதில் நான் மிகவும் உறுதியாய் இருந்தேன். கொன்றது புலிதான் என்றும் நம்பினேன்.

சில நூறு கஜம் தொலைவிலிருந்த மலையடிவாரத்தி லிருந்து புறப்பட்டு வரும் ஆழக்குறைவான இரண்டு பள்ளங் கள் இந்த இடத்தில் சந்திக்கின்றன. முப்பது கஜ இடைவெளி யில் இந்தப் பள்ளங்கள் இரண்டும் கிட்டத்தட்ட இணையாகச் செல்கின்றன. வலது பக்கப் பள்ளத்தின் வழியே தான் செல்வதாகவும், அடுத்த பள்ளத்தின் வழி நான் செல்லலாம் என்றும் மோதி ஆலோசனை சொன்னான். இடையில் குட்டைப் புதர்கள்தாம் இருந்தன. ஒருவருக்கொருவர் நெருக்க மாகவே நாங்கள் செல்வோம் என்பதாலும், பார்வையெட்டும் தொலைவில்தான் இருப்போம் என்பதாலும் நான் இந்த ஆலோசனையை ஏற்றுக்கொண்டேன்.

மிக மிக மெதுவாக, தரையின் ஒவ்வொரு அடியையும் ஆராய்ந்தபடி நூறுகஜம் சென்றிருப்போம். மோதியைப் பார்ப்பதற்காக நான் திரும்பிய அதே நேரத்தில், அவன் அலறியவாறு பின்னகர்ந்து சென்றான். பிறகு வேகமாகத் திரும்பி மரணபயத்துடன் பாய்ந்தோடினான். தேனீக் கூட் டத்தை விரட்ட முனைகிறவன் மாதிரிக் கைகளைக் காற்றில் வீசினான். தொடர்ந்து அலறிக்கொண்டே ஓடினான்.

சற்று முன் பரிபூரண அமைதி நிலவிய காட்டுக்குள் திடீரென்று துளைத்த மனிதக்குரலின் அலறல் பயங்கரமாய் இருந்தது. அதை விவரிக்கவே முடியாது. என்ன நடந்தது என்பது எனக்கு உள்ளூறத் தெரிந்தது. ரத்தத் தடமோ ரோமங் களோ கிடக்கிறதா என்று தரையையே பார்த்துக்கொண்டு போன மோதி, எங்கே போகிறோம் என்பதைக் கவனிக்காமல், நேரே புலியின் அருகில் சென்றுவிட்டிருக்கிறான். அவன் தாக்கப்பட்டானா இல்லையா என்பதை என்னால் பார்க்க முடியவில்லை. காரணம், புதர்களுக்கு மேலே அவனுடைய தலையும் தோள்களும் மட்டுமே தெரிந்தன. ஓடிக்கொண்டி ருந்த மோதிக்கு ஒரு அடி பின்னால் என் துப்பாக்கியின் குறியைப் பதித்திருந்தேன் – ஏதாவது சலனம் தென்பட்டால் துப்பாக்கி விசையை அழுத்திவிடுவது என்று. அவனைப் பின்தொடர்ந்து பார்வையைச் செலுத்தினேன். அவனுக்குப் பின்னால் அசைவு எதுவும் தட்டுப்படாதது எனக்குப் பெரும் நிம்மதி அளித்தது.

நூறு கஜ தூரம் அவன் கடந்துவிட்ட பிறகு, தப்பித்து விட்டான் என்று எனக்குத் தோன்றியது. அவனை நிற்கச் சொல்லிக் கூவினேன். நான் அவனருகில் வந்துகொண்டிருக்கி றேன் என்று சொன்னேன். பிறகு சில கஜங்கள் பின்னோக்கிச் சென்றேன். ஏனென்றால் புலி இடம் மாறிச் சென்றுவிட்டதா என்று எனக்குத் தெரியாது. பின்னர் மோதியை நோக்கிப்

பள்ளத்தின் வழியே விரைந்து இறங்கிச் சென்றேன். ஒரு மரத்தில் முதுகைச் சாய்த்து நின்றிருந்தான் அவன். அவன் மீதோ அவன் நின்றிருந்த இடத்திலோ ரத்தம் இருக்கவில்லை. மிகவும் ஆறுதலாய் உணர்ந்தேன். அவனை நான் நெருங்கிய வுடன், என்ன நடந்தது என்று கேட்டான். எதுவுமே நடக்க வில்லை என்று தெரிவித்தேன். அவன் மிகுந்த ஆச்சரியமடைந் தான். புலியை உசுப்பிவிடுவதற்குத் தன்னால் இயன்ற அனைத் தையும் அவன் செய்துவிட்டான் என்று சொன்னேன்.

'தெரியுது ஸாஹேப். நான் அலறியிருக்கக்கூடாது; ஓடியிருக்கவும் கூடாதுன்னு எனக்குத் தெரியுது. ஆனா... என்னால... முடியலே.' அவன் குரல் தொய்ந்து, தலை முன் னால் கவிழ்ந்தது. நான் அவன் கழுத்தைப் பிடித்தேன். ஆனால், என் கைகளிலிருந்து வழுக்கி, தடாலென்று தரையில் வீழ்ந்தான். ரத்தம் முழுவதும் வடிந்து அவன் முகம் வெளிறி விட்டது. சலனமேயின்றிப் பல நிமிடங்கள் விழுந்து கிடந்தான். அதிர்ச்சியினால் இறந்துவிட்டானோ என்று நான் அஞ்சி னேன்.

காட்டுக்குள் இது மாதிரியான நெருக்கடி ஏற்படும்போது பெரிதாக எதுவும் செய்துவிட முடியாது. செய்யக் கூடியது எதுவோ அதை மட்டும் செய்தேன்: மோதியை மல்லாக்கப் படுக்கவைத்தேன். உடைகளைத் தளர்த்திவிட்டேன். இதயப் பகுதியை இதமாகப் பிசைந்துவிட்டேன். எனது நம்பிக்கை தளர்ந்து, அவனை வீட்டுக்குத் தூக்கிச் சென்றுவிடலாம் என்று நான் தயாராகும்போது, அவன் கண்களைத் திறந்தான். மரத்தில் முதுகைச் சாய்த்து வசதியாக அவனை உட்காரவைத் தேன். ஒரு சிகரெட்டைப் பொருத்திப் பாதியளவு அவன் புகைத்த பிறகு, நடந்ததை அப்படியே என்னிடம் கூறும்படி சொன்னேன்.

'உங்களை விட்டுப் பிரிஞ்ச பிறகு, அந்தப் பள்ளத்திலே கொஞ்சதூரம்தான் போயிருப்பேன். தரையிலே ரத்தத் தடம், ரோமம் ஏதாவது கிடக்கான்னு பாத்துக்கிட்டே போனேன். ஒரு இலைமேலே ரத்தம் காய்ஞ்ச கறை இருந்த மாதிரித் தெரிஞ்சது. நெருங்கிப் பாக்கலாம்னு குனிஞ்சேன். தலையை உசத்தினா, அந்தப் புலியோட மூஞ்சிக்கு நேரே இருக்கேன். மூணு நாலு தப்படி தூரத்தில் என்னையே பாத்துக்கிட்டு பதுங்கிக் கிடந்துச்சு. தலை கொஞ்சம் ஒசந்திருந்துச்சு. வாய் நல்லாத் திறந்திருந்துச்சு. மோவாயிலேயும் நெஞ்சுலெயும் ரத்தம். என்மேல பாயப் போற மாதிரி இருந்தது. எனக்கு சித்தம் கலங்கிருச்சு. அலறிக்கிட்டு ஓடி வந்துட்டேன்.'

கொல்லப்பட்ட கடம்பை மான் சம்பந்தமாக அவன் எதையும் பார்க்கவில்லை. அந்த இடத்தில் தரை வெட்டவெளி யாகத்தான் இருந்தது என்றும், புதர்களே இல்லை என்றும், புலி படுத்திருந்த இடத்தில் இரை எதுவும் கிடக்கவில்லை என்றும் சொன்னான்.

மோதியை அந்த இடத்திலேயே இருக்கும்படி சொல்லி விட்டு, குடித்த முடித்த சிகரெட்டை வீசியெறிந்து விட்டு, நான் துப்புத் துலக்கப் புறப்பட்டேன். ஏனென்றால், எனக்குக் காரணம் விளங்கவில்லை; திறந்த வாயுடன் மோவாயில் ரத்தத்துடன் இருக்கும் ஒரு புலி, மோதியை சில அடிகள் தூரத்துக்குள்ளாக வருவதற்கு ஏன் அனுமதிக்கவேண்டும்? அதுவும், திறந்தவெளியில்? அதன் மூஞ்சிக்கு நேரே இவன் அலறியிருக்கிறான். ஆனாலும் இவனைக் கொல்லாமல் விட்டிருக்கிறது.

மோதி நின்று அலறிய இடத்தை மிகுந்த முன்னெச்சரிக் கையுடன் நெருங்கினேன். எனக்கு முன்னால், தரையில் ஒரு வெற்றுவெளி உருவாகியிருந்தது. புலி அந்த இடத்தில் கிடந்து பக்கவாட்டில் உருண்டதால் ஒதுக்கித் தள்ளப்பட் டிருந்த சருகுகள் குப்பலாகக் கிடந்தன. வெற்றுவெளியின் என் பக்க ஓரத்தில் அரைவட்டமாக ரத்தம் உறைந்திருந்தது. புலி படுத்துக் கிடந்த இடத்தைச் சுற்றிக்கொண்டு போனேன், குறுக்கே நடந்தால் தரையில் உள்ள தடயங்கள் அழிந்துவிடுமே என்று. வெற்றுவெளியின் மறுவிளிம்பில், மெலிதான பச்சை ரத்தத் தடத்தைக் கண்டேன். குன்றை நோக்கி அது வளைந்து வளைந்து சென்றதற்கான காரணம் வெளிப்படையாகத் தெரியவில்லை. அந்தத் தடம் குன்றின் அடிவாரத்தையொட்டி சில நூறு கஜங்கள் சென்றுவிட்டு, ஆழமான குறுகிய மலை யிடுக்கில் நுழைந்தது. அங்கு ஒரு சிறிய ஓடை இருந்தது. அடிவாரப் பகுதிக்குள் ஆழச் சென்ற இந்த மலையிடுக்கு வழியாக மேலேறிச் சென்றிருந்தது புலி.

வெற்றுவெளியிருந்த இடத்திற்குத் திரும்பினேன். உறைந்து கிடந்த ரத்தத்தை ஆராய்ந்தேன். எலும்பு மற்றும் பற்களின் சிம்புகள் அங்கே கிடந்தன. நான் தேடிக்கொண்டிருந்த விளக்கத்தை அவை எனக்கு அளித்தன. இரண்டு நாட்களுக்கு முன்னால் இரவில் நான் கேட்ட துப்பாக்கி வெடிப்பு, புலி யின் கீழ்த்தாடையைச் சிதறடித்திருக்கிறது. தன்னுடைய வசிப்பிடமான இந்தக் காட்டுக்குள் புலி தப்பித்து வந்து சேர்ந்திருக்கிறது. வேதனையும் ரத்தச் சேதமும் அனுமதித்த அளவு தொலைவுவரை ஓடிவந்து படுத்துக் கிடந்திருக்கிறது.

முதன்முதலில் அந்தக் கடம்பை மான் இந்தப் புலியைப் பார்த்த இடத்தில் உருண்டுகொண்டு இருந்திருக்கிறது.

முப்பது மணிநேரம் கழித்து, அதே இடத்தில்தான் மோதி அந்தப் புலியை நோக்கி நடந்து போய்ச் சேர்ந்தான். விலங்கு களுக்கு உண்டாகும் காயங்களில் மிகுந்த அவஸ்தை தரக்கூடி யது, கீழ்த்தாடை நொறுங்குவதுதான். அந்தப் பாவப்பட்ட மிருகத்துக்கு இந்தக் காயத்தால் கடும் காய்ச்சல் வந்திருக்க வேண்டும். மோதி அதன் முகத்துக்கு நேரே அலறியபோது, அது அரைகுறைப் பிரக்ஞையுடன்தான் இருந்திருக்கும். அமைதியாக எழுந்து தள்ளாடி நகர்ந்துவிட்டது, மலையிடுக் குக்குப் போய்ச் சேர்வதற்கான கடைசி முயற்சியாக. அங்கே தண்ணீர் இருக்கும் என்று புலிக்குத் தெரியும்.

என்னுடைய அனுமானங்கள் அனைத்தும் சரிதானா என்று உறுதிசெய்து கொள்வதற்காக, மோதியும் நானும் ஆற்றைக் கடந்து போனாம் – முன்னமே சொன்ன பதி னான்கு எருமைகள் கட்டப்பட்டிருந்த வேட்டைக்களத்தின் தரையை ஒருமுறை பார்த்துவிடலாமென்று. உயரமான ஒரு மரத்தில் பரண் இருந்ததைக் கண்டோம். இரையைப் புசித்துக்கொண்டிருந்த புலியை வேட்டைக்காரர்கள் அந்தப் பரணிலிருந்துதான் சுட்டிருக்க வேண்டும்.

இரை கிடந்த இடத்திலிருந்து அடர்ந்த ரத்தத் தடம் ஆற்றை நோக்கி இறங்கியது. தடத்தின் இருபுறங்களிலும் யானைக் காலடித் தடங்கள் இருந்தன. மோதியை ஆற்றின் வலதுகரையில் இருக்கச் சொல்லிவிட்டு, மறுபடியும் ஆற்றைக் கடந்து என்னுடைய பகுதிக்குப் போனேன். ரத்தத் தடத்தை யும், யானைத் தடத்தையும் கண்டுபிடித்து அவற்றைத் தொடர்ந்து சென்றேன். ஐநூறு அல்லது அறுநூறு கஜம் சென்றபிறகு, அடர்ந்த புதருக்குள் நுழைந்துவிட்டது ரத்தத் தடம்.

புதரின் விளிம்பில் யானைகள் சற்று நின்றிருக்கின்றன. கொஞ்சநேரம் நின்றுவிட்டு, வலதுபுறம் திரும்பி காலாதுங்கி திசையில் சென்றிருக்கின்றன. பழைய பன்றியைத் தேடிச் சுடுவதற்காக முந்தின நாள் சாயங்காலம் நான் புறப்பட்டு வந்தபோது, திரும்பி வந்துகொண்டிருந்த யானைகளைத்தான் சந்தித்திருக்கிறேன். வேட்டைக்காரர்களில் ஒருவன், நான் எங்கே போய்க்கொண்டிருக்கிறேன் என்று கேட்டான். சொன் னேன். அவன் என்னிடம் மேலும் ஏதோ கூற முனைந்த மாதிரித் தோன்றியது. ஆனால், அவனுடைய சகாக்கள் அவனைச் சொல்லவிடாமல் தடுத்துவிட்டார்கள். ஆக,

தாங்கள் தங்கியிருந்த காட்டுப் பங்களாவுக்கு யானை மீதேறி அந்த வேட்டைக்குழு சென்றபோது, நான் கால்நடையாகப் போய்க்கொண்டிருந்திருக்கிறேன்; அடிபட்ட புலியை அவர்கள் விட்டுவந்திருக்கும் காட்டுக்குள், அபாய எச்சரிக்கை எதுவுமின்றி.

மோதியை நான் விட்டுவந்த இடத்திலிருந்து கிராமத்துக்கு வெறும் மூன்று மைல் தொலைவுதான். ஆனால், அந்த தூரத்தைக் கடக்க எங்களுக்கு மூன்றுமணி நேரம் பிடித்தது. சொல்லமுடியாத அளவு பலவீனமாகியிருந்தான் மோதி. அடிக்கடி நின்று ஓய்வெடுத்துக்கொண்டான். அவனை வீட்டில் விட்டுவிட்டு, நான் நேரே காட்டு பங்களாவுக்குப் போனேன். மூவர் குழு, சாமான்களைக் கட்டிக்கொண்டு புறப்படும் தருவாயில் இருந்தது. சாயங்காலம் ஹல்த்வானியிலிருந்து கிளம்பும் ரயிலைப் பிடிக்கப் போகிறார்கள். வராந்தாப் படிக்கட்டில் நின்று கொஞ்ச நேரம் உரையாடினோம். நான்தான் அதிகம் பேசினேன். தாங்கள் சுட்டுக் காயப்படுத்தின புலியைத் தேடிக் கண்டுபிடிக்க அவர்களுக்கு அவகாசம் இல்லையாம். நானறிய, அதற்கு ஒரே ஒரு காரணம்தான் இருந்தது. சமூக நிகழ்வொன்றில் கலந்துகொள்வதற்காக அவர்கள் போயாக வேண்டுமாம். அதிர்ச்சியின் விளைவாக மோதி இறந்துபோனாலோ அல்லது எங்கள் கிராமவாசிகளில் எவரையாவது அந்தப் புலி கொன்றாலோ, கொலைப்பழி இவர்கள் மூவரின் மீதும்தான் விழும் என்று எச்சரித்தேன்.

பின்னர், அந்தக் குழு கிளம்பிப் போய்விட்டது. மறுநாள் காலையில் சக்திவாய்ந்த துப்பாக்கி ஒன்றை எடுத்துக் கொண்டு புறப்பட்டேன். புலி மேலே ஏறிச் சென்றிருந்த மலையிடுக்கை நோக்கிப் போனேன். நான் சென்றது, மற்றவர்களுக்குரிய வெற்றிக்கோப்பையைக் கவர்ந்து வருவதற்காக அல்ல; புலியை அதன் அவஸ்தையிலிருந்து விடுவிப்பதற்காக. அதன் தோலை எடுத்துவருவதற்காக. அந்த மலையிடுக்கின் ஒவ்வொரு அடியையும் நான் அறிவேன். அடிபட்ட புலியைத் தேடுவதற்குச் சற்றும் லாயக்கான இடம் அல்ல அது. என்றாலும் அதன் உச்சி முதல் பாதம் வரை தேடியலைந்தேன். அத்தோடு, இரு பக்கக் குன்றுகளிலும் தேடினேன். அன்று முழுவதும் புலியின் தடயம் எதையும் காணாமலே தேடியலைந்தேன். ஏனெனில், மலையிடுக்கில் நுழைந்ததுமே ரத்தத் தடம் நின்றுவிட்டது.

பத்து நாட்கள் கழித்து, ரோந்து போய்க்கொண்டிருந்த வனக் காவலர் ஒருவர், பிணந்தின்னிக் கழுகுகள் தின்றது போக எஞ்சிய புலியின் உடற்சிதிலங்களைக் கண்டார். அந்த வருடக் கோடையில், அரசாங்கம் ஒரு சட்டம் இயற்றியது.

சூரியாஸ்தமனத்திலிருந்து, சூரியோதயம்வரை புலி வேட்டை யாடுவது தடை செய்யப்பட்டது. தவிர, புலியைச் சுடும் வேட்டைக்காரர்கள் காயமுற்ற விலங்கைக் கைப்பற்றிக் கொண்டுவந்து சேர்க்க வேண்டும் என்பதைக் கட்டாயமாக்கியது. நடந்தவற்றை, அருகிலுள்ள வன அலுவலரிடமும் காவல்துறையின் புறக்காவல் சாவடியிலும் உடனடியாகத் தெரிவிக்கவும் வேண்டும்.

மோதிக்கு இந்த அனுபவம் நேர்ந்தது டிசம்பரில். நாங்கள் ஏப்ரலில் காலாதுங்கியைவிட்டுக் கிளம்பிய போது, அதிர்ச்சியிலிருந்து அவன் முழுக்க மீண்டுவிட்டான் என்றே தோன்றியது. ஆனால், அதிர்ஷ்டம் கெட்டவன்; ஒரு மாதம் கழித்து, ஒருநாள் இரவில் தன்னுடைய வயலில் அவன் ஒரு சிறுத்தையைத் தாக்கிக் காயப்படுத்தினான். மறுநாள் காலையில் அடர்த்தியான புதர்களுக்குள் தேடிச் சென்றபோது, அந்தச் சிறுத்தை இவனைப் படுமோசமாகத் தாக்கியது.

இந்தக் காயங்களிலிருந்து தேறிவரும் சமயத்தில் இன்னொரு துரதிர்ஷ்டம். ஒரு பசுமாடு சாகக் காரணமாகிவிட்டான் அவன். ஒரு ஹிந்து இழைக்கவே கூடாத கொடிய குற்றம் அது. மூப்படைந்து தளர்ந்திருந்த அந்த மாடு பக்கத்து கிராமத்திலிருந்து வழிதவறி வந்து மோதியின் வயலில் மேய்ந்து கொண்டிருந்தது. இவன் விரட்ட முயன்றபோது, ஆழமான எலிவளையில் அதன் குளம்பு சிக்கிக்கொண்டது. கால் ஒடிந்து விட்டது. வாரக்கணக்காக அவனுடைய வயலில் விழுந்து கிடந்தது அந்தப் பசு. சலித்துக்கொள்ளாமல் மோதி அதற்குப் பணிவிடை செய்தான். கடைசியில் அது இறந்துவிட்டது. உள்ளூர்ப் பூசாரியால் தீர்க்க முடியாத பிரச்சினை அது என்பதால், மோதியை ஹரித்வார் யாத்திரை செய்யச் சொன்னான் பூசாரி. வழிச் செலவுக்குக் கடன் வாங்கிக் கொண்டு, ஹரித்வாருக்கு யாத்திரை சென்றான் மோதி. பிரதான கோயிலின் தலைமைப் பூசாரியிடம் தன் குற்றத்தை ஒப்பித்து மன்னிப்பு வேண்டினான்.

குற்றத்தை நன்கு பரிசீலித்துவிட்டு, கோவிலுக்குக் காணிக்கை செலுத்துமாறு அவர் கட்டளையிட்டார். மோதியைக் குற்றத்திலிருந்து இது விடுவிக்கும். ஆனால், தன் குற்றத்துக்கான பரிகாரமாக, அவன் பிராயச்சித்தமும் செய்தாக வேண்டும். மோதியிடம், அவனுக்கு மிகவும் பிடித்தவை எவை என்று பூசாரி கேட்டார். துப்பாக்கி வேட்டையும், புலால் உண்பதுமே தனக்கு மிகவும் பிடித்த விஷயங்கள் என்று மோதி கபடமில்லாமல் பதிலளித்தான்: இனிமேல் இந்த இரண்டையும் அவன் செய்யக் கூடாது என்று பூசாரி கூறிவிட்டார்.

யாத்திரை முடிந்து, குற்றம் நீங்கியவனாகத் திரும்பிவந்து சேர்ந்தான் மோதி. ஆனால், ஆயுட்கால விரதம் அவன் மேல் சுமந்துவிட்டது. அவன் துப்பாக்கி சுடுவதற்கான சந்தர்ப்பங்கள் குறைவு; இடிகுழல் துப்பாக்கியை மற்றவர்களோடு பகிர்ந்துகொள்ள வேண்டியிருந்தது; அதுவும், கிராமத்தின் எல்லைகளுக்குள்தான் சுட முடியும்; மோதியைப் போன்ற ஸ்தானம் உள்ளவர்களுக்கு அரசாங்கக் காடுகளில் சுட அனுமதி கிடையாது. என்றாலும், அந்தப் பழைய துப்பாக்கி யால் சுடுவதில் அவனுக்குப் பெரும் ஆனந்தம் இருந்தது. எப்போதாவது, என்னுடைய துப்பாக்கியைக் கொடுத்துச் சுடச் சொல்வேன் – அது சட்ட விரோதமானது என்றாலும்.

விரதத்தின் ஒருபாதி இவ்வளவு கடினமானது என்றால், மறுபாதி இதைவிடவும் கடினமானது. அது அவன் தேகநலத் தையும் பாதித்தது. மாதம் ஒரு தடவை சிறிதளவு புலால் உண்பதற்கு மட்டுமே அவனது சம்பாத்தியம் இடமளிக்கும். இருந்தாலும், பன்றிகளும் முள்ளம்பன்றிகளும் தாராளமாய்க் கிடைத்தன. சிலசமயம் இரவுகளில் வழிதவறும் மான்களும் வயல்களுக்குள் வந்துசேரும். எங்கள் கிராமத்தில் ஒரு வழக்கம் இருந்தது. அந்த வழக்கத்துக்கு நானும் கட்டுப்பட்டேன். ஒருவர் சுட்டுக்கொல்லும் விலங்கை அனைவரும் பகிர்ந்து கொள்வோம். ஆகவே, தன்னால் விலைக்கு வாங்க இயன்ற இறைச்சியை மட்டுமே மோதி முழுக்க நம்பியிருந்ததில்லை.

ஹரித்வார் யாத்திரையைத் தொடர்ந்து வந்த குளிர்காலத் தில் மோதியை வறட்டு இருமல் பீடித்தது. நாங்கள் கொடுத்துப் பார்த்த சிகிச்சைகள் எதுவும் அவனைக் குணப்படுத்தவில்லை. காலாதுங்கி வழியாகச் சென்ற என்னுடைய மருத்துவ நண் பரிடம் அவனைப் பரிசோதிக்கச் சொன்னேன். மோதிக்குக் காசநோய் தொற்றியிருக்கிறது என்று அறிந்ததும் கலங்கிப் போனேன். மருத்துவரின் ஆலோசனைப்படி, முப்பது மைல் களுக்கு அப்பால் இருந்த போவாலி சானடோரியத்துக்கு மோதியை அனுப்பிவைத்தேன். ஐந்து நாள் கழித்து அவன் திரும்பிவந்தான். சானடோரியத்தின் கண்காணிப்பாளர் அவனிடம் ஒரு கடிதம் கொடுத்தனுப்பியிருந்தார். மோதி இனித் தேறுவதற்கு வாய்ப்பே இல்லை; எனவே அவனை உள்நோயாளியாகச் சேர்த்துக்கொள்ள இயலாது என்று வருத்தம் தெரிவித்து எழுதியிருந்தார்.

சானடோரியம் ஒன்றில் பல வருட காலம் பணியாற்றிய மருத்துவ சேவகர் ஒருவர் அந்தச் சமயத்தில் எங்களுடன் தங்கியிருந்தார். மோதியைத் திறந்தவெளியில் படுத்து உறங்க வைக்கும்படி எங்களுக்கு ஆலோசனை சொன்னார் அவர்.

அவனுக்குத் தினந்தோறும் காலையில் கால் காலன் பாலும், சில சொட்டு பாரஃபினும் குடிக்கக் கொடுக்குமாறும் சொன்னார். ஆக, குளிர் காலத்தின் எஞ்சிய நாட்களில் மோதி திறந்தவெளியில் படுத்து உறங்கினான். காலைவேளையில் எங்கள் வராந்தாவில் உட்கார்ந்து சிகரெட் புகைத்தபடி என்னுடன் பேசிக்கொண்டிருந்தான். எங்கள் பசுக்களிடமிருந்து கறந்த புதுப்பாலைக் கால் காலன் அருந்தினான்.

இந்தியாவின் ஏழைமக்கள் விதியை நம்புகிறவர்கள். அத்தோடு, நோயுடன் போராடுவதற்குத் திராணியற்றவர்கள். எங்களுடைய கோடை இல்லத்துக்கு நாங்கள் போய்விட்ட பிறகு, மோதி எங்கள் உதவியை இழந்தான். அதைவிடவும், எங்கள் அருகாமையைப் பறிகொடுத்தான். ஒருமாதம் கழித்து இறந்து போனான்.

இந்தியாவில் உள்ள பெண்களிலேயே, மிகக் கடுமையான உழைப்பாளிகள் எங்கள் மலையடிவாரப் பெண்கள்தாம். இவர்கள் அனைவரிலும் மிகக் கடும் உழைப்பாளி, மறைந்த மோதியின் மனைவியான புன்வாம்மா. சிறிய, கச்சிதமான பெண்மணி. சாணைக்கல் போல உறுதியானவள். உழைக்க அஞ்சாதவள். மறுமணம் செய்துகொள்ளும் அளவு இளம் வயதுதான் அவளுக்கு. ஆனால், ஜாதிக் கட்டுப்பாடு தடையாக இருந்தது. துணிச்சலாகவும், தீர்மானமாகவும் அவள் எதிர்காலத்தைச் சந்தித்தாள். மிகுந்த தீரத்துடன் தன் பணியைச் செய்து முடித்தாள். இதற்கு அவளுடைய இளம் குழந்தைகள் உதவிகரமாக இருந்தனர்.

அவளுடைய மூன்று குழந்தைகளில் மூத்தவனான புன்வாவுக்கு இப்போது பன்னிரண்டு வயது. அக்கம்பக்கத்தவரின் துணையோடு, உழவு மற்றும் பிற வயல்வேலைகளைச் செய்து வந்தான். குந்தி என்ற பெண்குழந்தைக்குப் பத்து வயது. திருமணம் ஆகிவிட்டது. ஐந்து வருடம் கழித்து, தன் கணவனோடு சேர்ந்து வசிப்பதற்காகக் கிராமத்தை விட்டுப் போனாள். அதுவரை, தன் தாயாருக்கு இருந்த ஆயிரத்திச் சொச்சம் வேலைகளிலும் உதவிவந்தாள் அவள். இதில், சமைப்பது, பாத்திரங்களைக் கழுவுவது, துணிகளைத் துவைப்பது, கிழிந்த துணிகளைத் தைப்பது ஆகியவையும் அடங்கும். தன்னுடைய, தன் குழந்தைகளுடைய, உடைகள் சம்பந்தமாக மிகுந்த அக்கறை உடையவள் புன்வாம்மா. எவ்வளவு பழையதாகவும் ஒட்டுக்கள் போட்டதாகவும் இருந்தாலும், அவை தூய்மையாக இருந்தாகவேண்டும் அவளுக்கு.

வீட்டு உபயோகங்களுக்காக பாசனவாய்க்காலிலிருந்தோ, போர் நதியிலிருந்தோ நீர் கொண்டுவருவதிலும் குந்தி உதவு வாள். இன்னும், காட்டிலிருந்து விறகு பொறுக்கி வருவது, பால்மாடுகளுக்கும் கன்றுகளுக்கும் புல்லும் இலைதழைகளும் பறித்து வருவது, களையெடுப்பது, கதிர் அறுப்பது, கல்லுரலில் இரும்பு உலக்கையால் நெல்குத்துவது – கனமான அந்த உலக்கையை ஆண்களே அவ்வளவு எளிதாகத் தூக்க முடி யாது – நீராலைக்குக் கொண்டு சென்று மாவாக அரைத்து வருவதற்குரிய கோதுமையை முறத்தால் புடைத்து புன்வா விடம் கொடுத்து அனுப்புவது, இரண்டு மைல் தொலைவி லுள்ள கடைவீதிக்கு அடிக்கடி சென்று தன் குடும்பத்தின் வாங்கும் சக்திக்குட்பட்ட உணவுப் பொருட்களையும் துணி மணிகளையும் கடுமையாகப் பேரம் பேசி வாங்குவது என்று சகல வேலைகளிலும் தன் தாய்க்கு உதவுவாள் குந்தி.

கடைக்குட்டியான ஷேர் சிங்குக்கு எட்டு வயது. ஒவ் வொரு நாளும் அதிகாலையில் கண் விழிப்பது முதல், இரவு உணவுக்குப் பிறகு கண் மூடுவது வரை ஒரு சிறுவனால் செய்ய முடிந்த சகல வேலைகளையும் அவன் செய்துவந்தான். உழுவதில் கூட புன்வாவுக்குக் கைகொடுத்தான். என்ன, ஒவ்வொரு சால் தடத்தின் இறுதியிலும் அவனுக்கு யாராவது உதவ வேண்டியிருந்தது – கலப்பையைத் திருப்புமளவுக்கு அவனுக்கு வலு இல்லாததால். லௌகீகக் கவலைகள் எதுவும் இல்லாத ஷேர் சிங், அந்தக் கிராமத்திலேயே மிகவும் உற்சாக மான குழந்தையாக இருந்தான். அவனைப் பார்க்க முடியாத பொழுதுகளில், நிச்சயமாய்க் கேட்க முடியும். பாடுவதில் விருப்பமுள்ளவன்.

நான்கு எருதுகள், பன்னிரண்டு பசுக்கள், எட்டுக் கன்று கள், மற்றும் லாலு என்ற பெயர்கொண்ட காளை ஆகிய வற்றை உள்ளடக்கிய கால்நடை மந்தை அவனுடைய விசேஷப் பொறுப்பில் இருந்தது. ஒவ்வொரு நாளும் காலையில் பசுக்களி லிருந்து பால் கறந்த பிறகு, பட்டியில் முந்தின நாள் கட்டிப் போடப்பட்டிருக்கும் மந்தையை அவிழ்த்து விடுவான். கொட் டிலை விட்டு வெளியேற்றி, சுற்றுச்சுவரில் உள்ள திறப்பின் வழி அவற்றை வெளியே ஓட்டுவான். பிறகு கொட்டிலைச் சுத்தம் செய்வான். இப்போது காலை உணவுக்கு நேரம் வந்துவிடும். தாயோ குந்தியோ கூப்பிட்டவுடன், பால் கறந்த குவளையை எடுத்துக் கொண்டு வயல்களின் குறுக்காக வீட்டுக்கு வந்து சேருவான்.

காலை உணவு சிக்கனமானது. புதிதாகத் தயாரிக்கப்பட்ட சூடான சப்பாத்திகளும், காரமும் உப்பும் தாராளமாகச்

சேர்க்கப்பட்டு கடுகெண்ணெயில் சமைக்கப்பட்ட பருப்பும் இருக்கும். காலை உணவு முடிந்த பிறகு, தனக்கு இடப்பட்ட வீட்டு வேலைகளை முடித்துவிட்டு, தன் தினத்தின் நிஜமான வேலையை ஷேர் சிங் ஆரம்பிப்பான் – கால்நடைகளைக் காட்டில் மேய்ப்பது; அவை வழிதவறிவிடாமல் பார்த்துக் கொள்வது; புலி சிறுத்தையிடமிருந்து அவற்றைப் பாதுகாப்பது. சுற்றுச்சுவருக்கு அப்பால் உள்ள திறந்தவெளியில் படுத்து வெயில்காயும் எருதுகள் நான்கையும், பன்னிரண்டு பசுக்களையும் திரட்டிக்கொண்டு புறப்படுவான். கன்றுகளை குந்தியின் பொறுப்பில் விட்டு விடுவான். கலைந்த தலையுடன், கோடாரியைத் தோளில் போட்டுக்கொண்டு அவன் நடக்கும்போது காளை லாலு பின்தொடரும். தன் பிரஜைகளை போர் நதிப் பாலத்தின் மேல் நடத்திச் சென்று, அப்பாலுள்ள அடர்த்தியான காட்டுக்குள் நுழைவான். ஒவ்வொரு பிராணியையும் பெயர்சொல்லி அழைத்தவாறு செல்வான்.

லாலு ஒரு இளம் கூழைமாடு. பிராயத்துக்கு வரும்போது, தன் தலையெழுத்துப்படி, உழவுக்காளை ஆகிவிடும். நான் எழுதிவரும் காலகட்டத்தில் அது சுதந்திரமாய்த் திரிந்தது. ஷேர் சிங் என்கிற தன் வளர்ப்புச் சகோதரனின் – லாலுவின் தாய் தந்த பாலைக் குடித்துத்தான் ஷேர் சிங்கும் வளர்ந்தான் – பெருமைக்குரிய சொத்தாக இருந்தது. ஷேர் சிங் தன் வளர்ப்புச் சகோதரனுக்கு **லாலு** என்று பெயர் சூட்டியிருந்தான். லாலு என்றால் சிவப்பு என்று பொருள். ஆனால் லாலுவின் நிறம் சிவப்பு அல்ல. பழுப்பு கலந்த இளஞ்சாம்பல் நிறம். தோள்களில் அழுத்தமான சுழிகள் கொண்டது. ஆழ்ந்த கருநிறம் கொண்ட ஒரு கோடு அதன் முதுகு நெடுகிலும் ஓடியது. அதன் கொம்புகள் குட்டையானவை. கூர்மையானவை. உறுதியானவை. அந்தக்காலத்தில் ஒப்பனை மேஜைகளை அலங்கரித்த ஷூஹாரின்* அடர் – வெளிர் நிறக் கலவைகள் கொண்டது.

தினசரியும் கவியும் பொது அபாயங்களின் பின்னணியில் பரஸ்பரம் நெருக்கமாக வசிக்கும் மனிதர்களும் பிராணிகளும் தம்மிடமுள்ள, ஆனால் மற்றவரிடமில்லாத, துணிச்சலையும் தன்னம்பிக்கையையும் மற்றவருக்குப் புகட்டுவார்கள். மனிதர்களோடு இருப்பதைவிடவும் சுவாதீனமாகத் தன் பாட்டனும் தகப்பனும் நடமாடிய காட்டில், நடந்து செல்கிற எதைப் பார்த்தும் ஷேர் சிங்குக்கு அச்சம் கிடையாது. இளமையும் வேகமும் கொண்ட லாலுவோ, அளவற்ற தன்னம்பிக்கை

* ஷூவுக்குள் காலை நுழைக்க உதவும் வளைந்த உலோகத் துண்டு

கொண்டது. எனவே, லாலுவுக்கு ஷேர் சிங்கின் துணிச்சலையும், பதிலுக்கு லாலு தன்னம்பிக்கையையும் பரஸ்பரம் வழங்கிக்கொண்டார்கள். இதன் விளைவாக, ஷேர் சிங்கின் கால்நடைகள் மற்றவர்கள் போக அஞ்சும் இடங்களிலும் சென்று மேய்ந்தன. கிராமத்தில் இருந்த மற்ற பிராணிகளை விட இவை நல்ல நிலைமையில் இருந்தன என்பதிலும், சிறுத்தையோ புலியோ அவற்றைத் தாக்கியதில்லை என்பதிலும் ஷேர் சிங்குக்கு நியாயமான கர்வம் இருந்தது.

எங்கள் கிராமத்திலிருந்து நான்கு மைல் தொலைவில் வடக்கு தெற்காக ஒரு பள்ளத்தாக்கு இருக்கிறது. சுமார் ஐந்து மைல் நீளமுள்ளது. ஐக்கிய மாகாணத்தின் ஐந்தாயிரம் சதுரமைல் பரப்பு முழுவதிலும் அழகில், காட்டுயிர்ச் செறிவில், அதற்கு நிகரான இன்னொரு இடம் கிடையாது. பள்ளத்தாக்கின் மேற்புறமிருந்து தெள்ளிய ஓடை ஒன்று கிளம்பி வருகிறது. வரவர நீரின்அளவு அதிகரித்துவரும் அந்த ஓடை, வயதான நாவல்மரமொன்றின் கீழ் உள்ள ஒரு குகையிலிருந்து பாய்கிறது. குகையில் மலைப் பாம்பொன்று வசிக்கிறது.

பளிங்காகத் தெளிந்த நீரோடு, கிடந்தும் ஓடியும் நகரும் இந்த ஓடையில் பலவகைச் சிறிய மீன்கள் உண்டு. குறைந்த பட்சம், ஐந்து வகையான மீன்கொத்திகள் இந்த மீன்களைத் தின்று வாழ்கின்றன. பள்ளத்தாக்கில் பூமரங்களும் பழமரங்களும் உண்டு. இவற்றால் ஈர்க்கப்பட்டு, தேன் அருந்தும், பழம் உண்ணும் பறவைகளும் விலங்குகளுமாக ஏகப்பட்ட பிராணிகளும்; அவற்றால் ஈர்க்கப்படும் கொலைகாரப் பறவைகளும், மாமிச பட்சிணிகளான விலங்குகளும் வந்து சேர்கின்றன. அடர்த்தியாக மண்டிய புதர்களும், வலையாகப் பின்னிய பிரம்புக்கொடிகளும் அவை மறைந்துகொள்ளத் தாராளமாக இடமளிக்கின்றன. ஓடை சில இடங்களில் சிறு நிலச்சரிவுகளை ஏற்படுத்தியிருக்கிறது. அங்கே நாணல் போன்ற ஒரு வகைப் புல் வளர்ந்திருக்கிறது. அகலமான பச்சை இலைகள் கொண்ட தாவரம். கடம்பை மான்களுக்கும் கேளையாடுகளுக்கும் மிகவும் உவப்பான தீனி இது.

அந்தப் பள்ளத்தாக்கு என்னுடைய அபிமான வேட்டைக் களம். குளிர்காலத்தில் ஒருநாள் மாலைப்பொழுது. எங்கள் கோடை இல்லத்திலிருந்து காலாதுங்கிக்கு இறங்கிவந்து அதிக நாட்கள் ஆகியிருக்கவில்லை. நான் நின்றிருந்த இடத்திலிருந்து பள்ளத்தாக்கைத் தெளிவாகப் பார்க்க முடியும். இடது பக்கத்தில் இருந்த புற்குத்தில் ஒரு அசைவைக் கண்டேன். வெகுநேரம் உன்னிப்பாய்ப் பார்த்தபிறகு, செங்குத்தான சரிவில் பசும்புல்லைத் தின்றுகொண்டிருந்த ஒரு விலங்குதான்

அது என்று தெரியவந்தது. கடம்பை மானை விடச் சிறியதாக வும், கேளையாட்டை விடப் பெரியதாகவும் தென்பட்டது. பதுங்கிப் பதுங்கி அதை நோக்கிச் சென்றேன்.

நான் இவ்வாறு கிளம்பிய மாத்திரத்தில், பள்ளத்தாக்கில் சில நூறு அடிகள் ஆழத்திலிருந்து ஒரு புலியின் உறுமல் கேட்டது. நான் அணுகிய விலங்கும் அந்தப் புலியின் குரலைக் கேட்டுத் தன் தலையை உயர்த்தியது. நான் மிகுந்த ஆச்சரிய மடைந்தேன். அது லாலு. புலியோசையைக் கேட்டதும் தலையை உயர்த்தி, சலனமேயின்றி நின்றது. புலியின் குரல் ஓய்ந்ததும் நிச்சிந்தையாக மீண்டும் புல் மேயத் தொடங்கியது. லாலு வரக்கூடாத இடம் அது. அரசாங்கத்தின் பாதுகாக்கப் பட்ட காடுகளில் கால்நடைகள் மேய அனுமதி கிடையாது. தவிர, புலியினால் தாக்கப்படும் அபாயம் வேறு இருக்கிறது. நான் லாலுவைப் பெயர் சொல்லிக் கூப்பிட்டேன். சிறு தயக்கத்துக்குப் பிறகு, செங்குத்தான சரிவில் மேலேறி வந்தது. இருவரும் சேர்ந்து கிராமத்துக்குத் திரும்பினோம்.

நாங்கள் வந்துசேர்ந்தபோது, ஷேர் சிங் கால்நடைகளைக் கொட்டிலில் கட்டிக்கொண்டிருந்தான். நான் லாலுவை எங்கே பார்த்தேன் என்பதை அவனிடம் சொன்னேன். அவன் சிரித்தான். ‘அதைப்பத்திக் கவலைப்படாதீங்க ஸாஹேப். காட்டுக் காவல்காரர் என்னோடெ சிநேகிதர்தான். லாலுவெப் பிடிச்சு பட்டியிலே அடைக்க மாட்டாரு. புலியை யெல்லாம் லாலு சமாளிச்சிரும்.’

இந்தச் சம்பவம் நடந்து கொஞ்ச நாளில், தலைமை வனப் பாதுகாவரான ஸ்மிதீஸ் தமது மனைவியுடன் காலா துங்கிக்கு விஜயம் செய்தார். அவர்களுடைய கூடாரச் சாமான்களைச் சுமந்த ஒட்டகங்கள் காட்டுச்சாலையில் இறங்கி போர் நதிப் பாலத்தை நோக்கி வந்தன. அவற்றின் கண்முன்னால் ஒரு பசுவைப் புலி அடித்துக் கொன்றது. ஒட்டகங்கள் அருகில் வரவும், அவற்றை நடத்திக்கொண்டு வந்த ஆட்களின் கூச்சலைக் கேட்டு காட்டுக்குள் சென்றுவிட் டது புலி. கொல்லப்பட்ட பசு சாலையிலேயே கிடந்தது.

ஸ்மிதீஸ் தம்பதியர் எங்களது வராந்தாவில் உட்கார்ந்து காலைக் காஃபி அருந்திக்கொண்டிருந்தார்கள். பசுவைப் புலி அடித்த செய்தியை ஒட்டகக்காரர்கள் கொண்டுவந்தார் கள். அந்தப் புலியைச் சுட்டுக் கொல்ல வேண்டும் என்று திருமதி ஸ்மிதீஸ் ஆர்வப்பட்டார். எனவே, அவருக்கு ஒரு பரண் அமைத்துக் கொடுப்பதற்காக அவர்களது ஆட்கள் இருவருடன் புறப்பட்டுப் போனேன்.

இதற்கிடையில், புலி திரும்பி வந்து பசுவை இருபது கஜ தூரம் காட்டுக்குள் இழுத்துச் சென்றிருந்தது. பரண் தயாரானதும், திருமதி ஸ்மிதீஸை அழைத்து வர ஆளனுப்பி னேன். பரணில் அந்த அம்மாளுக்கு வனக்காவலர் ஒருவரைத் துணையாக இருக்கச் செய்தேன். சாலையோரத்திலிருந்த ஒரு மரத்தில் நான் ஏறிக்கொண்டேன் – புலியைப் புகைப் படம் எடுப்பதற்காக.

மாலை நான்கு மணி. அரைமணிநேரமாக நாங்கள் நிலைகொண்டிருந்தோம். புலி படுத்திருந்த திசையில் ஒரு கேளையாடு கத்தியது. அதே சமயம், சாலையின் கீழ்ப்புறத்தி லிருந்து லாலு வந்தது. பசு கொல்லப்பட்ட ஸ்தலத்தில் உறைந்து கிடந்த ரத்தத்தை வெகு கவனமாக முகர்ந்து பார்த்தது. பிறகு, சாலையோரத்தை நோக்கித் திரும்பியது. தலையை உயர்த்திக்கொண்டு, விடைத்த நாசியுடன், பசு இழுத்துச் செல்லப்பட்ட தடத்தில் தொடர்ந்து செல்லத் தொடங்கியது. பசுவைக் கண்டவுடன் சுற்றிச்சுற்றி வந்தது. தரையைக் குளம்புகளால் கீறியது. ஆத்திரமாக உறுமியது. என்னுடைய புகைப்படக் கருவியை மரக் கிளையில் கட்டி விட்டு, கோபமாக இருந்த லாலுவை கிராம எல்லையை நோக்கி நடத்திச் சென்றேன். முரண்டுபிடித்தவாறு அது வந்தது.

மரத்தில் என்னுடைய இடத்துக்குத் திரும்பி வந்து சேர்ந்த மாத்திரத்தில், லாலு திரும்பவும் சாலையில் வந்து விட்டது. இறந்து கிடந்த பசுவின் அருகில் இரண்டாம் முறையாகச் சென்று சுற்றிச்சுற்றி வந்தது. லாலுவை விரட்டு மாறு வனக்காவலரை அனுப்பினார் திருமதி ஸ்மிதீஸ். அந்த ஆள் என்னைத் தாண்டிச் சென்றபோது, லாலுவை போர் நதிப் பாலத்தைக் கடந்து கூட்டிச் சென்று அங்கேயே இருக்கும்படி சொன்னேன். திருமதி ஸ்மிதீஸை அழைத்துச் செல்வதற்காக அந்த இடத்துக்கு ஒரு யானை வர இருந்தது.

கொஞ்ச நேரமாகவே கேளையாட்டின் குரல் கேட்க வில்லை. பரணுக்கு சில கஜங்கள் பின்னாலிருந்து காட்டுக் கோழிக் கூட்டம் கொக்கரிக்க ஆரம்பித்தது. என்னுடைய புகைப்டக் கருவியைத் தயார் செய்துகொண்டேன். திருமதி ஸ்மிதீஸை நோக்கினேன். தம்முடைய துப்பாக்கியை உயர்த்தி அவரும் தயாராக இருந்தார். அப்போது, மூன்றாவது தடவை யாக லாலு தோன்றியது. (பாலத்தைக் கடந்து கூட்டிச் சென்ற பின்னர், அது திரும்பவும் ஆற்றைக் கடந்து காட்டுக்குள் சென்று மறைந்துவிட்டது என்று பிற்பாடு எங்களுக்குத் தெரிய வந்தது.)

இந்த முறை பசுவை நோக்கித் தாவிச் சென்றது லாலு. புலியைப் பார்த்துவிட்டதோ, அல்லது மோப்பத்தால் தெரிந்து கொண்டதோ, உரத்து முக்காரமிட்டபடி தலையைத் தாழ்த்திப் புதரைத் தாக்கியது. மூன்று தடவை தாக்கியது. ஒவ்வொரு முறையும் தாக்கிவிட்டு, புறப்பட்ட இடத்திற்கே திரும்பியது. அப்போது தன் கொம்புகளை உயர்த்திக் காற்றில் கீறியது. இரையிடமிருந்து புலிகளை எருதுகள் துரத்தியடித் ததைப் பார்த்திருக்கிறேன். கால்நடைகள் சிறுத்தைகளை விரட்டுவதையும் பார்த்திருக்கிறேன். ஆனால், இமாலயக் கரடியைத் தவிர வேறொரு விலங்கு – அதுவும் ஒரு கூழை மாடு – தன்னந்தனியாக நின்று புலியை விரட்டியதை நான் பார்த்ததே இல்லை.

லாலு என்னதான் தைரியசாலியாக இருந்தாலும், ஒரு புலிக்குச் சமானமானது அல்ல. புலியின் பொறுமை குறைந்து வந்தது. லாலுவின் முக்காரங்களுக்குப் பதில் போல, ஆத்திர மான உறுமல்கள் அதனிடமிருந்து கிளம்பின. கிராமத்திலிருந்த சிறுவனின் ஞாபகம் வந்தது எனக்கு. தன்னுடைய பிரிய சகாவுக்கு ஏதாவது ஆகிவிட்டால் அவன் மனமுடைந்து போவான். எனவே, லாலுவின் உதவிக்குப் போக யத்தனித் தேன். அதே சமயம், புலியைச் சுடும் வாய்ப்பை மிகுந்த பெருந்தன்மையுடன் திருமதி ஸ்மிதீஸ் கைவிட்டார். யானையைக் கொண்டுவரும்படி மாவுத்தனைப் பார்த்துக் கூவினேன்.

கொட்டிலை நோக்கி என்னைப் பின்தொடர்ந்து வந்த போது, லாலு மிகவும் பவ்வியமாக நடந்து வந்தது. ஷேர் சிங் அதைக் கட்டிப் போடக் காத்திருந்தான். செத்துப் போன பசுவின் சார்பாக லாலு விடுத்த அறைகூவலைப் புலி ஏற் காமல் விட்டதை அறிந்தபோது, என்னைப் போலவே அவனுக்கும் ஆசுவாசமாய் இருந்திருக்கும்.

அன்று இரவும் மறுநாள் மாலையிலும் புலி அந்தப் பசுவைப் புசித்தது. புலியைச் சுடுவதற்கு இன்னொரு முறையும் முயன்று தோல்வி கண்டார் திருமதி ஸ்மிதீஸ். அதை நான் ஒரு சலனப்படமாக எடுத்தேன். இந்தக் கதையை வாசிப்பவர் களில் சிலருக்கு அந்தப் படத்தைப் பார்த்த ஞாபகம் இருக்க லாம். படத்தில் அந்தப் புலி ஒரு செங்குத்தான சரிவில் இறங்கி வருகிறது. ஒரு சிறு குட்டையில் நீர் அருந்துகிறது.

காடு ஷேர் சிங்கின் விளையாட்டுக் களமாக இருந்தது. அவனுக்குத் தெரிந்த ஒரே விளையாட்டுக் களம் அதுதான் – சிறுவனாக இருந்தபோது எனக்கு இருந்தது மாதிரி. நான் அறிந்த அத்தனைபேரிலும், ஷேர் சிங் மட்டும்தான் என்

அளவுக்குக் காட்டில் ஆனந்தமாய்த் திரிந்தவன். புத்திசாலித் தனமும், கூர்மையான கவனமும் கொண்டவன் அவன். காடு பற்றி அசாத்தியமான அறிவு உள்ளவன். அவனுடைய கவனத் திலிருந்து எதுவுமே தப்பாது. சிங்கம் என்று பொருள்படும் தன்னுடைய பெயருக்குத் தகுந்த மாதிரி அச்சமற்றவன் அவன்.

போர் நதிப் பாலத்துக்கு மறுபுறத்தில் மூன்று சாலைகள் சந்திக்கின்றன. மொராதாபாத் செல்லும் நெடுஞ்சாலை – இந்தச் சாலை புழக்கத்தில் இல்லை. கோட்டா செல்லும் சாலை. ராம்நகருக்குச் செல்லும் காட்டுச் சாலை. இவற்றில் ஏதேனும் ஒன்றின் வழியாக மாலை நேரத்தில் உலாவச் செல்வது எங்களுக்குப் பிடிக்கும். அநேக மாலைப்பொழுது களில், சூரியாஸ்தமன சமயத்தில், ஷேர் சிங்கைப் பார்ப்பதற்கு முன்பாக அவனுடைய குரலைக் கேட்போம். தெளிவாக உச்சஸ்தாயியில் அவன் பாடுவது வெகுதூரம் கேட்கும். சுதந்திரமாகப் பாடிக்கொண்டு தன்னுடைய கால்நடைகளை வீட்டுக்கு ஓட்டிப் போவான்.

எங்களைப் பார்த்தவுடன் புன்முறுவலுடன் வந்தனம் சொல்வான். எங்களிடம் சொல்வதற்கு சுவாரசியமான செய்தி ஏதாவது வைத்திருப்பான். ‘இன்னைக்கிக் காலையிலே ரோட்டுலெ அந்தப் பெரிய புலியோட தடம் இருந்துச்சு. கோட்டாவிலேர்ந்து வந்து நயா கானைப் பாத்துப் போயி ருக்கு. மத்தியானம் துனிகாட் பிரம்புக் குத்துக்குக் கீழ்ப்புறம் அதோட கொரல் கேட்டுச்சு.’ ‘சார்யாபானிக்குப் பக்கத்துலே கொம்புகள் மோதுற சத்தம் கேட்டுச்சு. மரத்துமேல ஏறிப் பார்த்தேன். ரெண்டு கலைமானுக்குள்ளெ சண்டை. அதுலெ ஒண்ணுக்கு ரொம்பப் பெரிய கொம்பு, ஸாஹிப். நல்ல கொழுத்த மான். நானும் கறி சாப்பிட்டு ரொம்ப நாளாச்சு.’ ‘நான் தூக்கிட்டு வர்றது என்னான்னு சொல்லுங்க பாப் போம்’ – அகலமான பசும் இலைகளில் எதையோ சுருட்டிக் கட்டி தன் கலைந்த தலையின்மேல் அவன் சுமந்து வந்தான். ‘பன்னியோடெ காலு. மரத்து மேல கழுகுகள் உக்காந்திருக் கிறதெப் பாத்தேன். என்னான்னு பாத்துட்டு வரலாம்னு போனேன். கீழே பொதருக்குள்ளெ பன்னி செத்துக் கிடந்துச்சு. நேத்து ராத்திரி சிறுத்தை கொன்னுபோட்டிருக்கு. பாதி தின்னுருச்சு. நீங்க அந்தச் சிறுத்தையைச் சுடணும்னா சொல் லுங்க ஸாஹேப். இரை கிடக்குற இடத்துக்குக் கூட்டிட்டுப் போறேன்.’

‘ஹால்டு மரப் பொந்திலே தேனடை பாத்தேன் இன் னைக்கி’ என்று ஒரு நாள் சொன்னான். நீண்ட முட்களால்

தைத்த அகலமான இலைத்தட்டைப் பெருமிதமாகக் காட்டினான். தூய வெண்ணிறமான தேனடை அதில் கிடந்தது. 'ஒங்களுக்காகத் தேன் கொண்டுவந்தேன்.' என் கையிலிருந்த துப்பாக்கியைப் பார்த்ததும், ' வேலையை முடிச்சிட்டு, தேனை ஒங்க வீட்டுலே கொண்டுவந்து தர்றேன். ஒங்க கையிலே தேன் இருந்துச்சுன்னா, வழியிலே பன்னியோ கேளையாடோ வந்தா ஒங்களாலே சுட முடியாதே.'

அவனுடைய சிறு கோடரியைக்கொண்டு ஹால்டு மரத்திலிருந்து தேனடையை வெட்டியெடுக்க குறைந்தது இரண்டு மணி நேரமாவது ஆகியிருக்கும். அதைவிட அதிகமாகவும் ஆகியிருக்கலாம். அவ்வளவு நேரமும் தேனீக்கள் அவனைப் படுமோசமாகக் கொட்டியிருந்தன. அவன் கைகள் வீங்கியிருந்தன. ஒரு கண் கிட்டத்தட்ட மூடியிருந்தது. ஆனால், அது குறித்து அவன் ஒன்றுமே சொல்லவில்லை; அதைப்பற்றி நான் ஏதாவது சொல்லியிருந்தால், சங்கடப்பட்டிருப்பான்.

பிற்பாடு, அன்றிரவு நாங்கள் இரவு உணவு அருந்தும் போது, சத்தமில்லாமல் அறைக்குள் வந்தான். பொன்போலத் தேய்த்த பித்தளைத் தாம்பாளத்தை எங்கள் மேஜைமீது வைத்தான். வைக்கும்போது தன் வலது முழங்கையை இடது கைவிரல்களால் தொட்டுக்கொண்டான். மரியாதையைக் குறிக்கிற பழையகால மலைவழக்கம் அது; இந்நாட்களில் வெகுவேகமாக அருகி வருகிறது.

இப்படிப்பட்ட ஒரு பரிசை மேஜையில் வைத்துவிட்டு – தாம்பாளத்தைக் காலையில் குந்தி வந்து பெற்றுக்கெள்வாள் – கதவருகில் தயங்கி நிற்பான். தரையைப் பார்த்தபடி, கால் விரல்களால் கம்பளத்தைக் கீறுவான். 'நாளைக்கி பறவை வேட்டைக்குப் போறதுன்னா சொல்லுங்க. குந்தியை மாடு மேய்க்க அனுப்பிட்டு, நான் ஒங்களோடெ வர்றேன். பறவைகள் ஏராளமா இருக்கிற இடம் எனக்குத் தெரியும்.' வீட்டில் அவன் எப்போதுமே மிகுந்த கூச்சத்துடன்தான் இருப்பான். இதுபோலப் பேசும்போது குரல் கம்மும். அவனுடைய வாய் நிறைய வார்த்தைகள் நிரம்பியிருக்கிற மாதிரியும், அவனைப் பேசவிடாமல் குறுக்கே வந்த சிலவற்றை அவன் கஷ்டப்பட்டு விழுங்குகிற மாதிரியும் இருக்கும்.

பறவைவேட்டையில் ஷேர் சிங் உற்சாகமாகப் பங்கேற்பான். அவனையும் என்னையும் போல, கிராமத்துச் சிறுவர்களும் மகிழ்ச்சியாகக் கலந்துகொள்வார்கள். அன்றைய கோலாகலமும், முடிவில் வீட்டுக்கு ஒரு பறவையைக் கொண்டுபோகும் மகிழ்ச்சியும் மட்டுமே அதற்குக் காரணமல்ல. முன்பே

ஏற்பாடு செய்தபடி, நண்பகலில், என்னுடைய ஆள் ஒருவர் இனிப்புகளும் வறுத்த பயறும் எடுத்துக்கொண்டு ஒரு குறிப் பிட்ட இடத்துக்கு வந்து சேருவார். எல்லாரும் உட்கார்ந்து சாப்பிடுவோம்.

சுடுவதற்கு நான் நிலைகொண்ட பிறகு, ஷேர் சிங் தன் னுடைய சகாக்களை வரிசைகூட்டி, குறிப்பிட்ட புதரைச் சுற்றி நின்று சத்தமெழுப்பச் சொல்வான். அவர்கள் அனை வரையும் விட உரத்த குரலில் கூவியவாறு புதரைத் துளைத்துக் கலைத்துக்கொண்டு என்னை நோக்கி வருவான். ஒரு பறவை தட்டுப்பட்டதும், 'வருது ஸாஹேப், வருது' என்று அலறுவான். அல்லது கனத்த மிருகம் ஏதேனும் புதருக்குள்ளிருந்து பாயும். இப்படி அடிக்கடி நடக்கும். அப்போது தன்னுடைய சகாக் களை ஓடாமல் நிற்கும்படி சொல்வான். அது வெறும் கடம்பை மான், புள்ளிமான் அல்லது பன்றிக்கூட்டம்தான் என்று தைரியம் சொல்வான். ஒரு நாளில் பத்துப் பன்னிரண்டு புதர்களை இப்படிக் கலைப்போம். முடிந்த அளவு மயில்களை யும் காட்டுக்கோழிகளையும், இரண்டு மூன்று முயல்களையும், வாய்த்தால் ஒரு சிறிய பன்றி அல்லது முள்ளம்பன்றியையும் வேட்டையாடுவோம்.

கடைசிப் புதரையும் கலைத்து முடித்ததும், வேட்டையில் கிடைத்தவற்றை வேட்டைக்காரரும் வேட்டைக்கு உதவியவர் களும் பகிர்ந்துகொள்வோம். கிடைத்தவை மிகவும் குறைவாக இருந்தால், உதவியவர்கள் மட்டும் பகிர்ந்து கொள்வார்கள். வேட்டை முடிவில், முழுத் தோகையுள்ள ஆண்மயிலைத் தன் தோளில் பெருமிதாய்ப் போட்டுக் கொண்டு வீட்டுக்குத் திரும்புவதை விட ஷேர் சிங்குக்கு ஆனந்தம் தருவது வேறொன் றுமில்லை.

புன்வாவுக்குத் திருமணம் ஆனது. ஷேர் சிங் வீட்டை விட்டு வெளியேறுவதற்கான நாள் நெருங்கியது. ஆறு ஏக்கர் கொண்ட சிறிய சொத்தின் வருமானம் இரண்டு சகோதரர் களுக்குப் போதுமானதாக இருக்காது. தன்னுடைய அபி மானக் காட்டையும் கிராமத்தையும் விட்டு வெளியேற நேர்ந் தால் ஷேர் சிங் மனமுடைந்து போவான் என்பதை நான் அறிவேன்.

கத்தகூடத்தில் கார் பணிமனை வைத்திருந்த எனது நண்பர் ஒருவரிடம் அவனைப் பயிற்சியாளனாகச் சேர்த்து விடத் தீர்மானித்தேன். நைனி டால் மோட்டார்ப் பாதையில் பல கார்களை இயக்கி வந்தார் அவர். பயிற்சி முடிந்த பிறகு, எங்கள் காரின் ஓட்டுநராக ஷேர் சிங்கை வைத்துக்கொள்ள

லாம் என்பது என் நோக்கம். குளிர்காலத்தில் வேட்டைக்குப் போகும்போது அவன் எனக்குத் துணைவனாக இருப்பான். கோடையில் நாங்கள் நைனி டாலுக்கு இடம்பெயரும்போது காலாதுங்கியில் உள்ள எங்கள் குடிலையும் தோட்டத்தையும் கவனித்துக்கொள்வான். அவனுக்காக நான் தீட்டியிருந்த திட்டங்களைக் கேட்டதும், மகிழ்ச்சியால் வாயடைத்துப் போனான் ஷேர் சிங். கிராமத்தில் அவன் தொடர்ந்து தங்கி யிருக்கலாம்; பிறந்தது முதல் ஒருபோதும் விட்டு விலகியிராத தனது வீட்டிலிருந்து கூப்பிடுதொலைவில் வசிக்கலாம்.

வாழ்க்கையில் எவ்வளவோ திட்டங்கள் போடுகிறோம். அவற்றில் ஏதேனும் சில பிசகிவிட்டால் வருந்துவது சரிதானா என்று எனக்குத் தெரியவில்லை. நவம்பரில் நாங்கள் காலா துங்கிக்குத் திரும்பியதும் ஷேர் சிங் பயிற்சிக்குக் கிளம்ப இருந் தான். அக்டோபரில் ஷேர் சிங்கை மலேரியா உக்கிரமாகப் பீடித்தது. பின்னர் அது நிமோனியாவாக மாறியது. நாங்கள் வந்து சேர்வதற்குச் சில நாட்கள் முன்பு, அவன் இறந்து போனான்.

சிறுவனாய் இருந்த காலங்களில், நாள் முழுவதும் பாடிக் கொண்டே திரிந்தவன் அவன். உலகமோ மாறிக்கொண்டே இருக்கிறது. தொடர்ந்து அவன் வாழ்ந்திருந்தால், அவனது பால்ய நாட்களில் இருந்த அதே அளவு சுதந்திரமாகவும் மகிழ்ச்சியாகவும் இருந்திருப்பானா என்பதை யாரால் சொல்ல முடியும்?

எங்கள் வசிப்பிடத்தை விட்டு சிலகாலம் வெளியேற இருந்தோம். ஹிட்லரின் யுத்தத்தால் நாங்கள் ஆரோக்கியம் இழந்திருந்தோம். வேறு சீதோஷ்ண நிலைகளில் போய் வசித்து, இழந்த ஆரோக்கியத்தை மீண்டும் பெறுவதே எங்கள் நோக்கம். எங்கள் கிராமத்தவரையும், அவர்களது குடும்பத்தா ரையும் கூட்டினேன். அவர்களுடைய உடமைகள் அனைத்தை யும் பொறுப்பேற்றுக்கொள்வதற்கு, கிராமத்தை அவர்களே நடத்திச் செல்வதற்கும் வேளை வந்துவிட்டது என்று தெரிவித் தேன். முந்தைய இரண்டு சந்தர்ப்பங்களில் கூட இவ்விதம் தான் செய்திருந்தேன்.

நான் பேசி முடித்ததும் புன்வாம்மா எழுந்து நின்றாள். கிராமவாசிகளின் சார்பாகப் பேசினாள். அவளுடைய இயல் பின்படி யதார்த்தமாகப் பேசினாள். 'எங்களைக் கூப்பிட்டு உக்கார வச்சு எங்க வேலையையெல்லாம் கெடுத்துப்புட்டீங்க. நாங்கதான் ஏற்கனவே சொல்லியிருக்கோமே, இப்பவும்

அதைத்தான் சொல்றோம். ஒங்க நெலங்களை நாங்க எடுத்துக் கிற மாட்டோம். அப்பிடி எடுத்துக்கிட்டோம்னா, அதுக்கப் பறம் நாங்க ஒங்க மனுஷங்க இல்லேன்னு ஆயிரும். அது சரி ஸாஹேப், அந்தப் பன்னி விஷயம் என்னாச்சு? ஒங்க செவத்திலே ஏறி என்னோட உருளைக்கெழங்கையெல்லாம் தின்னுபோட்ட அந்த சைத்தானை புன்வாவும் மத்தவங்களும் சுட முடியலே. ராத்திரிப் பூரா உக்காந்து தகர டப்பாவைத் தட்டித் தட்டி நான் ஓய்ஞ்சே போனேன்.'

மலையடிவாரத்தைச் சுற்றிக்கொண்டு போகும் விலங்குத் தடத்தில் நானும் மாகியும் நடந்து சென்றோம். டேவிட் எங்களைப் பின்தொடர்ந்து வந்தான். தடத்தின் குறுக்காகத் துள்ளிச் சென்றது அந்தப் பன்றி. உடலில் ஏகப்பட்ட துப்பாக்கி ரவைகள் பாய்ந்த, இரவு முழுவதும் ஒரு புலியுடன் சண்டை யிட்டுச் செத்துப் போன, பழைய கிழட்டுப் பன்றியின் மகன் அது.

சூரியன் மறைந்துவிட்டது. சுடும் எல்லைக்கு வெளியே இருந்தது பன்றி – கிட்டத்தட்ட முன்னூறு கஜங்களுக்கு அப் பால். ஆனால், கிராமத்தை நோக்கித்தான் சென்றுகொண் டிருந்தது. ஆகவே, அதைச் சுட்டுவிடுவதுதான் சரி. குறியைச் சரியாக அமைத்துக்கொண்டு, ரைஃபிளை ஒரு மரத்தில் அண்டக் கொடுத்து நான் காத்திருந்தேன், ஆழமான பள்ள மொன்றின் விளிம்பில் பன்றி சற்றுத் தயங்கும் என்று.

துப்பாக்கி விசையை நான் அழுத்தியபோது, பன்றி பள்ளத்துக்குள் பாய்ந்துவிட்டது. மறுமுனையில் தொற்றி ஏறிக் கடும் வேகத்தில் ஓடிவிட்டது. 'குறி தப்பி விட்டதா என்ன?' என்று மாகி கேட்டாள். அதே கேள்வியைக் கண்ணால் கேட்டான் டேவிட். சுடும் தொலைவைப் பற்றிய எனது கணிப்பு தவறாகிவிட்டது என்பதைத் தவிர, அந்தப் பன்றி தப்பியதற்கு வேறு காரணமில்லை. இத்தனைக்கும் என்னு டைய துப்பாக்கியின் வெள்ளிக் குறிமுனையில் பன்றியின் கறுப்புத் தோல் தெளிவாகத் தெரிந்தது. ஸ்திரமாகக் குறிவைப் பதற்கு ஏதுவாக மரத்தில் துப்பாக்கியைப் பதித்திருந்தேன்.

எப்படியோ, வீடு திரும்பும் நேரம் ஆகிவிட்டது. பன்றி ஓடிச்சென்ற கால்நடைப்பாதை போர் நதிப் பாலத்துக்கு எங்களை இட்டுச் செல்லும். நான் சுட்டதின் பலன் என்ன என்று பார்ப்பதற்காக அந்தப் பாதையில் சென்றோம். பன்றி ஊன்றி எழும்பிய இடத்தில் அதன் பாதத் தடம் ஆழமாகப் பதிந்திருந்தது. பள்ளத்தின் மறு முனையில் அது தொற்றி ஏறிய இடத்தில் ரத்தம் சிந்தியிருந்தது. பன்றி சென்றிருந்த பாதையில்

இருநூறு கஜங்கள் தள்ளி, குறுகி அடர்ந்த புதர் இருந்தது. அந்தப் புதருக்குள் பன்றி இறந்து கிடப்பதை மறுநாள் காலை யில் நான் பார்க்கலாம், ஒருவேளை. காரணம், மிக அதிகமாக ரத்தம் சிந்தியிருந்தது. அல்லது அது இறந்திருக்கவில்லை என்றாலும், மாகி என்னுடன் இருக்க மாட்டாள். இப்போதி ருப்பதை விடவும் காலையில் வெளிச்சம் நன்றாக இருக்கும்; சுடுவதற்கு வசதியாக.

நான் சுட்டத்தை புன்வா கேட்டிருக்கிறான். பாலத்தில் எங்களுக்காகக் காத்திருந்தான். ஆவலாக விசாரித்தான். 'ஆமாம். அந்தப் பன்றியைச் சுட்டு விட்டேன். ரத்தம் சிந்தியி ருக்கிறதைப் பார்த்தால், நன்றாக அடிபட்டிருக்கும் என்று தான் தோன்றுகிறது' என்று சொன்னேன். மறுநாள் காலை யில் பாலத்துக்கு வந்தால், பன்றி கிடக்கும் இடத்தைக் காட்டு கிறேன் என்றும் சொன்னேன். பிறகு அவன் ஆட்களைக் கூட்டி வந்து தூக்கிச் செல்லலாம்.

'ஹவில்தார்க் கிழவரையும் கூட்டிட்டு வரலாமா?' என்று புன்வா கேட்டான். நான் சம்மதித்தேன். கனிவான கிழவர் அந்த ஹவில்தார். எல்லாருக்கும் அவர்மேல் அன்பும் மரியா தையும் உண்டு. கூர்க்கா இனத்தைச் சேர்ந்தவர். ராணுவத்தை விட்டு விலகியதும் காவல்துறையில் சேர்ந்தார். ஓய்வுபெற்று ஒரு வருடம் ஆகிறது. எங்கள் கிராமத்தில், நாங்கள் அளித்த நிலத்தில், தன் மனைவியுடனும் இரண்டு மகன்களுடனும் குடியமர்ந்திருக்கிறார். கூர்க்காக்களுக்கு பன்றிக்கறியின் மீது தீராத ஆசை உண்டு. ஹவில்தாருக்கும்தான். எங்களில் யாரா வது ஒரு பன்றியைச் சுட்டுவிட்டால், இந்த முன்னாள் ராணுவவீரர் – காவலருக்குரிய பங்கைக் கொடுத்தாக வேண் டும் என்பது எழுதப்படாத சட்டம்.

மறுநாள் காலையில் புன்வாவும் ஹவில்தாரும் பாலத்தில் காத்திருந்தனர். கால்நடைத் தடத்தில் சென்றோம். முந்தின நாள் மாலையில் நான் ரத்தத்தைக் கண்ட இடத்தை விரை விலேயே சென்றடைந்தோம். அந்த இடத்திலிருந்து சென்ற ரத்தத் தடம் தெளிவாக இருந்தது. நாங்கள் அதைத் தொடர்ந்து சென்றோம். நான் எதிர்பார்த்த மாதிரியே, அது எங்களை அடர்ந்த புதரிடம் கொண்டு சேர்த்தது. புதரின் விளிம்பில் என் சகாக்களை நின்றுவிடச் சொன்னேன். அடிபட்ட பன்றி மிகவும் அபாயகரமானது. தான் தாக்கி வீழ்த்திய மனிதனைக் குதறித் தள்ளிவிடும் பழக்கம் உள்ள ஒரே காட்டு விலங்கு அது, கரடியைத் தவிர. ஆகவே, அடிபட்ட பன்றிகளை – அதிலும் பெரிய கோரைப்பற்கள் உள்ள பன்றிகளை மிகவும் மரியாதையாக நடத்த வேண்டும்.

நான் எதிர்பார்த்த இடத்தில் பன்றி நின்று விட்டிருந்தது. ஆனால் சாகவில்லை. இரவு முழுவதும் படுத்துக்கிடந்த புதர்மறைவிலிருந்து அதிகாலையில் எழுந்து சென்றுவிட்டது. புன்வாவை விசிலடித்துக் கூப்பிட்டேன். அவனும் ஹவில் தாரும் மறுபடியும் என்னுடன் சேர்ந்துகொண்டார்கள். பன்றியைத் தேடி மீண்டும் கிளம்பினோம்.

ரத்தத் தடம் எங்களை விலங்குப் பாதையின் குறுக்கே இட்டுச் சென்றது. அடிபட்ட விலங்கு சென்றிருந்த திசையைப் பார்த்தால், மலையின் மறுபக்கம் உள்ள அடர்ந்த காட்டுக்குள் அது போயிருக்க வேண்டும். முந்தின நாள் மாலையில் அங்கி ருந்துதான் அது வந்திருக்கும் என்று எனக்குத் தோன்றியது. காலையில் தென்பட்ட ரத்தத் தடம் மெலிதாக இருந்தது. நாங்கள் செல்லச் செல்ல மேலும் மெலிதாகிக் கொண்டே போனது. மரவரிசைக்கு அப்பால், சுத்தமாக நின்றுவிட்டது. உதிர்ந்து கிடந்த இலைகளைக் காற்று கலைத்திருந்தது. இந்த இடத்தில் இடுப்புயரம் வளர்ந்திருந்த கோரைப்புல் சருகாகக் காய்ந்திருந்தது. மலையின் மறுபக்கம் உள்ள அடர்ந்த காட்டுக் குள்தான் பன்றி சென்றிருக்க வேண்டும் என்று இன்னமும் நான் உறுதியாக நம்பினேன். புற்பரப்புக்குள் நுழைந்தேன் – அதன் மறுபக்கம் ரத்தத் தடத்தை மீண்டும் பார்த்துவிட முடியும் என்ற எதிர்பார்ப்புடன்.

ஹவில்தார் சற்றுப் பின் தங்கிவிட்டார். புன்வா என்னை நெருக்கமாகப் பின்தொடர்ந்து வந்தான். புற்பரப்புக்குள் சில கஜ தூரம் சென்றதும், தாழ்வாய் இருந்த புதரின் முட்களில் என்னுடைய கம்பளிக் காலுறைகள் சிக்கிக்கொண்டன. விடுவித்துக்கொள்வதற்காக நான் நின்றுவிட்டேன். முட் களைத் தவிர்க்கவேண்டி சில அடிகள் வலதுபுறமாகச் சென் றான் புன்வா.

விடுவித்துக்கொண்டு நான் நிமிர்ந்த அதே நேரத்தில், புல்லுக்குள்ளிருந்து பாய்ந்தது அந்தப் பன்றி. ஆங்காரமான உறுமலுடன் புன்வாவை நோக்கிச் சென்றது. அவன் வெள்ளைச் சட்டை அணிந்திருந்தான். அபாயகரமான வேட்டையில் ஈடுபட்டிருக்கும் போது, அடிபட்ட மிருகம் என்னைத் தாக்கு மானால், என்ன செய்ய வேண்டும் என்று என் வேட்டைத் துணைவர்களுக்கு நான் சொல்லி வைத்திருப்பேன். அதையே இப்போது செய்தேன். துப்பாக்கி முனையை ஆகாயத்தை நோக்கி உயர்த்தி, உச்ச ஸ்தாயியில் கூவியவாறு துப்பாக்கி விசையை அழுத்தினேன்.

என் காலுறைகளில் முட்கள் தைத்து ஒரு கணம் நான் தாமதிக்காமல் இருந்திருந்தால், எல்லாமே நல்லபடியாக

முடிந்திருக்கும். புன்வா மீது பாய்வதற்குள்ளாக அந்தப் பன்றியைக் கொன்றிருப்பேன். ஆனால், பன்றி அவன் மீது பாய்ந்துவிட்டது. இனி அதன் கவனத்தைத் திருப்ப முயற்சிக் கலாம். அவ்வளவுதான். ஏனெனில் அவன் இருக்கும் பக்க மாகச் சுட்டால், அவனுடைய உயிருக்குத்தான் அபாயம் அதிகம்.

என் துப்பாக்கியிலிருந்து புறப்பட்ட தோட்டா காட்டில் ஒரு மைலுக்கு அப்பால் சென்று வீழ்ந்தபோது, 'ஸாஹேப்' என்று தீனமாக அலறியவாறு புல்லில் மல்லாந்து விழுந்தான் புன்வா. பன்றி அவன் மீது பாய்ந்திருந்தது. ஆனால், நான் கூவியதையும் துப்பாக்கி வெடித்த சத்தத்தையும் கேட்டு, சொடுக்கும் நேரத்தில் என்னை நோக்கி நேராகத் திரும்பியது. என்னிடம் இருந்தது .275 ரைஃபிள். காலியான தோட்டாவை வெளியில் எடுத்து புதிய தோட்டாவை அவசரமாக ஏற்றுவதற் குள் பன்றி என்மீது பாய்ந்தது. துப்பாக்கியை விட்டு என் வலதுகையை எடுத்து முன்னால் நீட்டினேன். கீழ்ப்புறம் திறந் திருந்த என் உள்ளங்கை பன்றியின் நெற்றியில் பட்டவுடன் அது நின்றுவிட்டது.

நான் சாவதற்கு இன்னும் வேளை வரவில்லை என்பதைத் தவிர வேறு காரணம் இருக்க முடியாது; ஏனென்றால், மிகப் பெரிய பன்றி அது. ஒரு வண்டிக் குதிரையை வீழ்த்திக் குதறு மளவு ஆத்திரத்துடன் பாய்ந்தது. அதன் முரட்டு நெற்றி என் உள்ளங்கைத் தோலைக் கிழித்துவிட்டது. பன்றியின் உடல் வீழ்ந்து விட்டதே தவிர, அதன் தலை செயலூக்கத்துடன்தான் இருந்தது. தன் மகத்தான கோரைப்பற்களை உயர்த்தி முன்னும் பின்னுமாக வெட்டியது. நல்லவேளை, காற்றில்தான் வெட்டு விழுந்தது. காரணமேயின்றி, திரும்பிச் செல்ல ஆரம்பித்தது பன்றி. அது விலகிச் சென்றபோது, அதன் உடலில் அடுத் தடுத்து இரண்டு தோட்டாக்களை வேகமாகப் பாய்ச்சினேன். தலை தரையில் மோத, பன்றி வீழ்ந்தது.

தீனமாக ஒருமுறை அலறியதற்குப் பிறகு, புன்வாவிட மிருந்து சத்தமோ அசைவோ இல்லை. அவனுடைய தாயா ருக்கு என்ன பதில் சொல்வது என்று அஞ்சினேன். அதைவிட, அவள் என்ன சொல்வாளோ என்ற அச்சம் அதிகமாக இருந் தது. புற்களுக்குள் பார்வைக்குத் தெரியாதபடி அவன் வீழ்ந்து கிடந்தான். உச்சந்தலை முதல் உள்ளங்கால் வரை இரண் டாகக் கிழிபட்டுக் கிடப்பான் என்று எதிர்பார்த்து பயந்து நடுங்கியபடி போனேன். நீட்டி நிமிர்ந்து மல்லாந்து கிடந்தான். அவனது கண்கள் மூடியிருந்தன. ஆனால், அவனது வெண்

ணிற ஆடையில் ரத்தம் இல்லாதது எனக்கு மிகுந்த ஆறுதல் அளித்தது.

அவனுடைய தோளைப் பற்றி உலுக்கினேன். இப்போது எப்படி இருக்கிறான், எங்கே காயம் பட்டிருக்கிறது என்று வினவினேன். பலவீனமான குரலில் அவன் சொன்னான். 'நான் செத்தே போயிட்டேன். முதுகெலும்பு உடைஞ்சிருச்சு.' அவனது கால்களை அகலப் பரப்பி எழுப்பி உட்கார்த்தினேன். நான் பிடியை விட்ட பிறகும் அவன் உட்கார்ந்தே இருந்தான் என்பதில் பெரும் உற்சாகம் அடைந்தேன். அவனுடைய முதுகைத் தடவிப் பார்த்து, எலும்பு உடைந்து விடவில்லை என்று தைரியம் சொன்னேன். தானே கையால் தடவிப் பார்த்து உறுதிசெய்துகொண்டான். தலையைத் திருப்பிப் பின்புறம் பார்த்தான். காய்ந்த குச்சி ஒன்று தரையிலிருந்து இரண்டு மூன்று அங்குல உயரம் நீட்டிக்கொண்டிருந்தது. பன்றி தாக்கியவுடன் அவன் மூர்ச்சையடைந்திருக்கிறான். நினைவு மீண்டபோது, அந்தக் குச்சி முதுகில் உறுத்தியிருக்கும்; முதுகெலும்பு உடைந்திருக்கிறது என்று நினைத்துவிட்டான்.

ஆக, சைத்தானின் குழந்தையான அந்தக் கிழட்டுப் பன்றி செத்துவிட்டது. சாவதற்கு முன்னால், எங்கள் இருவரையும் மரணவிளிம்புக்கு நகர்த்திவிட்டது. ஆனால், என் கையில் சிறிது தோல் கிழிபட்டதைத் தவிர, வேறு தீங்கு எதுவும் எங்களுக்கு நேரவில்லை. சிறு சிராய்ப்பு கூட இல்லாமல் புன்வா தப்பிவிட்டான். சொல்வதற்கு மகத்தான கதை யொன்று அவனிடம் இருக்கிறது.

முன்னாள் ராணுவ வீரரும் புத்திசாலியுமான ஹவில்தார் பின்னணியிலேயே தங்கிவிட்டார். என்றாலும், பன்றிக் கறியில் பெரும் பங்கைத் தனதாக்கிக்கொண்டார் அவர். தேவைப்பட்டால் உதவுவதற்குத் தயாராக உறுதியாய் நிற்கவில்லையா அவர்? பன்றி கொல்லப்பட்டதை வெறுமனே பார்த்துக்கொண்டு நின்றால்தான் என்ன? வேட்டையில் பங்கேற்றவர்களுக்கு இரண்டு பங்கு கொடுப்பது வழக்கம் தானே? ஆகவே, அவருக்கு இரண்டு பங்கு கொடுக்கப்பட்டது. காலையில் நிகழ்ந்தவற்றில் தன்னுடைய வீரத்தின் பங்கைப் பற்றிச் சொல்வதற்கு அவரிடமும் ஒரு மகத்தான கதை இருக்கிறது.

புன்வா பெரிய ஆளாகிவிட்டான் இப்போது. அவனுடைய தகப்பனுக்காக நான் கட்டிக்கொடுத்த வீட்டில் தன் குடும்பத்தை நடத்தி வருகிறான். தன் கணவனுடன் சேர்ந்து

கொள்வதற்காக குந்தி கிராமத்தை விட்டுச் சென்றுவிட்டாள். ஷேர் சிங் சுவர்க்கத்தில் காத்திருக்கிறான். புன்வாம்மா இன்னும் உயிரோடிருக்கிறாள். கிராமத்தின் வாசலில் நுழைந்து வயல்களின் ஊடே நடந்து புன்வாவின் வீட்டுக்குச் சென்றீர்களானால், அவனுடைய வீட்டையும் குடும்பத்தையும் அவள் பராமரித்துவருவதைக் காணலாம்; மோதியின் மணமகளாக எங்கள் கிராமத்துக்கு அவள் வந்த நாளில் இருந்த அதே உற்சாகத்துடன் இன்றும் தனது ஆயிரத்திச் சொச்சம் வேலைகளை நிகழ்த்தி வருவதைப் பார்க்கலாம்.

யுத்தம் நடந்த வருடங்களில், குளிர்காலத்தில், காலாதுங்கியில் இருந்த எங்கள் குடிலில் மாகி தனியாக வசித்தாள். போக்குவரத்து வசதி கிடையாது. பக்கத்துக் குடியிருப்பு பதினான்கு மைல் தொலைவில் இருந்தது. அவளுடைய பாதுகாப்பு பற்றி எனக்கு ஒரு பதட்டமும் இல்லை. என்னுடைய நண்பர்கள் மத்தியில் – இந்தியாவின் ஏழை ஜனங்களாகிய என்னுடைய நண்பர்கள் மத்தியில் – அவள் பத்திரமாக இருக்கிறாள் என்று எனக்குத் தெரியும்.

சிவப்பு நாடாவுக்கு
முந்தைய நாட்கள்

இமய மலையின் அடிவாரத்திலுள்ள தாழ் வான பகுதியான தெராய் பிரதேசத்தில் முகாமிட் டிருந்த ஆண்டர்ஸனுடன் தங்கியிருந்தேன். குளிர் காலம். ஜனவரியின் துவக்கத்தில் ஒருநாள் காலை உணவுக்குப் பிறகு, பிந்துகேராவிலிருந்து கிளம்பி, பொக்ஸார் நோக்கிப் புறப்பட்டிருந்தோம். அடுத்து நாங்கள் கூடாரமடிக்கவிருந்த இடம் அது. சுற்று வழியில் சென்றோம் – எங்களுடைய பணியாளர்கள் மூட்டை முடிச்சுகளைச் சேகரித்துக்கொண்டு, நாங ்கள் போய்ச்சேர்வதற்கு முன்னால் சென்று எங்கள் கூடாரங்களை அமைப்பதற்கு அவகாசம் அளிப் பதற்காக.

பிந்துகேராவுக்கும் பொக்ஸாருக்குமிடையே, இரண்டு சிற்றாறுகளைக் கடந்து செல்லவேண்டும். பாலமற்ற ஆறுகள். இரண்டாவது ஆற்றில், எங்கள் கூடாரச் சாமான்களைச் சுமந்து வந்த ஒட்டகங் களில் ஒன்று ஆற்றுப் படுகையின் களிமண் தரை யில் வழுக்கி விழுந்து, அது சுமந்து வந்த சாமான்கள்

ஆற்றில் கவிழ்ந்து விட்டன. இந்த விபத்தின் விளைவாக நீண்ட தாமதம் ஏற்பட்டது. இதன் பலன், ஒரு நாள் முழுவதும் வெற்றிகரமாகக் கருங் கவுதாரி வேட்டை நிகழ்த்திவிட்டு பொக்ஸார் சென்று சேர்ந்தோம். எங்கள் சாமான் மூட்டைகளை அப்போதுதான் ஒட்டகங்களிலிருந்து இறக்கிக்கொண்டிருந்தார்கள். முகாம் அமைக்கவிருந்த இடம், பொக்ஸார் கிராமத்திலிருந்து சில நூறு கஜ தூரத்தில் இருந்தது. ஆண்டர்ஸனின் வருகை ஒரு மகத்தான நிகழ்ச்சி என்பதால் அவருக்கு மரியாதை செலுத்தும் வகையிலும், எங்களுடைய கூடாரங்களை அடிப்பதற்குத் தங்களாலான உதவிகளைச் செய்வதற்காகவும், கிராமத்தின் ஜனங்கள் அனைவருமே வந்து குவிந்திருந்தார்கள்.

அந்தக் காலகட்டத்தில், தெராய் மற்றும் பாபரிலிருந்த அரசாங்க எஸ்டேட்டுகளுக்குக் கண்காணிப்பாளராக இருந்தார் ஸர். ஃப்ரெட்ரிக் ஆண்டர்ஸன். இயல்பாகவே அளப்பரிய மனித நேயம் கொண்டவர்; தன் ஆளுகையில் இருந்த பல்லாயிரம் சதுரமைல்கள் கொண்ட பிரதேசத்தில் வசித்த பெரும் ஜனத்தொகையின் நேசத்தைப் பெற்றிருந்தார். அனைத்து இனங்களுடனும் சாதிகளுடனுமான நெருக்கம் அது. ஆண்டர்ஸன் கருணை மிகுந்த சுபாவம் உள்ளவர் என்பதோடு, திறமை மிக்க நிர்வாகியும் கூட. அபாரமான ஞாபகசக்தி கொண்டவர். இதற்கு நிகரான ஞாபகசக்தியை வேறு ஒரே ஒரு மனிதரிடம் மட்டுமே நான் கண்டிருக்கிறேன். இதே பிராந்தியத்தை இருபத்தெட்டு வருடம் நிர்வகித்த ஜெனரல் ஸர். ஹென்றி ராம்ஸே. தன் பதவிக்காலம் முழுவதும், குமாவுன் பிரதேசத்தின் முடிசூடா மன்னனாக அறியப்பட்டவர்.

ஆண்டர்ஸன், ராம்ஸே இருவருமே ஸ்காட்லாந்தைச் சேர்ந்தவர்கள். தாங்கள் ஒரே ஒருமுறை கேள்விப்பட்ட பெயரையோ, பார்த்த முகத்தையோ பின்பு ஒருபோதும் மறக்க மாட்டார்கள் என்று அவர்களைப் பற்றிச் சொல்வார்கள். ஒரு சாதாரண மனிதனுக்கு, அவனுடைய பெயரையோ, அல்லது முந்தின தடவை அவனைச் சந்தித்த சந்தர்ப்பத்தையோ நினைவில் வைத்திருப்பதை விட அவனைக் கவரக் கூடியது வேறெதுவுமே கிடையாது. எளிமையான, கல்வியறிவற்ற, ஜனங்களுடன் பழகக் கிடைத்தவர்களால் மாத்திரமே இதை உணர முடியும். பிரிட்டிஷ் ராஜாங்கத்தின் எழுச்சியையும் வீழ்ச்சியையும் பற்றிய வரலாறு எழுதப்படும்போது, அந்த அரசாங்கத்தின் வீழ்ச்சிக்கு சிவப்புநாடா முறை ஆற்றிய முக்கியமான பங்களிப்பையும் உரிய விதத்தில் குறிப்பிட்டே ஆக வேண்டும். ராம்ஸே, ஆண்டர்ஸன் இருவருமே, சிகப்பு

நாடா என்பதே அறியப்படாத காலகட்டத்தில் இந்தியாவில் பணியாற்றியவர்கள். அவர்களுடைய நிர்வாகத்தின் வெற்றிக்கும், அவர்கள் அடைந்த பிராபல்யத்துக்கும், அவர்களுடைய கரங்கள் சிகப்பு நாடா முறையால் கட்டப்படாதிருந்தன என்பதே முக்கியமான காரணம்.

குமாவுன் பகுதியின் நீதிபதியாக மட்டுமல்ல, மாவட்ட நீதிபதியாகவும் காவல் அதிகாரியாகவும் வன அதிகாரியாகவும் பொறியாளராகவும் பணியாற்றினார் ராம்ஸே. அவருடைய பணிகள் பளு மிக்கவை. பல்வேறு விதமானவை. எனவே, ஒரு முகாமிலிருந்து மற்றொன்றுக்கு நடந்து செல்லும் போதே தம்முடைய பணிகளில் பலவற்றையும் மேற்கொள்வார். ஜனக் கூட்டத்துடன் நீண்ட தூரம் நடந்து செல்லும் வழியிலேயே, தம்மிடம் வந்துசேர்ந்த சொத்து வழக்குகளையும், குற்ற வழக்குகளையும் விசாரிப்பது அவருடைய வழக்கம். புகார் கொடுத்தவனும் அவனது தரப்பு சாட்சிகளும் முதலில் விசாரிக்கப்படுவார்கள். அடுத்ததாக, பிரதிவாதியும் அவனது சாட்சிகளும். உரிய விதத்தில் வாதப் பிரதிவாதங்கள் நிகழ்ந்து முடிந்த பிறகு, ராம்ஸே தீர்ப்பு வழங்குவார். அது அபராதமாக இருக்கலாம். அல்லது சிறைத்தண்டனையாக இருக்கலாம். ஒரு சந்தர்ப்பத்தில்கூட அவருடைய தீர்ப்புகள் எதிர்க்கப்பட்டதாகத் தகவல் இல்லை. தவிர, அவரால் அபராதம் விதிக்கப்பட்டவன், அருகிலுள்ள அரசாங்கக் கருவூலத்தில் அபராதத் தொகையைக் கட்டத் தவறியதோ; சாதாரணமான சிறைத் தண்டனை அல்லது கடுங்காவல் தண்டனை விதிக்கப்பட்டவன் அருகிலுள்ள சிறைக்குச் சென்று தன்னை ஒப்புக் கொடுக்கத் தவறியதோ கிடையாது.

தெராய் மற்றும் பாபர் பிரதேசங்களின் ஆட்சியாளர் என்ற முறையில், அவருக்கு முன்னால் பதவி வகித்த ராம்ஸேயை விடக் குறைவான வேலைப் பளுவே ஆண்டர்ஸனுக்கு இருந்தது. ஆனாலும் நிர்வாக அதிகாரம் அதிகமாக இருந்தது அவரிடம். அன்று மத்தியானம், பொக்ஸாரில் எங்கள் முகாம் அமையவிருந்த மைதானத்தில் கூடாரங்கள் நிறுவப்பட்டுக்கொண்டிருந்தன. கூடியிருந்த ஜனங்களை உட்காரச் சொன்னார் ஆண்டர்ஸன். மேலும், அவர்கள் சொல்லும் புகார்களைக் கேட்டுக்கொள்வதாகவும், கொடுக்கும் மனுக்களைப் பெற்றுக்கொள்வதாகவும் அறிவித்தார்.

முதல் மனு, பொக்ஸாரை அடுத்துள்ள கிராமத்தின் தலைவனிடமிருந்து வந்தது. அந்தக் கிராமத்துக்கும், பொக்ஸாருக்கும் பொதுவாக உபயோகப்பட்டு வந்த பாசனக் கால்வாய் ஒன்று இருக்கிறதாம். அந்தக் கால்வாய் பொக்ஸாரின்

எனது இந்தியா   80

வழியாக ஓடுவது. பருவமழை கொஞ்சம் பொய்த்துவிட்டதன் காரணமாக, கால்வாயில் ஓடிய தண்ணீர் இரண்டு கிராமங் களுக்குமான உபயோகத்துக்குப் போதுமானதாக இல்லை. பொக்ஸார் கிராமம் மொத்தத் தண்ணீரையும் பயன்படுத்தி விட்டது. இதன் விளைவாக, கீழே உள்ள கிராமத்தின் நெற்பயிர்கள் கருகிவிட்டன. கீழே உள்ள கிராமத்துக்குத் தண்ணீர் செல்லத் தாங்கள் விடவில்லை என்று பொக்ஸார் கிராமத் தலைவன் ஒத்துக்கொண்டான். அவன் கூறிய நியாயம் இதுதான்: தண்ணீரைப் பகிர்ந்து கொண்டிருந்தால், இரண்டு கிராமங்களின் பயிர்களுமே கருகியிருக்கும்.

நாங்கள் வந்து சேர்வதற்குச் சில நாட்கள் முன்புதான் பயிர்கள் அறுவடையாகி, கதிரடிக்கப்பட்டிருந்தன. இரண்டு கிராமங்களின் தலைவர்களும் கூறியதைக் கேட்ட பின்னர், விளைந்த நெல்லை இரண்டு கிராமங்களும் தங்கள் வசமுள்ள விளைநிலங்களின் விகித அடிப்படையில் பகுத்துப் பகிர்ந்து கொள்ள வேண்டும் என்று ஆணை பிறப்பித்தார் ஆண்டர் ஸன். பொக்ஸாரின் குடிமக்கள் இந்தத் தீர்விலிருந்த நியா யத்தை ஒப்புக்கொண்டனர். ஆனால், அறுவடை செய்ததற் கும், கதிரடித்ததற்குமான உழைப்புக் கூலி தங்களுக்குச் சேரவேண்டும் என்று கோரினார்கள். கீழே உள்ள கிராமத்தின் தலைவன் இதை ஆட்சேபித்தான். பொக்ஸாரின் பயிர்களை அறுவடை செய்தபோதோ, கதிரடித்தபோதோ தங்களுடைய கிராமத்தவரின் உதவியை பொக்ஸார் கிராமத்தவர் வேண்ட வில்லையே என்று காரணம் சொன்னான். ஆண்டர்ஸன் இந்த ஆட்சேபணையை ஏற்றுக்கொண்டார். நெல்லைப் பகிர்வதற்காக கிராமத்தலைவர்கள் இருவரும் விலகிச் சென்றதும், அடுத்த மனு முன்வைக்கப்பட்டது.

இந்தப் புகாரைக் கூறியவனின் பெயர் சாடி. தன் மனைவி தில்னியைக் காலு என்பவன் கடத்திச் சென்றுவிட் டான் என்று குற்றம் சாட்டினான். மூன்று வாரங்களுக்கு முன்னமே தில்னியை நெருங்கியிருக்கிறான் காலு. இவன் எதிர்த்ததையும் பொருட்படுத்தாமல் தொடர்ந்து அவளை நச்சரித்துக்கொண்டிருந்தான். கடைசியில் தில்னி இவனுடைய குடிசையிலிருந்து வெளியேறி காலுவுடன் வசிக்கப் போய் விட்டாள்.

காலு இங்கே வந்திருக்கிறானா என்று ஆண்டர்ஸன் கேட்டார். எங்களுக்கு முன்னாலிருந்த அரை வட்டத்தின் விளிம்பில் உட்கார்ந்திருந்த ஒருவன் எழுந்தான். தான்தான் காலு என்று கூறினான். நெல் சம்பந்தமான வழக்கு விசாரிக் கப்பட்டபோது, கூடியிருந்த பெண்களும் சிறுமிகளும் அவ்வள

வாக ஆர்வம் காட்டவில்லை. காரணம், அது ஆண்பிள்ளைகள் பேசி முடிவு செய்யவேண்டிய விவகாரம். இப்போது அவர்கள் முகங்களில் தென்பட்ட பாவத்தையும், மூச்சொலி உரத்து எழுவதையும் வைத்துப் பார்க்கும்போது, இந்தக் கடத்தல் விவகாரத்தில் அவர்களுக்குத் தீவிரமான ஆர்வம் இருந்தது தெரிந்தது.

சாடி அவன்மேல் சாட்டும் குற்றத்தை ஒப்புகொள்கிறானா என்று காலுவைக் கேட்டார் ஆண்டர்ஸன். தான் அவளுக்குத் தந்திருக்கும் குடிசையில்தான் தில்னி வசிக்கிறாள் என்று காலு ஒப்புகொண்டான். ஆனால், தான் அவளைக் கடத்திச் செல்லவில்லை என்று கறாராக மறுத்தான். தில்னியை அவளுடைய சட்டபூர்வமான கணவனிடம் ஒப்படைக்க அவன் தயாரா என்று கேட்டதற்கு, தில்னி தன் சொந்த விருப்பத்தின் பேரில்தான் என்னிடம் வந்து சேர்ந்தாள்; சாடியிடம் திரும்பிப் போகச் சொல்லி நான் வற்புறுத்தமாட்டேன் என்றான் காலு.

'தில்னி இங்கே வந்திருக்கிறாளா' என்று ஆண்டர்ஸன் கேட்டார். பெண்களின் மத்தியிலிருந்து ஒரு சிறு பெண் எழுந்து முன்வந்தாள். 'நான்தான் தில்னி. துரைக்கு என்ன வேணும்?' திருத்தமான உடலமைப்பு கொண்ட வசீகரமான இளம்பெண் அவள். சுமார் பதினெட்டு வயதிருக்கலாம். தெராய்ப் பிரதேசத்துப் பெண்களின் பாரம்பரியப்படி, ஒரு அடி உயரக் கூம்பாகத் தலைமுடியை உச்சிக் கொண்டையிட்டிருந்தாள். வெள்ளைக் கரை கொண்ட கறுப்புநிறச் சேலை உடுத்தியிருந்தாள். இறுக்கமான சிவப்புநிற ரவிக்கையும் அழகிய வண்ணத்தில் விஸ்தாரமான பாவாடையும் அணிந்திருந்தாள்.

அவளுடைய கணவனை விட்டு ஏன் வந்தாள் என்று ஆண்டர்ஸன் கேட்டார். அவள் சாடியைச் சுட்டிக் காட்டினாள். 'அவனைப் பாருங்க. பார்க்கிறதுக்கு அழுக்கா இருக்கிறது மாத்திரமில்லே. கஞ்சன் வேறே. அவனைக் கட்டிக்கிட்டு வந்த இந்த ரெண்டு வருஷத்திலே துணிமணி எதுவும் வாங்கிக் குடுத்ததில்லே. நகை நட்டும் வாங்கிக் குடுத்ததில்லே. இப்பொ நீங்க பாக்கிற துணி, நகை எல்லாமே காலு குடுத்ததுதான்.' என்று மணிக்கட்டிலிருந்த வெள்ளிவளையல்களையும், கழுத்திலிருந்த கண்ணாடி மணிமாலைகளையும் தொட்டுக் காட்டிச் சொன்னாள். சாடியிடம் திரும்பிச் செல்ல அவளுக்குச் சம்மதமா என்று கேட்டபோது, தலையை வேகமாக ஆட்டினாள். என்ன கொடுத்தாலும் போகமாட்டேன் என்றாள்.

ஆரோக்கியமற்ற தெராய்ப் பகுதியில் வசிக்கும் இந்தப் பழங்குடியினர், இரண்டு அற்புதமான குணங்களுக்குப் பெயர் பெற்றவர்கள் : சுத்தம், பெண்களின் சுதந்திரம். தெராய்ப் பகுதியிலுள்ள கிராமங்களிலும், தனி வசிப்பிடங்களிலும் உள்ள அளவு சுத்தத்தை இந்தியாவின் வேறெந்தப் பகுதியிலும் பார்க்கவே முடியாது. அதேபோல, இதுபோலக் கலவையான ஒரு கூட்டத்தில் – இரண்டு வெள்ளைக்காரர்கள் வேறு இருந் தார்கள் அங்கே – ஒரு இளம்பெண் தைரியமாக எழுந்து தன் தரப்புக்காக வாதிடுவதும், அதற்கு அவள் அனுமதிக்கப்படு வதும் இந்தியாவின் வேறெந்தப் பகுதியிலும் நடக்காது.

சாடி என்ன சொல்கிறான் என்று அவனிடம் கேட்டார் ஆண்டர்ஸன். அவன் சொன்னான்: 'எனக்கு தகப்பனும் நீங்கதான். தாயும் நீங்கதான். நான் உங்ககிட்டெ நியாயம் கேட்டு வந்திருக்கேன். என் பொண்டாட்டியை என்கிட்டேத் திரும்பிவரச் சொல்லி துரை கட்டாயப்படுத்தணும். அப்பிடிச் செய்யாட்டி, எனக்கு ஈட்டுத் தொகை வாங்கித்தரணும்னு கேட்டுக்கிறேன்.'

'எவ்வளவு எதிர்பார்க்கிறாய்?' என்று ஆண்டர்ஸன் கேட்டார். 'நூத்தம்பது ரூபா வேணும்' என்றான் சாடி. அவையில் சகல திசைகளிலிருந்தும் முணுமுணுப்புகள் எழுந்தன: 'ரொம்ப ஜாஸ்தியாக் கேட்கிறான். ரொம்ப ரொம்ப ஜாஸ்தி. இவ அவ்வளவு பெறமாட்டா.'

தில்னிக்காக நூற்றைம்பது ரூபாய் கொடுக்க அவனுக்கு இஷ்டமா என்று காலுவை ஆண்டர்ஸன் கேட்டார். கேட்கிற விலை மிகவும் அதிகமானது என்று காலு பதிலளித்தான். மேலும், நூறு ரூபாய் மாத்திரம் கொடுத்துத்தான் சாடி தில்னியைக் கூட்டி வந்தான் என்பது தனக்குத் தெரியும்; பொக்ஸாரில் உள்ள எல்லாருக்குமே தெரியும் என்றும் சொன்னான். தில்னி 'புதுசாய்' இருந்தபோது அவளுக்குக் கொடுக்கப்பட்ட விலை அது என்பது காலுவின் வாதம். இப்போது அப்படியொரு சூழ்நிலை இல்லாதபடியால், அதிக பட்சம் ஐம்பது ரூபாய் வேண்டுமானால் கொடுக்கச் சம்மதிக் கிறேன் என்றான் அவன்.

கூடியிருந்த ஜனங்கள் இரண்டு கட்சியாகப் பிரிந்தார்கள். சாடி கேட்கும் தொகை மிக மிக அதிகம் என்றார்கள் சிலர். காலு கொடுக்கிறேன் என்கிற தொகை மிகவும் குறைவானது என்று அடித்துச் சொன்னார்கள் மற்றவர்கள். மிகவும் நுணுக் கமானதும், அந்தரங்கமானதுமான சங்கதிகள் விவாதிக்கப்பட் டன. தன்னுடைய அழகான முகத்தில் மந்தகாசப் புன்னகையு

டன் தில்னி அவ்வளவையும் கேட்டுக்கொண்டிருந்தாள். சாதகமாகவும் பாதகமாகவும் எழுந்த வாதங்கள் அத்தனையையும் கணக்கில் கொண்டு, விலையை எழுபத்தைந்து ரூபாய் என்று நிர்ணயம் செய்தார் ஆண்டர்ஸன். இந்தத் தொகையைக் காலு சாடிக்குக் கொடுக்க வேண்டியது என்று தீர்ப்பளிக்கப் பட்டது.

காலு தன்னுடைய இடுப்புப் பட்டியைத் திறந்து, நூலாலான பணப்பையை எடுத்தான். ஆண்டர்ஸனின் காலடியில், கம்பளத்தின்மேல் அதைக் கவிழ்த்துக் கொட்டினான். மொத்தம் ஐம்பத்திரண்டு வெள்ளி ரூபாய்கள் இருந்தன. காலுவின் சிநேகிதர்கள் இரண்டுபேர் உதவியாய்க் கொடுத்த இருபத்து மூன்று ரூபாய்களையும் சேர்த்து, சாடியை எண்ணிப் பார்த்துக் கொள்ளும்படி சொல்லப்பட்டது. அவன் எண்ணிப் பார்த்து, தொகை சரியாக இருக்கிறது என்று கூறினான்.

அப்போது ஒரு பெண்மணி சற்று சிரமப்பட்டு எழுந்து நின்றாள். கூட்டத்தில் இருப்பவர்கள் எல்லாரும் வந்து உட்கார்ந்த பின்னர், கிராமத்தின் திசையிலிருந்து அவள் வருவதையும், மிக மெதுவாகவும் வேதனையுடனும் அவள் நடந்து வந்து மற்றவர்களை விட்டுச் சற்று விலகி உட்கார்வதையும் நான் முன்னமே கவனித்திருந்தேன். அவள் கேட்டாள்: 'துரை, அப்பிடின்னா என்னோடெ கதி என்ன?' 'நீ யாரம்மா?' என்று கேட்டார் ஆண்டர்ஸன். 'காலுவோட சம்சாரம்' என்று பதிலளித்தாள் அவள்.

உயரமான, மெலிந்த பெண் அவள். முழுக்க ரத்தம் வெளியேறி, தந்தம் போல வெளுத்த முகம். மண்ணீரல் மிகவும் புடைத்ததால் கூன் விழுந்த உடல். வீங்கிய கால்கள். தெராய்ப் பகுதியின் சாபமான மலேரியாவின் விளைவு. சோர்ந்த, அடங்கிய குரலில் அவள் சொன்னாள்: இப்போது காலு இன்னொரு மனைவியை வாங்கி விட்டான் என்பதால், இனி இவள் நாதியற்றவளாகிவிடுவாள். கிராமத்தில் இவளுக்கு உறவினர் என்று யாரும் இல்லை. வேலை பார்க்க முடியாத அளவு வியாதியுற்றவள். கவனித்துக்கொள்ள ஆளில்லாமல், பட்டினி கிடந்து அவள் சாகத்தான் வேண்டும்.

பிறகு, தன் சேலையால் முகத்தை மூடிக்கொண்டு மௌனமாக அழ ஆரம்பித்தாள். பெரிதாகத் தேம்பியதால் அவளது மெலிந்த தேகம் குலுங்கியது. அவளது வளைந்த தேகத்தில் கண்ணீர்த்துளிகள் விழுந்து தெறித்தன.

இது ஒரு எதிர்பாராத குழப்பம். துரதிர்ஷ்டவசமானது. ஆண்டர்ஸனால் சுலபத்தில் தீர்வு சொல்ல முடியாதது.

காரணம், வழக்கு பற்றிய விவாதங்கள் நடந்தபோது, காலு வுக்கு ஏற்கனவே ஒரு மனைவி இருந்தாள் என்ற தகவலே எழவில்லை. அந்தப் பெண்ணின் பரிதாபமான குமுறலைத் தொடர்ந்து நிலவிய அசௌகரியமான நிசப்தம் கொஞ்சநேரம் நீடித்தது. இவ்வளவு நேரமும் நின்றுகொண்டிருந்த தில்னி, அழுதுகொண்டிருந்த அந்தப் பெண்ணிடம் ஓடிச் சென்றாள். தன்னுடைய வலுவான இளம் கைகளால் அவளை அணைத்துக் கொண்டு, 'அழாதே அக்கா, அழாதே. நாதியத்தவள்னு சொல்லாதே. காலு எனக்குக் கட்டிக் கொடுத்திருக்கிற புதுக் குடிசையிலே நீயும் வந்து இருக்கலாம். நான் உன்னைப் பார்த்துக்கிடுவேன். உனக்கு வேண்டிய உபகாரம் செய்வேன். காலு எனக்குக் கொடுக்கிற எல்லாத்துலேயும் சரிபாதி உனக்குக் கொடுப்பேன். அதுனாலே, இனி நீ அழாதே அக்கா. எங் கூட வா. நம்ம குடிசைக்குப் போகலாம்.' என்றாள்.

தில்னியும் அந்தப் பெண்ணும் அந்த இடத்தை விட்டு அகன்று செல்லும்போது, ஆண்டர்ஸன் எழுந்து நின்றார். உரத்து மூக்கைச் சிந்திக்கொண்டார். மலைக் காற்றில் தனக்கு ஜலதோஷம் பிடித்துவிட்டது என்றார். அன்றைய நடவடிக்கை கள் அத்துடன் முடிந்துவிட்டன என்றும் அறிவித்தார். ஆண்டர்ஸனைப் பாதித்தது மாதிரியே, கூட்டத்திலிருந்த மற்றவர்களையும் மலைக்காற்று பாதித்திருக்க வேண்டும். வேறு சிலருக்கும் அவசரமாய் மூக்குச் சிந்த வேண்டியிருந்தது.

ஆனால், வழக்கு முழுவதுமாக முடிந்துவிடவில்லை. சாடி இப்போது ஆண்டர்ஸனை நெருங்கினான். தன்னுடைய மனுவை வாபஸ் பெற்றுக்கொள்வதாகச் சொன்னான். தன்னு டைய மனுவைச் சுக்குநூறாகக் கிழித்துப் போட்டான். தன் பைக்குள் எழுபத்தைந்து ரூபாயை முடிந்து வைத்திருந்த துணியை எடுத்து அவிழ்த்தவாறு சொன்னான்: 'காலுவும் நானும் ஒரே கிராமத்துக்காரங்க. இப்பொ அவன் ரெண்டு பேருக்குச் சோறு போடணும். அதுலேயும் ஒரு வாய்க்கு விசேஷமான சாப்பாடு போடணும். அவனுக்கு அவன் பணம் முழுக்கத் தேவைப்படும். அதுனாலே, இந்தப் பணத்தை அவன்கிட்டெத் திருப்பிக் குடுக்க துரை என்னை அனுமதிக் கணும்.'

சிவப்பு நாடா நாட்களுக்கு முன்பெல்லாம், தங்களுடைய ஆட்சிப் பிரதேசத்தில் பிரயாணம் செய்யும்போது ஆண்டர்ஸ னும் அவரது முன்னோடிகளும் இதுபோன்ற நூற்றுக்கணக் கான – இல்லையில்லை, ஆயிரக்கணக்கான – வழக்குகளை சம்பந்தப்பட்ட அனைவரும் திருப்தியுறும் விதமாகத் தீர்த்து வந்தார்கள்; வழக்குத் தொடுத்தவர்களுக்கு ஒரு சல்லிக்காசு

செலவு வைக்காமல். இப்போதோ, சிவப்பு நாடா முறை அறிமுகமாகி விட்டது. இந்த வழக்குகள் நீதிமன்றத்துக்குக் கொண்டு செல்லப்படுகின்றன. வாதியும் பிரதிவாதியும் ரத்தம் உறிஞ்சப்படுகிறார்கள். விரோதத்தின் விதைகள் அங்கே ஊன்றப்படுவதால், தவிர்க்கமுடியாதபடி, வழக்குகள் மேலும் மேலும் வளர்கின்றன. சட்டத் தொழில் கொழுக்கிறது. கடுமை யாய் உழைக்கக்கூடிய, நேர்மையான, எளிய, ஏழ்மையான குடியானவர்கள் நசிகிறார்கள்.

கானகத்தின் சட்டம்

ஹர்க்வார், குந்தி இருவருக்கும் அவர்களுடைய வயதுகளின் கூட்டுத்தொகை இரட்டை இலக்கத்தை எட்டுவதற்கு முன்பாகவே திருமணம் நடந்துவிட்டது. அந்தக் காலத்தில் இந்தியாவில் இது சர்வசாதாரணம். மஹாத்மா காந்தியும், மிஸ்.மேயோவும் இருந்திராத பட்சத்தில் இன்னமும் தொடர்ந்திருக்கக் கூடியது. ஹர்க்வாரும் குந்தியும் வசித்த கிராமங்கள் இரண்டும் மிகப் பெரிய மலையாகிய துனாகிரியின் அடிவாரத்தில் இருந்தன, ஒன்றுக் கொன்று சில மைல்கள் தொலைவில்.

அந்த மகத்தான தினத்துக்கு முன்னர் அவர்கள் ஒருவரையொருவர் பார்த்துக்கொண்டதேயில்லை. பளீரென்ற புது உடைகளில், உறவினர்கள் மற்றும் நண்பர்களின் பெருங்கூட்டத்தின் கவனத்துக்கு மையப் புள்ளியாகக் கொஞ்ச நேரம் மாத்திரம் அவர்கள் இருந்தனர் அன்று. அவர்களுடைய சின்னஞ்சிறு வயிறுகள் புடைக்க ஹல்வாவும் பூரிகளும் தின்னக் கிடைத்த அற்புதமான தருணமாக அந்த

நாள் அவர்களுடைய ஞாபகத்தில் வெகுகாலம் நீடித்தது. அவர்களுடைய தகப்பன்மார்களின் ஞாபகத்திலும் அந்த நாள் வெகுகாலம் நீடித்தது, அவர்களுடைய கிராமத்தின் பனியா தன்னுடைய பேரேட்டில் இவர்கள் இருவருடைய பெயர் களுக்கும் நேரே புதிய பதிவு ஒன்றை எழுதியிருந்ததால். தகப்பன்மாரின் தாயும் தந்தையுமான அந்த பனியா அவர் களுடைய பெரும் தேவையை உணர்ந்திருந்தான்; கொஞ்சம் பணத்தைக் கடனாகக் கொடுத்திருந்தான்.

பொதுவாகக் குழந்தைகளுக்கு மணம் முடித்துவைக்க வேண்டிய வயதில், கிராமப் புரோகிதர் குறித்துக் கொடுத்த நாளில், தங்கள் குழந்தைகளுக்குத் திருமணம் செய்து வைத்து சமுதாயத்தில் தங்களுக்குரிய கௌரவத்தைத் தக்க வைத்துக் கொள்ள உதவியது அந்தப் பணம். வாஸ்தவம்தான், கடன் தொகைக்கு ஐம்பது சதவீதம் வட்டி என்பது மிகவும் ஜாஸ்தி தான், ஆனால், ஆண்டவன் அருள் இருந்தால் கடனின் ஒரு பகுதியை அடைத்துவிட முடியும். இன்னும் குழந்தைகள் இருக் கிறார்களே, திருமணம் ஆக வேண்டியவர்கள்? உத்தமனான இந்த பனியாவை விட்டால் உதவுவதற்கு வேறு யார் இருக் கிறார்கள்?

திருமணத்திற்குப் பிறகு, குந்தி தன் தகப்பனாரின் வீட் டுக்குத் திரும்பினாள். ஏழை இல்லங்களில் குழந்தைகள் செய்தாக வேண்டிய வேலைகள் எல்லாவற்றையும் செய்து கொண்டிருந்தாள், அடுத்த சில வருடங்களுக்கு. திருமணமான தால் அவளுடைய வாழ்க்கையில் ஏற்பட்டு விட்ட ஒரே ஒரு மாற்றம், மணமாகாத சிறுமிகளைப்போல ஒற்றை வஸ்திரம் அணியவில்லை அவள் என்பது மட்டும்தான். அதற்கு அனு மதி கிடையாது. இப்போது அவள் அணியும் புதிய உடை மூன்று பகுதிகளாலானது. ஒன்றரை கஜ நீளமுள்ள மேலாடை, அதன் ஒரு முனை பாவாடையில் செருகப்பட்டு மறுமுனை தலையில் முக்காடாக இருந்தது. கையில்லாத சிறிய ரவிக்கை ஒன்று. சில அங்குலங்கள் நீளமான பாவாடை.

விசேஷமான சம்பவங்கள் எதுவுமில்லாமல், சுதந்திர மாகச் சில வருடங்கள் கழிந்தன. ஒருநாள், தன் கணவனிடம் செல்வதற்குப் போதுமான வயது ஆகிவிட்டது அவளுக்கு எனத் தீர்மானிக்கப்பட்டது. இந்த முறையும் பனியா உதவிக்கு வந்தான். புத்தம்புது ஆடைகள் அணிந்து, திருமணமான சிறுமி தன் கணவனாகிய சிறுவனின் இல்லத்துக்குக் கண்ணீரு டன் புறப்பட்டாள். ஒரு வீட்டிலிருந்து இன்னொரு வீட்டுக்குச் செல்வது என்பது, குந்தியைப் பொறுத்தவரை, தன் அம்மா வுக்குச் செய்து வந்த ஒத்தாசைகளை மாமியாருக்குச் செய்வது

என்பதாக மாத்திரமே இருந்தது. இந்தியாவிலுள்ள ஏழைகளின் வீடுகளில் சோம்பேறியாக யாரும் இருக்க முடியாது. இளையவர்களுக்கும் சரி, முதியவர்களுக்கும் சரி, அவரவருக்கு ஒதுக்கப்பட்ட பணிகள் இருந்தன. அவர்கள் அவற்றை உற்சாகமாகச் செய்தனர். இப்போது சமையல்வேலைகளில் உதவுமளவு குந்திக்கு வயதாகிவிட்டது.

காலை உணவு முடிந்தபிறகு, கூலிக்கு உழைக்கத் தெம்புள்ளவர்கள் அவரவர் வேலையைப் பார்க்க வெளியேறுவார்கள். எவ்வளவு சிறிய வேலையாக இருந்தாலும், குடும்ப வருமானத்துக்குப் பொருள் ஈட்டுவதாக இருக்கும் அது. ஹர்க்வாரின் தகப்பனார் கொத்தனாராக இருந்தார். அமெரிக்க மிஷன் பள்ளியொன்றில் பிரார்த்தனைக் கூடம் கட்டும் பணியில் ஈடுபட்டிருந்தார். அப்பாவின் தொழிலைத் தொடர்வதே ஹர்க்வாரின் ஆசை. அதற்குரிய பலம் வரும்வரை, தனது தகப்பனுக்கும் பிற கொத்தர்களுக்கும் வேலைக்கான உபகரணங்களைச் சுமந்து சென்று குடும்பத்துக்காகச் சம்பாதித்தான். தினம் பத்து மணி நேர வேலைக்கு இரண்டு அணா கூலி.

தாழ்வான பாசன நிலங்களில் உள்ள பயிர்கள் முற்றி வந்தன. காலைச் சமையலுக்குப் புழங்கிய உலோகப் பானைகளையும் சட்டிகளையும் கழுவித் துடைத்த பிறகு, குந்தி வயல்வேலைக்குப் போவாள். தன்னுடைய மாமியாருடனும், எண்ணற்ற நாத்தனார்களுடனும், பிற பெண்மணிகள் மற்றும் சிறுமிகளுடனும் கிராமத் தலைவனின் வயலில் உழைப்பாள். தன் கணவனுக்குச் சமமான நேரம் வேலை பார்த்தாலும், அவனுடைய சம்பளத்தில் பாதிதான் கூலியாகக் கிடைக்கும்.

பகல் பொழுது வேலை முடிந்தவுடன், அந்தி வெளிச்சத்தில் குடும்பம் வீடு திரும்பும். கிராமத் தலைவனுடைய நிலத்தில் ஹர்க்வாரின் அப்பா வீடு கட்டிக்கொள்ள அவன் அனுமதித்திருந்தான். பெரியவர்கள் வேலைக்குச் சென்றிருந்த சமயத்தில் சிறு குழந்தைகள் பொறுக்கி வைத்திருந்த சுள்ளிகளைக் கொண்டு இரவு உணவு தயாரிக்கப்படும். நெருப்பைத் தவிர, விளக்கு எதுவும் அந்தக் குடிசையில் கிடையாது. சட்டி பானைகளைக் கழுவி ஒதுங்க வைத்த பிறகு, குடும்ப உறுப்பினர்கள் அவரவருக்குரிய இடங்களில் சென்று ஓய்வார்கள். ஹர்க்வாரும் அவன் சகோதரர்களும் தகப்பனாருடனும் படுத்து உறங்குவார்கள். குடும்பத்தின் பெண் அங்கத்தினர்களுடன் படுத்துக்கொள்வாள் குந்தி.

ஹர்க்வாருக்குப் பதினெட்டு வயதும், குந்திக்குப் பதினாறும் ஆனவுடன் குடும்பத்தை விட்டு வெளியேறினார்கள்.

அவர்களுக்கிருந்த கொஞ்சம் தட்டுமுட்டுச் சாமான்களைச் சுமந்துகொண்டு, ரானிக்கெட் ராணுவக் குடியிருப்பிலிருந்து மூன்று மைல்கள் தொலைவிலுள்ள கிராமத்தில் சென்று குடியமர்ந்தார்கள். ஹர்க்வாரின் மாமன் அவர்களுக்கு ஒரு குடிசை அளித்திருந்தான். ராணுவக் குடியிருப்பில் வீரர்களுக் கான விடுதிகள் அநேகம் கட்டப்பட்டுக் கொண்டிருந்தன. ஹர்க்வாருக்குக் கொத்தனார் வேலை எளிதாகவே கிடைத்து விட்டது. குந்திக்குச் சிற்றாள் வேலை கிடைப்பதும் கடினமா யில்லை. கல் உடைக்கும் இடத்திலிருந்து கட்டட வேலை நடக்கும் இடத்துக்குக் கற்களைச் சுமந்து செல்லும் பணி அவளுக்கு.

ரானிக்கெட் ராணுவக் குடியிருப்பில் இந்த இளம் தம்பதி நான்கு வருடங்கள் வேலை பார்த்தார்கள். இந்தக் காலகட்டத் தில் குந்தி இரண்டு குழந்தைகளைப் பெற்றெடுத்தாள். நான்கா வது வருடத்தின் நவம்பர் மாதத்தில் கட்டட வேலை முடி வடைந்தது. ஹர்க்வாரும் குந்தியும் புதிய வேலை தேட வேண்டியதாயிற்று. அவர்களுடைய சேமிப்பு சொற்பமானது தான். சொற்ப நாள் மட்டுமே பசி தீர்க்க உதவும். அந்த வருடம், குளிர்காலம் வழக்கத்தைவிடச் சீக்கிரமே வந்துவிட் டது. குளிரும் கடுமையாய் இருப்பதற்கான அறிகுறிகள் தென்பட்டன. இவர்களிடம் கம்பளி ஆடைகள் கிடையாது. வேலை தேடி வீணாக ஒரு வாரம் அலைந்த பிறகு, அடிவாரத் தில் சென்று குடியமர்ந்துவிடலாம் என்று ஹர்க்வார் யோசனை சொன்னான். அங்கே ஒரு கால்வாய் கட்டப்படுவதாகக் கேள்விப்பட்டிருந்தான்.

கால்வாய்ப் பணி வேலை கிடைக்கும் என்று நம்பி, டிசம்பர் மாத ஆரம்பத்தில் அடிவாரம் நோக்கிய நீண்ட நடையில் உற்சாகமாகக் கிளம்பியது அந்தக் குடும்பம். அவர்கள் போய்ச் சேர்ந்த காலாதுங்கிக்கும், நான்கு வருடங் களாக வசித்து வந்திருந்த கிராமத்துக்கும் இடையில் இருந்த தொலைவு கிட்டத்தட்ட ஐம்பது மைல்கள். அவர்களுக்கிருந்த ஆஸ்தி முழுவதையும் குழந்தைகளையும் மாறி மாறிச் சுமந்து, ஆறுநாட்கள் நடந்து ஹர்க்வாரும் குந்தியும் காலாதுங்கிக்கு வந்து சேர்ந்தார்கள். இரவில் மரத்தடியில் படுத்து உறங்கியும், கரடுமுரடான செங்குத்துச் சாலைகளில் பகல் முழுக்க நடந் தும் சோர்வுற்றிருந்தார்கள். பாதங்கள் பாளம்பாளமாக வெடித்திருந்தன.

தாழ்த்தப்பட்ட ஜாதியினரும், நிலமற்றவர்களுமாகிய மற்றவர்கள் குளிர்காலத்தின் ஆரம்பத்திலேயே மலையின் உயரமான பகுதிகளிலிருந்து அடிவாரத்திற்குக் குடி பெயர்ந்

திருந்தனர். முப்பது குடும்பங்கள் வரை ஒன்றாக வசிக்க இடமுள்ள பொதுக் குடிசைகளைக் கட்டிக்கொண்டு விட்டனர். இந்தக் குடிசைகளில் ஹர்க்வாருக்கும் குந்திக்கும் இடம் கிடைக்கவில்லை. ஆகவே, இவர்கள் தங்களுக்கென ஒரு சிறு குடிசையைத் தாங்களே கட்டிக்கொள்ள வேண்டியதாயிற்று.

காட்டுப் பகுதியின் எல்லையில் இருந்த ஒரு இடத்தை அவர்கள் தேர்ந்துகொண்டனர். அந்த இடத்தில் விறகு தாராளமாகக் கிடைத்தது. கடைத்தெருவுக்கு அருகாமையில் உள்ள இடம். அதிகாலையிலிருந்து இரவு வெகுநேரம் வரை கடுமையாய் உழைத்து, மரக்கிளைகளையும் இலைதழைகளையும் கொண்டு தங்கள் குடிசையைக் கட்டினார்கள். காரணம் அவர்கள் கைவசம் இருந்த பணம் மிகச் சில ரூபாய்களாகக் குறைந்திருந்தது. உதவி நாடிச் செல்வதற்கு, சிநேகிதமான பனியா எவரும் இந்த இடத்தில் கிடையாது.

ஹர்க்வாரும் குந்தியும் தங்கள் குடிசையை அமைத்துக் கொண்ட இடத்துக்கு அருகிலிருந்த காடுதான் எனது அபிமான வேட்டைக் களம். குடும்பத்திற்கு உணவு சேகரிக்க வேண்டி செங்கோழியையும், மயிலையும் வேட்டையாடுவதற்காக என்னுடைய இடிகுழல் துப்பாக்கியை எடுத்துக்கொண்டு முதன்முதலில் அந்தக் காட்டுக்குள் நுழைந்தேன். பிற்பாடு, நவீனரகத் துப்பாக்கியுடன், பெரிய விலங்குகளை வேட்டையாடுவதற்காக அதன் ஒவ்வொரு மூலைமுடுக்கையும் துளைத்துச் சென்றிருக்கிறேன்.

புன்வா என்கிற மூன்று வயது மகன் மற்றும் புத்தாலி என்கிற இரண்டு வயது மகளோடு ஹர்க்வாரும் குந்தியும் தங்கள் வசிப்பிடத்தில் குடியேறினார்கள். அந்தச் சமயத்தில், எனக்கு நன்றாகத் தெரியும், அந்தக் காட்டில் ஐந்து புலிகள் இருந்தன. எட்டுச் சிறுத்தைகளும், நான்கு உறுப்பினர் கொண்ட கரடிக் குடும்பம் ஒன்றும் காட்டுப் பழங்களையும் தேனையும் புசிப்பதற்காகக் கீழிறங்கி வந்திருந்த இமாலயக் கருங்கரடிகள் இரண்டும் இருந்தன. ஏகப்பட்ட கழுதைப்புலிகளும் உண்டு; இவற்றின் பதுங்குகுழிகள் ஐந்து மைல்களுக்கு அப்பாலிருந்த புல்தரைவெளிகளில் இருந்தன. இவை காட்டுக்குள் இரவில் மட்டும் வந்துபோகும் – புலிகளும் சிறுத்தைகளும் தின்று மிச்சம் வைத்த இரையை உண்பதற்காக. ஒரு ஜதை செந்நாய்களும் எண்ணற்ற ஓநாய்களும் நரிகளும் மலைக்கீரிகளும், ஒரு வகைப் புனுகுப் பூனையும், பிற வகைப் பூனைகளும் இருந்தன. இவை போக, இரண்டு மலைப்பாம்புகளும், பல விதமான பாம்புகளும், ராஜாளிகளும் நூற்றுக்கணக்கான கழுகுகளும் அந்தக் காட்டில் இருந்தன. மான்கள், இரலைகள்,

பன்றிகள், குரங்குகள் போன்ற விலங்குகளை நான் குறிப்பிட வில்லை. அவை மனிதர்களுக்குத் தீங்கு செய்யாதவை. ஆகவே, என்னுடைய கதையில் இடம் பெறாதவை.

அந்தச் சிறு குடிசை கட்டி முடிக்கப்பட்ட மறுநாள், ஹர்க்வாருக்கு வேலை கிடைத்தது. கால்வாய் மதகுப் பணி யேற்றிருந்த ஒப்பந்ததாரரிடம், கொத்தனாகச் சேர்ந்தான். அன்றாடக் கூலி எட்டு அணா. வன இலாகாவிடம் இரண்டு ரூபாய் கட்டி, அடிவாரப் பகுதிகளில் புல்வெட்ட அனுமதி பெற்றுக் கொண்டாள் குந்தி. கடை வீதியிலிருந்த கடைக்காரர் களின் கால்நடைகளுக்குத் தீவனமாக அதை விற்று வந்தாள். செங்குத்தான மலைப்பாதைகளில் பத்து முதல் பதினாலு மைல்கள் ஏறியிறங்கி, அவள் சுமந்து வரும் சுமார் எண்பது பவுண்டுகள் எடைகொண்ட பச்சைப் புல்கட்டு ஒன்றுக்கு நாலணா கிடைக்கும். கடைவீதியில் புல் விற்பதற்கான அரசாங்கக் குத்தகையை எடுத்திருந்தவன் இதில் ஓர் அணா எடுத்துக் கொள்வான். ஹர்க்வார் சம்பாதித்த எட்டணாவை யும், குந்தி சம்பாதித்த மூன்றணாவையும் வைத்து, சற்று வசதியாகவே அந்தக் குடும்பம் வாழ்ந்தது. காரணம், அவர்கள் வாழ்க்கையில் முதன்முறையாக தாராளமாகவும், சல்லிசாக வும் உணவு கிடைத்தது. மாதத்தில் ஒரு தடவை இறைச்சி உண்ணவும் முடிந்தது.

ஹர்க்வாரும் குந்தியும் காலாதுங்கியில் தங்க உத்தேசித் திருந்த மூன்று மாதங்களில் இரண்டு, மிகவும் அமைதியாகக் கழிந்தன. வேலை நேரம் நீண்டதாகவும், ஆசுவாசமேயற்றதாக வும் இருந்தது. ஆனால், குழந்தைப் பிராயத்திலிருந்தே அவர் கள் அதற்குப் பழகியிருந்தார்கள். சீதோஷ்ணம் கச்சிதமாக இருந்தது. குழந்தைகள் ஆரோக்கியமாக இருந்தார்கள். குடிசை கட்டவேண்டியிருந்த முதல் சில நாட்களைத் தவிர, அவர்கள் எப்போதுமே பட்டினி கிடக்கவில்லை. ஆரம்பத்தில், குழந்தை கள் சம்பந்தமாகக் கொஞ்சம் பதற்றம் இருந்தது. காரணம், ஹர்க்வார் வேலை செய்த மதகுப் பணியிடத்துக்கு உடன் செல்வதற்கோ, புல் தேடி குந்தி மேற்கொள்ளும் நீண்ட நடைகளில் உடன் செல்லவோ இயலாத அளவு மிகவும் சிறு குழந்தைகளாக அவர்கள் இருந்தார்கள். ஊனமுற்ற கிழவி ஒருத்தி, பெற்றவர்கள் இருவரும் வேலைக்குப் போயி ருக்கும்போது குழந்தைகளின் மேல் ஒரு கண் வைத்துக்கொள் வதாகச் சொன்னாள். சில நூறு கஜம் தள்ளி அமைந்திருந்த பொதுக்குடிசையில் வசித்துவந்தவள் அவள்.

இரண்டு மாத காலம்வரை, இந்த ஏற்பாடு திருப்திகரமாக அமைந்தது. ஒவ்வொரு நாள் சாயங்காலமும், நான்கு மைல்

தூரத்திலிருந்த கால்வாய் மதகுப் பணியிலிருந்து ஹர்க்வார் வீடு வந்து சேருவான். அதற்குச் சிறிது நேரம் கழித்து, தான் அறுத்துவந்த புல்லைக் கடைவீதியில் விற்றுவிட்டு, குந்தி வந்து சேருவாள். புன்வாவும் புத்தாலியும் அவர்களுக்காக ஆவல் பொங்கக் காத்திருப்பதைக் காண்பார்கள். காலாதுங்கி யில் வெள்ளிக்கிழமை சந்தைநாள். சுற்றுவட்டாரக் கிராமங் களிலிருக்கும் அனைவருமே, அன்றைய தினம் கடமையாகக் கடைத்தெருவுக்கு விஜயம் செய்வார்கள். மலிவான விலையில் உணவுப்பொருட்கள், பழங்கள், காய்கறிகள் விற்பதற்காகத் திறந்த சாவடிகள் நிறுவப்பட்டிருக்கும். சந்தை நாட்களில், தங்களுடைய வழக்கமான நேரத்துக்கு அரைமணிநேரம் முன்னதாகவே ஹர்க்வாரும் குந்தியும் வீடு திரும்பிவிடுவார் கள் – இரவில் கடைகள் அடைக்கப்படுமுன் மீந்திருக்கும் காய்கறிகளை இன்னும் மலிவான விலையில் வாங்குவதற்காக.

ஒரு வெள்ளிக்கிழமை, தங்களுடைய எளிய கொள்முத லான காய்கறிகளையும், ஒரு பவுண்டு ஆட்டுக் கறியையும் வாங்கிக்கொண்டு ஹர்க்வாரும் குந்தியும் வீடு திரும்பினார் கள். அவர்களை வரவேற்பதற்கு புன்வாவும் புத்தாலியும் குடிசையில் இல்லை. பொதுக் குடிசைக் கிழவியிடம் விசாரித்த போது, அன்று மத்தியானத்திலிருந்தே அவள் குழந்தைகளைப் பார்க்கவில்லை என்று தெரிந்தது. குடைராட்டினம் ஒன்று கடைத்தெருவில் வந்திருந்தது. பொதுக் குடிசையில் இருந்த குழந்தைகள் அத்தனை பேரையும் அது கவர்ந்திழுத்தது. அதைப் பார்க்கத்தான் குழந்தைகள் இருவரும் போயிருப்பார் கள் என்று சொன்னாள் கிழவி. இது ஒரு நியாயமான விளக்க மாகப் பட்டது.

ஹர்க்வார் குழந்தைகளைத் தேடி கடைத்தெருவுக்குக் கிளம்பினான். குந்தி சமைப்பதற்காகக் குடிசைக்குத் திரும்பி னாள். ஒரு மணிநேரம் கழித்து ஹர்க்வார் திரும்பி வந்தான்; குழந்தைகளைப் பற்றிய தடயமே கிடைக்கவில்லை என்றான். அவனுடன் சேர்ந்து குழந்தைகளைத் தேடிய ஆட்கள் சிலரும் உடன் வந்திருந்தார்கள். விசாரித்த ஆட்கள் அனைவருமே, குழந்தைகளைப் பார்க்கவேயில்லை என்று சொல்லிவிட்டார் களாம்.

அந்தச் சமயத்தில், ஹிந்துக் குழந்தைகளைப் பக்கிரிகள் கடத்திச் செல்கிறார்கள், ஒழுங்கீனமான நடவடிக்கைகளுக் காக வடமேற்கு எல்லைப் பகுதியில் கொண்டு சென்று விற்று விடுகிறார்கள், என்ற வதந்தி இந்தியா முழுவதும் பரவியிருந் தது. இதில் எந்த அளவுக்கு உண்மையிருந்தது என்பதை என்னால் சொல்ல முடியாது. ஆனால், பக்கிரிகள் சிக்கி உதை

படுவதையும், அவர்களைத் தாமே தண்டிக்க முயலும் கூட்டத் திடமிருந்து போலீசாரால் மீட்கப்படுவதையும் பற்றிப் பத்திரிகை களில் அடிக்கடி செய்திகள் வந்தன. இந்தியாவிலிருந்த பெற் றோர்கள் ஒவ்வொருவரையும் இந்த வதந்திகள் எட்டியிருந்தன என்று சொல்லலாம். வீடு திரும்பிய ஹர்க்வாரும், தேடுவதில் அவனுக்கு உதவிய நண்பர்களும், குழந்தைகளைக் கடத்த வென்றே சந்தைக்கு வந்திருந்த பக்கிரிகள் யாராவது இவர் களைக் கடத்திச் சென்றிருக்கலாம் என்று எண்ணினர். தங்களுடைய அச்சத்தைக் குந்தியிடம் தெரிவித்தனர்.

கிராமத்தின் கீழ்முனையில் ஒரு காவல் நிலையம் இருந்தது. ஒரு தலைமைக் காவலரும் இரண்டு காவலர்களும் பொறுப்பேற்றிருந்த நிலையம். நலம் விரும்பிகளின் கும்பல் அதிகரித்தவண்ணம் பின்தொடர, இந்தக் காவல் நிலையத் துக்கு ஹர்க்வாரும் குந்தியும் சென்றார்கள். முதியவரான தலைமைக்காவலர் கனிவு மிக்கவர். குழந்தை குட்டி உள்ளவர். குழந்தைகளைத் தவறவிட்ட பெற்றோரின் கதையைப் பரிவு டன் கேட்டார். அவர்கள் சொன்னதைத் தன் நாட்குறிப்பில் பதிந்துகொண்டார். ராத்திரி வேளையில் எதுவும் செய்ய முடியாது என்றும், மறுநாள் காலையில், தண்டோராப் போடுகிறவனைக் காலாதுங்கியைச் சுற்றியுள்ள பதினைந்து கிராமங்களுக்கும் அனுப்பி, குழந்தைகள் காணாமல் போன விஷயத்தை அறிவிப்பதாகவும் சொன்னார். ஒரு ஐம்பது ரூபாய் சன்மானமும் தண்டோராக்காரனை விட்டு அறிவிக்கச் சொன்னால், குழந்தைகள் பத்திரமாகத் திரும்பக் கிடைக்க ஏதுவாக இருக்கும் என்று யோசனை சொன்னார்.

ஐம்பது ரூபாய்! ஹர்க்வாரும் குந்தியும் திகைத்துவிட்ட னர். உலகத்தில் அவ்வளவு பணம் இருக்கிறதென்றே அவர் களுக்குத் தெரியாது. என்றாலும், அடுத்தநாள் காலையில் சுற்றக் கிளம்பிய தண்டோராக்காரன் அந்த சன்மானத்தை அறிவிக்கவே செய்தான். தலைமைக் காவலரின் ஆலோச னையைக் கேள்விப்பட்ட காலாதுங்கிக்காரர் ஒருவர், அந்தப் பணத்தைத் தான் வழங்குவதாக முன்வந்திருந்தார்.

இரவு உணவை வெகுநேரம் கழித்துத்தான் சாப்பிட்டார் கள். குழந்தைகளின் பங்கு, ஒரு ஓரமாய் எடுத்து வைக்கப்பட் டிருந்தது. ராத்திரி முழுக்க சிறு கணப்பு எரிந்துகொண்டே யிருந்தது. காரணம், கடுமையான குளிர். அவ்வப்போது ஹர்க் வாரும் குந்தியும் இருட்டில் வெளியே சென்று குழந்தைகளைக் கூப்பிட்டுப் பார்த்தார்கள் – பதில் கிடைக்க வாய்ப்பில்லை என்று அவர்களுக்குத் தெரிந்திருந்த போதிலும்.

காலாதுங்கியில் இரண்டு சாலைகள் ஒன்றையொன்று நேர்கோணத்தில் குறுக்காகக் கடக்கின்றன. ஒன்று ஹல்த்வானியிலிருந்து ராம் நகருக்கு அடிவாரத்தை ஒட்டிச் செல்வது. மற்றது நைனி டாலிலிருந்து பாஸ்பூருக்குச் செல்வது. அந்த வெள்ளிக்கிழமை இரவில், கதகதப்புக்காகச் சிறு கணப்பின் அருகில் உட்கார்ந்திருந்தார்கள் ஹர்க்வாரும் குந்தியும். மறுநாள் காலைவரை குழந்தைகள் திரும்பி வராத பட்சத்தில், முதலில் சொன்ன சாலையின் வழியே சென்று விசாரிப்பது என்று அவர்கள் தீர்மானித்தார்கள் – குழந்தைகளைக் கடத்திச் சென்றவர்கள் அநேகமாக அந்தச் சாலையில்தான் போயிருக்கக் கூடும் என்பதால்.

சனிக்கிழமைக் காலை பொழுது புலர்ந்தவுடன் காவல் நிலையத்துக்குச் சென்று தாங்கள் எடுத்த முடிவைத் தலைமைக் காவலரிடம் தெரிவித்தார்கள். அவர், ஹல்த்வானியிலும் ராம் நகரிலும் உள்ள காவல் நிலையங்களில் ஒரு புகார் பதிவு செய்துவிடும்படி ஆலோசனை சொன்னார். குழந்தைகள் விஷயமாகக் கண்காணிக்கும்படி அனைத்து ரயில் நிலையச் சந்திப்புகளுக்கும் தந்தி கொடுக்குமாறு ஹல்த்வானியில் உள்ள காவல் ஆய்வாளருக்கே ஒரு கடிதம் கொடுத்து விட இருப்பதாகவும், குழந்தைகளின் அடையாளங்களை அதில் விவரித்திருப்பதாகவும் அவர் சொன்னபோது, இவர்கள் இருவரும் நெகிழ்ந்து போனார்கள்.

அன்று சாயங்காலம் சூரியன் அஸ்தமிக்கிற சமயத்தில் குந்தி திரும்பி வந்தாள். ஹல்த்வானிக்கு இருபத்தெட்டுமைல் தொலைவு நடந்து திரும்பியவள், நேராகக் காவல் நிலையத்துக்குச் சென்றாள். குழந்தைகளைப் பற்றி விசாரிப்பதற்காகவும், தான் தேடிப் போனது விரயம்தான் என்றாலும் தலைமைக் காவலர் கூறியபடி ஹல்த்வானி காவல் நிலையத்தில் புகார் கொடுத்துவிட்டதாகத் தெரிவிப்பதற்காகவும். சற்றுநேரத்தில் ஹர்க்வார் திரும்பி வந்தான், ராம்நகருக்கு முப்பத்தாறு மைல் நடந்து சென்றுவிட்டு. அவனும் நேரே காவல் நிலையத்துக்குத்தான் சென்றான். குழந்தைகள் பற்றிய தடயமே கிடைக்கவில்லை என்றும், தலைமைக் காவலர் கூறியபடி செய்துவிட்டதாகவும் சொன்னான்.

குடிசையில், நண்பர்கள் பலபேர் காத்துக்கொண்டிருந்தார்கள். தங்களுடைய குழந்தைகளின் பாதுகாப்பை எண்ணிக் கலங்கிய தாய்மார்களும் அதில் அடக்கம். ஹர்க்வாருக்கும், புன்வாம்மாவுக்கும் தங்கள் ஆறுதலைத் தெரிவிப்பதற்காக அவர்கள் வந்திருந்தார்கள். இந்தியாவிலுள்ள வழக்கத்தின்படி,

பிறந்தபோது சூட்டப்பட்ட பெயரைத் திருமணமானவுடன் குந்தி இழந்துவிட்டாள். புன்வா பிறக்கும்வரை அவளை 'ஹர்க்வார் சம்சாரம்' என்றுதான் சொல்வார்கள். கூப்பிடு வார்கள். புன்வா பிறந்ததற்குப் பிறகு, 'புன்வாம்மா'.

சனிக்கிழமை போலவேதான் ஞாயிற்றுக்கிழமையும் கழிந்தது. ஒரே ஒரு வித்தியாசம், கிழக்கு மேற்காகப் போவ தற்குப் பதிலாக, வடக்கே நைனி டாலுககுப் போனாள் குந்தி. ஹர்க்வார் தெற்கே பாஸ்பூருக்குப் போனான். அவள் முப்பது மைல் சென்று வந்தாள். அவன் முப்பத்திரண்டு மைல். அதிகாலையில் கிளம்பிச் சென்று, இரவு கவிந்த பிறகு திரும்பி வந்த இருவரும் பல மைல்கள் கரடுமுரடான சாலை களில் நடந்து போனார்கள். அடர்த்தியான கானகத்தினூ டாகச் செல்லும் சாலைகள் அவை. கும்பலாகச் செல்பவர் களைத் தவிர, சாதாரணமாக ஜனங்கள் புழங்காதவை. ஹர்க்வாரும் குந்தியும் அந்தச் சாலைகளில் தனியாகச் செல்வதைக் கனவில்கூட நினைத்துப் பார்த்திருக்க மாட்டார் கள். காட்டு விலங்குகளையும் கொள்ளைக்காரர்களையும் பற்றிய அச்சத்தை, குழந்தைகள் பற்றிய ஆற்றாமை வென்று விட்டது.

ஞாயிற்றுக்கிழமை மாலையில், சோர்வும் பசியும் கவ்வ குடிசைக்கு வந்து சேர்ந்தார்கள். நைனி டாலுக்கும் பாஸ்பூருக் கும் போய்விட்டுப் பலனின்றித் திரும்பியிருந்தார்கள். கிராமங் களில் தண்டோரா போட்டும், காவல்துறை விசாரித்தும் குழந்தைகள் பற்றி ஒரு தடயமும் கிடைக்கவில்லை என்ற செய்திதான் அவர்களுக்காகக் காத்திருந்தது. இருவரும் மனமுடைந்து போனார்கள். இனிமேல் புன்வாவையும் புத்தாலியையும் பார்க்க முடியும் என்ற நம்பிக்கை ஒட்டு மொத்தமாகப் போய்விட்டது. பட்டப்பகலில் தங்கள் குழந்தை களை ஒரு பக்கிரி கடத்திச் செல்லும்படி விட்டுவிட்ட கடவுளின் கோபத்தை அவர்களால் விளங்கிக்கொள்ள முடிய வில்லை. மலைகளில் நீண்ட தூரம் நடந்து இங்கே வந்து குடியமரப் புறப்படுவதற்கு முன்னால், கிராமப் பூசாரியிடம் அவர்கள் ஆலோசனை கேட்டார்கள். அவர்களுடைய பிரயா ணத்தைத் துவங்குவதற்கு உகந்த சுபதினத்தை அவன் தேர்ந் தெடுத்துக் கொடுத்திருந்தான்.

வழியில் கடக்க நேரிட்ட ஒவ்வொரு கோவிலிலும் காணிக்கை செலுத்தினார்கள். ஒரு இடத்தில், காய்ந்த விறகுத் துண்டு. மற்றொரு இடத்தில் குந்தியின் ஆடையோரத்திலிருந்து கிழித்த துணி நாடா. இன்னொரு இடத்தில் ஒரு தம்பிடி; இது அவர்கள் சக்திக்கு மீறிய ஒன்று. இங்கே, காலாதுங்கியில்,

கீழ்ஜாதிக்காரர்கள் என்பதால் அவர்கள் நுழைவதற்கு அனு மதியற்ற கோவிலைத் தாண்டும்போதெல்லாம், கைகூப்பி வணங்கத் தவறியதில்லை. அப்புறமும் ஏன் இந்த அபாக்கியம் அவர்களுக்கு நேர வேண்டும்? கடவுளுக்கு உரியதைக் கொடுத்து வந்திருக்கிற, யாரொருவருக்கும் தீங்கு செய்யாத, அவர்களுக்கு?

திங்கட்கிழமை அந்தத் தம்பதி மிகவும் சுரத்திழந்தும், சோர்வாகவும் இருந்தார்கள். குடிசையை விட்டு வெளியேற வில்லை. சாப்பிட எதுவும் இல்லை. அவர்கள் வேலைக்குத் திரும்பும்வரை எதுவும் கிடைக்கவும் செய்யாது. ஆனால், இப்போது எதற்காக வேலைக்குப் போக வேண்டும்? காலை முதல் இரவுவரை சுணங்காமல் யாருக்காக அவர்கள் உழைத் தார்களோ, அந்தக் குழந்தைகளே காணாமல் போய்விட்ட பிறகு? நண்பர்கள் வந்து தங்களால் இயன்ற ஆறுதலை வழங்கிவிட்டுப் போனார்கள். ஹர்க்வார் குடிசையின் கதவரு கில் உட்கார்ந்திருந்தான் – நம்பிக்கையற்ற, இருண்ட எதிர் காலத்தை வெறித்துப் பார்த்தபடி. குந்தி ஒரு மூலையில் உட்கார்ந்திருந்தாள். அவள் கண்ணீரெல்லாம் வற்றிவிட்டது. முன்னும் பின்னுமாக அசைந்தவாறு மணிக்கணக்காக அமர்ந் திருந்தாள்.

திங்கட்கிழமை, எனக்குத் தெரிந்தவன் ஒருவன் காட்டுக் குள் எருமைகளை மேய்க்கப் போயிருந்தான். நான் முன்னமே சொன்ன காட்டு விலங்குகளும் பறவைகளும் நிறைந்த அந்தக் காட்டுக்குள். அவன் ஒரு எளிய மனிதன். பத்தாப்பூர் கிராமத் தலைவனின் எருமைகளைக் காட்டுக்குள் மேய்த்தே தன் வாழ்வின் பெரும்பகுதியைக் கழித்தவன். புலி அபாயம் தெரிந்தவன் அவன். சூரியாஸ்தமன வேளையில் எருமை களைத் திரட்டி, கிராமத்துக்கு நடத்திச் செல்ல ஆரம்பித்தான். அடர்ந்த காட்டுப் பகுதி வழியாகச் செல்லும் கால்நடைத் தடத்தில் அவற்றை ஓட்டிச் சென்றபோது, அவன் ஒன்றைக் கவனித்தான். ஒவ்வொரு எருமையும் அந்தத் தடத்தின் ஓர் இடத்தைக் கடக்கும்போது தன் தலையை வலதுபுறம் திருப்பிப் பார்த்துக்கொண்டு நின்றது, பின்னால் வரும் எருமை தன் கொம்புகளால் முட்டி நகர்த்தும்வரை. அந்த இடத்துக்கு வந்தபோது, இவனும் வலதுபுறம் திரும்பிப் பார்த்தான். தடத்துக்குச் சில அடிகள் தள்ளி இருந்த சிறு பள்ளத்தில் இரண்டு சிறு குழந்தைகள் படுத்திருப்பதைக் கண்டான்.

சனிக்கிழமையன்று, தண்டோராக்காரன் கிராமம் கிராம மாகச் சென்றபோது எருமைகளோடு இவன் காட்டுக்குள் வந்துவிட்டிருந்தான். ஆனால், அன்று இரவும் அடுத்த நாள்

இரவும் கிராமக் கணப்பு முன்பு, ஹர்க்வாரின் குழந்தைகள் கடத்தப்பட்டதுதான் பேச்சாயிருந்தது. வாஸ்தவத்தில், காலா துங்கிப் பிராந்தியத்திலுள்ள கிராமக் கணப்புகள் அனைத்தி லுமே இதே பேச்சுத்தான். ஆனால், காணாமல் போன குழந்தைகள் இதோ இருக்கிறார்கள். இவர்களுக்காகத்தான் ஐம்பது ரூபாய் சன்மானம் அறிவிக்கப்பட்டிருக்கிறது.

இவாகள எதற்காகக் கொன்று வீசப்பட வேண்டும், இவ்வளவு தொலைவும் ஒதுக்கமுமான இடத்தில்? குழந்தை கள் அம்மணமாக இருந்தார்கள். ஒருவரையொருவர் இறுக்கி அணைத்தபடி கிடந்தார்கள். மாட்டுக்காரன் அந்தப் பள்ளத் துக்குள் இறங்கி அவர்கள் அருகில் குத்தவைத்து உட்கார்ந் தான், குழந்தைகள் எப்படி இறந்தார்கள் என்று தெளிவுபடுத் திக்கொள்வதற்காக. குழந்தைகள் இறந்துவிட்டார்கள் என்பதில் அவனுக்குச் சந்தேகமேயில்லை.

ஆனால், கிட்ட அமர்ந்து பார்த்தவுடன், சட்டென்று அவனுக்குத் தெரிந்துவிட்டது. குழந்தைகள் மூச்சு விடுகிறார் கள்; உண்மையில் அவர்கள் சாகவில்லை, ஆழ்ந்து உறங்கிக் கொண்டுதான் இருக்கிறார்கள். அவனும் ஒரு தகப்பன்தான். குழந்தைகளை மிருதுவாகத் தொட்டு எழுப்பினான். அவர் களைத் தொடுவது என்பது, அவனுடைய ஜாதிக்கு விரோத மானது. காரணம், அவன் பிராமணன். குழந்தைகளோ கீழ் ஜாதியைச் சேர்ந்தவர்கள். ஆனால், இதுபோன்ற நெருக்கடி யான நேரத்தில் ஜாதியென்ன ஜாதி? குழந்தைகளைத் தூக்கிக் கொண்டான். நடக்க இயலாத அளவு அவர்கள் பலவீனமாக இருந்தார்கள்.

ஆக, எருமைகளைத் தம் போக்கில் வீடு சேர அனுப்பி விட்டு, குழந்தைகளைத் தோளுக்கு ஒன்றாகச் சுமந்துகொண்டு காலாதுங்கிக் கடைவீதியை நோக்கிக் கிளம்பினான். அவன் ஒன்றும் வலுவான ஆளில்லை. மலையடிவாரத்தில் வசித்த பலரையும் போல மலேரியாவால் அவஸ்தைப்பட்டவன். குழந்தைகளும் லாயக்கான சுமைகள் இல்லை. உரிய விதத்தில் சுமந்து செல்ல வேண்டியிருந்தது. மேலும், காட்டின் கால் நடைப்பாதைகளும் விலங்குப்பாதைகளும் தெற்கு வடக்காகச் சென்றன. இவனுடைய வழியோ கிழக்கு மேற்காகச் செல்வது. ஊடுருவ இயலாத அடர்த்தி கொண்ட ஸ்தலங்களையும், ஆழமான சரிவுகளையும் தவிர்ப்பதற்காக அடிக்கொரு தடவை சுற்றுவழியில் செல்ல வேண்டி வந்தது. ஆனால், அவன் ஆண்மையின் வலிவுடன் தொடர்ந்து நடந்தான். அடிக்கடி நின்று ஓய்வெடுத்துக்கொண்டுதான் அந்த ஆறு மைல் தூரத்தைக் கடக்க வேண்டியிருந்தது. புத்தாலிக்குப் பேச முடியவில்லை. புன்வாவால் சிறிது பேச முடிந்தது; காட்டுக்

குள் அவர்கள் எப்படி வந்து சேர்ந்தார்கள் என்பதற்கு அவனால் கொடுக்க முடிந்த விளக்கம் ஒன்றே ஒன்றுதான் – விளையாடிக்கொண்டிருந்தபோது வழி தவறிவிட்டார்கள்.

இருண்டு வரும் இரவை வெறித்துப் பார்த்தபடி குடிசை வாசலில் உட்கார்ந்திருந்தான் ஹர்க்வார். லாந்தர் விளக்குக ளாலும், பற்றவைத்த அடுப்புகளாலும் ஆங்காங்கே வெளிச்சப் புள்ளிகள் உதயமாகின்றன. கடைவீதிப் பக்கமிருந்து ஒரு சிறு ஜனக் கூட்டம் தோன்றுவது அவன் பார்வையில் பட்டது. அந்த ஊர்வலத்தின் முன்னணியில் ஒரு நபர் நடந்து வந்தான். அவனுடைய தோள்களில் எதையோ தூக்கிக்கொண் டிருந்தான்.

எல்லாப் புறங்களிலிருந்தும் ஜனங்கள் வந்து அந்த ஊர்வலத்தில் சேர்ந்துகொண்டார்கள். உணர்ச்சி மயமான முணுமுணுப்புகள் அவனுக்குக் கேட்டன. 'ஹர்க்வாரின் குழந்தைகள்'. ஹர்க்வாரின் குழந்தைகள்! அவனால் தன் காதுகளை நம்ப முடியவில்லை. ஆனாலும், அவன் காதில் விழுந்தது தவறாக இருக்க முடியாது. ஏனெனில், ஊர்வலம் அவனுடைய குடிசையை நோக்கி நேராக வந்தது. துயரத்தின் விளிம்பையும், தேக வலுவின் எல்லையையும் எட்டியிருந்த குந்தி, குடிசையின் ஒரு மூலையில் சுருண்டு உறங்கிவிட்டிருந் தாள். ஹர்க்வார் அவளை எழுப்பினான். குடிசை வாசலுக்கு அவளை அழைத்து வருவதற்கும், மாடுமேய்ப்பவன் புன்வா வையும் புத்தாலியையும் சுமந்தபடி வாசலுக்கு வந்து சேரவும் சரியாக இருந்தது.

கண்ணீர் நிரம்பிய வாழ்த்தொலிகளும், ஆசிகளும், காப் பாற்றி வந்தவனுக்கு வழங்கப்பட்ட நன்றிகளும், நண்பர்களின் பாராட்டுரைகளும் சற்று ஓய்ந்த பின்னர், மாடு மேய்ப்பவ னுக்குச் சேர வேண்டிய சன்மானம் பற்றிய பேச்சு எழுந்தது. ஒரு ஏழைக்கு, ஐம்பது ரூபாய் என்பது மிகப்பெரிய தொகை. அதை வைத்து அவன் மூன்று எருமைகளை வாங்கலாம். அல்லது பத்துப் பசுக்கள் வாங்கலாம். பிறகு வாழ்க்கை முழுவதும் சுதந்திரமாய் இருக்கலாம். ஆனால் குழந்தைகளை மீட்டு வந்தவன், கூட்டத்தினர் பாராட்டிச் சொன்ன வார்த் தைகளைக்காட்டிலும் அதிக உத்தமமானவன். அந்த இரவில் தன்மேல் பொழியப்பட்ட ஆசிகளும் நன்றிகளுமே தனக்குப் போதுமான சன்மானமென்று சொல்லிவிட்டான் அவன். அந்த ஐம்பது ரூபாயில் ஒரு தம்பிடியைக் கூடத் தொடமாட் டேன் என்று கறாராக மறுத்துவிட்டான். ஹர்க்வாரும் குந்தியும் அந்த சன்மானத் தொகையைப் பரிசாகவோ, கடனாகவோ கூட ஏற்றுக் கொள்வதற்கு மறுத்துவிட்டார்கள்.

இனிப் பார்க்கவே முடியாது என்று தாங்கள் நினைத் திருந்த தங்கள் குழந்தைகள் திரும்பக் கிடைத்துவிட்டார்கள்; மறுநாளிலிருந்து இவர்கள் வேலைக்குப் போகத் தொடங்கி விடுவார்கள், தங்கள் பலம் மீண்டும் கிடைத்துவிட்டதால். கூட்டத்திலிருந்தவர்களின் இதயங்களில் பொங்கிய நல்லெண் ணம் காரணமாக அவர்கள் கடைவீதிக்கு ஓடிச் சென்று வாங்கிவந்திருந்த பாலும் இனிப்புகளும் பூரிகளும் போதும் தற்போதைக்கு.

இரண்டு வயதுப் புத்தாலியும், மூன்று வயதுப் புன்வாவும் காணாமல் போனது வெள்ளிக்கிழமை மத்தியானத்தில். மாடு மேய்ப்பவன் அவர்களைக் கண்டெடுத்தது திங்கட்கிழமை சாயங்காலம் சுமார் ஐந்து மணிக்கு – கிட்டத்தட்ட எழுபத் தேழு மணி நேரம் கழித்து. எனக்குத் தெரிந்தவரை அந்தக் காட்டில் இருந்த காட்டு விலங்குகள் பற்றிய விபரத்தை முன்னரே கொடுத்திருக்கிறேன். அந்தக் காட்டில்தான் எழுபத் தேழு மணி நேரத்தைக் குழந்தைகள் கழித்திருக்கிறார்கள். மேற்சொன்ன விலங்குகளும் பறவைகளும் இந்தக் குழந்தை களைப் பார்க்கவோ, கேட்கவோ அல்லது மோப்பம் பிடிக் கவோ இல்லை என்று அனுமானிப்பதற்கு எந்த ஒரு நியாயமு மில்லை. இருந்தாலும், மாடுமேய்ப்பவன் புத்தாலியையும் புன்வாவையும் அவர்களது பெற்றோரின் கரங்களில் ஒப்ப டைத்தபோது, குழந்தைகளின் மேல் பற்தடமோ, நகக்குறியோ ஒன்று கூட இல்லை.

ஒரு மாதமே நிரம்பிய ஆட்டுக்குட்டியை நோக்கிப் பெண்புலியொன்று பதுங்கிப் பதுங்கி வந்ததை ஒருமுறை பார்த்தேன். திறந்த வெளியாய் இருந்தது அந்த இடம். புலி சற்றுத் தொலைவில் வரும்போதே ஆட்டுக்குட்டி அதைப் பார்த்துவிட்டது. கத்திக் குழறத் தொடங்கியது. உடனே, பதுங்குவதை விட்டு நேராக ஆட்டுக் குட்டியிடம் சென்றது புலி. சில கஜ தூரத்துக்குள் புலி வந்த மாத்திரத்தில், ஆட்டுக் குட்டி அதை எதிர் கொண்டு சென்றது. அருகில் சென்றதும் புலியை முகர்ந்துபார்ப்பதற்காகத் தன் கழுத்தை நீட்டித் தலையை உயர்த்தியது. மூச்சுத் திணறவைத்த சில நொடிக ளுக்கு வனத்தின் அரசியும், பிறந்து ஒரு மாதமே ஆன ஆட்டுக் குட்டியும் முகத்தோடு முகம் உரச நின்றனர். பிறகு அரசி திரும்பிவிட்டாள். வந்த வழியே திரும்பிச் சென்றாள்.

ஹிட்லரின் யுத்தம் முடியும் தறுவாயில் இருந்தபோது, பிரிட்டிஷ் சாம்ராஜ்யத்தின் தலைசிறந்த ஆளுமைகள் மூவர் நிகழ்த்திய உரைகளின் பகுதிகளை ஒரே வாரத்தில் நான்

வாசிக்க நேர்ந்தது. யுத்தத்தின் அக்கிரமங்களைக் கண்டித்தன அவை. போரிடும் மனிதர்களுக்கிடையே காட்டுத்தனமான சட்டங்களை எதிரி அறிமுகப்படுத்துவதாகக் குற்றம் சாட்டின. படைத்தவன் காட்டுயிர்களுக்காக உருவாக்கிய அதே சட்டங்களை மனிதர்களுக்காகவும் உருவாக்கியிருந்தால் யுத்தங்களே இருந்திருக்காது. காரணம், எளியவர்கள் மீது வலியவர்களுக்குக் கரிசனம் இருந்திருக்கும்; கானகத்தினுள் சட்டமாக நிறுவப்பட்டிருக்கும் அதே கரிசனம்.

சகோதரர்கள்

வனப் போர்முறைகளில் பையன்களுக்குப் பயிற்சி அளிக்கும் நெடிய வருடங்கள் முடிந்துவிட்டன. ஒருநாள், காலை உணவுக்குப் பிறகு, காலா துங்கியில் உள்ள எங்கள் குடிலின் வராந்தாவில் நாங்கள் உட்கார்ந்திருந்தோம். காக்கிநிற மேலங்கி ஒன்றை எனக்காகப் பின்னிக்கொண்டிருந்தாள் என் சகோதரி மாகி. பல காலம் உபயோகப்படுத்தப் படாமல் இருந்ததால் துருவேறியிருந்த என் அபி மானத் தூண்டிலை மெருகேற்றிக் கொண்டிருந்தேன்.

ஏகப்பட்ட ஒட்டுகள் போடப்பட்ட, ஆனால் சுத்தமான, பருத்தி உடை அணிந்த மனிதன் ஒரு வன் வராந்தாவின் படிக்கட்டில் ஏறி வந்தான். வாய் நிறையச் சிரித்தபடி வந்தவன், வணக்கம் சொன் னான். அவனை எங்களுக்கு ஞாபகம் இருக்கிறதா என்று கேட்டான். சுத்தமானவர்களும் அவ்வள வாகச் சுத்தமாய் இல்லாதவர்களும், வயோதிகர்க ளும் இளைஞர்களும், வசதிபடைத்தவர்களும் ஏழை களும் (பெரும்பாலும் ஏழைகள்தாம்), ஹிந்துக்களும்

முகமதியர்களும் கிறிஸ்தவர்களும் எனப் பலபேர் அந்தப் படிகளில் ஏறி வந்திருக்கிறார்கள். காரணம், மலையடிவாரத் தின் ஒரு சந்தியில் இருந்தது எங்கள் குடில். விவசாய நிலங் களுக்கும் காட்டுக்கும் இடையிலான எல்லையில் இருந்தது.

நோயுற்றவர்களாக அல்லது நொந்துபோனவர்களாக, உதவும் கரமொன்றை வேண்டுபவர்களாக, அல்லது சிறிதளவு மனித வாஞ்சையும் ஒரு கோப்பைத் தேநீரும் தேவைப்படுபவர் களாக இருக்கும் யாருமே எங்கள் குடிலைத் தேடி வருவார்கள். அவர்கள் விவசாய நிலத்தில் வசிப்பவர்களோ அல்லது காட்டில் வேலை செய்பவர்களோ அல்லது சாதாரண வழிப் போக்கர்களோ, யாராக இருந்தாலும் சரி. நோயுற்றவர்களும், காயமுற்றவர்களும் என சிகிச்சைக்கு வந்தவர்கள் பற்றிய குறிப்பேடு ஒன்றைப் பராமரித்து வந்திருந்தால், அதில் ஆயிரக் கணக்கான பெயர்கள் இடம்பெற்றிருக்கும்; சுகாதாரமற்ற ஒரு பிராந்தியத்தில், அவ்வப்போது பொறுமை இழந்துவிடும் மிருகங்களுக்கு மத்தியில், காட்டில் வேலைபார்க்கும் மனித உடம்புக்கு வரக்கூடிய வாதைகள் அனைத்தையும் பற்றிய விபரங்களும் அந்தக் குறிப்பேட்டில் இருந்திருக்கும்.

ஒருநாள் காலையில் அந்தப் பெண்மணி வந்தாள். முதல் நாள் சாயங்காலம் அவளிடம் கொடுக்கப்பட்ட ஆமணக் கெண்ணெய்த் தைலத்தை விழுங்குவதற்குத் தன் மகன் மிக வும் சிரமப்படுகிறான் என்று புகார் சொன்னாள். ஒரு கொப் புளத்தின் மேல் தடவுவதற்காகக் கொடுத்த எண்ணெய் அது. தைலத்தால் அந்தப் பையனுக்குப் பலனேதும் கிடைப்பதாகத் தெரியாததால், மருந்தை மாற்றித் தருமாறு கேட்டாள்.

அப்புறம், இன்னொரு முகமதிய மூதாட்டியின் சங்கதி. ஒருநாள் முன்னிரவில் முகத்தில் கண்ணீர் வழிய அந்த அம்மாள் வந்தாள். நிமோனியாவால் சாகக் கிடக்கும் தன் கணவனைக் காப்பாற்றுமாறு மாகியிடம் கெஞ்சினாள். அவளிடம் கொடுக்கப்பட்ட எம் & பி 693 மாத்திரைகளை வெறுப்போடு பார்த்தாள். சாகக் கிடக்கும் மனிதனைக் குணப் படுத்துவதற்கு இதை மட்டும் கொடுத்தால் போதுமா என்று கேட்டாள். மறுநாள், பிரகாசமான முறுவலோடு திரும்பி வந்தாள். தன் கணவன் பிழைத்துவிட்டான் என்று அறிவித் தாள். தன்னுடன் அழைத்து வந்திருந்த நான்கு சிநேகிதிகளுக் கும் அதே தினுசான மருந்தைத் தரும்படி வேண்டினாள். அவர்களின் கணவன்மாருக்கும் இவளுடைய கணவனின் வயதுதான்; அவர்களுக்கும் எந்நேரமும் நிமோனியா வரக் கூடும்.

அப்புறம், ஒரு எட்டு வயதுச் சிறுமியின் சமாசாரம். சற்றுச் சிரமப்பட்டு வாசல் கதவின் தாழ்ப்பாளை எட்டித் திறந்துகொண்டு வராந்தாவில் ஏறிவந்தாள். அவளை விட சுமார் இரண்டு வயது சிறியவனான ஒரு பையனின் கையை இறுக்கிப் பிடித்துக்கொண்டிருந்தாள். அந்தச் சிறுவனின் கண்வலிக்கு மருந்து கேட்டாள். தானே தரையில் உட்கார்ந்து கொண்டாள். சிறுவனை மல்லாந்து படுக்கச் சொன்னாள். அவன் தலையைத் தன் முழங்கால்களுக்கிடையில் இடுக்கிக் கொண்டு, ‘அம்மணி, உங்க இஷ்டம்போல இப்பொ என்ன வேணும்னாலும் செய்துக்கங்க இவனை’ என்று சொன்னாள். ஆறு மைல் தொலைவிலிருந்த கிராமத்தின் தலைவன் மகள் அந்தச் சிறுமி. தன் வகுப்புத்தோழன் கண்வலியால் அவதிப்படு வதைப் பார்த்ததும், சிகிச்சைக்காக அவனை மாகியிடம் அழைத்துவரும் பொறுப்பைத் தானாகவே ஏற்றுக்கொண் டாள். அவன் கண்கள் முழுக்கக் குணமாகும்வரை, ஒரு வார காலம், இந்த இளம் சேவகி அந்தப் பையனை எங்கள் குடிலுக்கு அழைத்து வந்தாள் – இதற்காக, உபரியாக நாலு மைல்கள் தினசரி அவள் நடக்க வேண்டி வந்தது.

அப்புறம், டெல்லியைச் சேர்ந்த, மரம் அறுக்கும் தொழி லாளியின் கதை. ஒருநாள் எங்கள் வளாகத்துக்குள் அவன் நொண்டி நொண்டி வந்தான். அவனுடைய வலது குதிகாலி லிருந்து முழங்காலின் பின்பகுதி வரை ஒரு பன்றியின் கோரைப் பற்களால் கிழிக்கப்பட்டிருந்தது. அவனுடைய காலுக்குச் சிகிச்சையளிக்கப்பட்ட நேரம் முழுக்க, அந்த பயங்கரமான காயத்தை உண்டாக்கிய மிருகத்தை வைதுகொண்டேயிருந் தான். காரணம், அவன் ஒரு முஸல்மான்.

அவனுடைய கதை வருமாறு: முந்தைய நாள் வெட்டி வீழ்த்திய மரத்தை அறுப்பதற்காக, காலையில் அவன் கிளம்பிப் போனான். மரத்தின் கிளைகளில் தஞ்சம் புகுந்திருந்த பன்றி அவன்மேல் பாய்ந்து காலைக் கிழித்துவிட்டது. பன்றியின் பாதையில் குறுக்கிட்டது அவனுடைய குற்றம்தானே என்று நான் கூறினேன். அவன் அறச்சீற்றத்துடன், உணர்ச்சிமய மாய்ச் சொன்னான்: ‘அதுதான் அவ்வளவு பெரிய காடு இருக்கே, அங்கே ஓட வேண்டியதுதானே. என்மேலே எதுக்குப் பாயணும்? நான் ஒண்ணுமே செய்யலையே அந்தப் பன் னியெ. இதுக்கு முன்னாடி அதெ நான் பாத்ததுகூடக் கிடையாதே?’

இன்னொருவன் கதையும் இருக்கிறது. அவனும் மரம் அறுப்பவன்தான். ஒரு மரத்தண்டைப் புரட்டிப் போடும் போது, உள்ளங்கையில் தேள் கொட்டிவிட்டது அவனை.

'இவ்வளவு பெரிய' தேள். சிகிச்சைக்குப் பிறகு, தன் விதியை உரத்துச் சொல்லிப் புலம்பியவாறு தரையில் புரண்டான் அவன். மருந்து அவனுக்குப் பிரயோசனப்படவில்லை என்று உறுதியாகச் சொன்னான். சற்றுநேரத்தில், தன் இடுப்பைப் பிடித்துக்கொண்டு சிரிக்க ஆரம்பித்துவிட்டான்.

அன்றைய தினம், குழந்தைகளின் வருடாந்தர விழா நாள். ஓட்டப் பந்தயங்கள் முடிந்த பிறகு, இருநூறு குழந்தை களுக்கும் அவர்களின் தாய்மாருக்கும் இனிப்புகளும் பழங் களும் வழங்கப்பட்ட பிறகு, ஒரு வட்டம் உருவாகியது. இரண்டு ஆட்கள் நட்டமாக நிறுத்திப் பிடித்த இரண்டு மூங்கில் கழிகளினிடையே ஒரு காகித உரி தொங்கவிடப்பட் டது. அதில் விதவிதமான உலர்பருப்புவகைகள் பொதியப்பட் டிருந்தன. கண்கள் கட்டப்பட்ட ஒரு சிறுவன் அந்த உரியை அடிக்கத் தயாரானான். தன் கையிலிருந்த கம்பை ஓங்கியவன், கழியைப் பிடித்துக்கொண்டிருந்தவனின் தலையில் வேகமாக இறக்கினான். இதைப் பார்த்துவிட்டுத்தான், தேள்க்கடி பட்ட வன் சிரித்துவிட்டான். அங்கே கூடியிருந்த அனைவரையும் விட உரத்த குரலில் சிரித்தான். இப்போது வலி எப்படி இருக்கிறது என்று கேட்டதற்கு, அது போயே போய்விட்டது என்று பதிலளித்தான். இது மாதிரியான ஒரு வேடிக்கையில் கலந்து கொள்ள வாய்ப்பு கிடைக்குமென்றால், தன்னை எத்தனை தேள் கொட்டினாலும் பரவாயில்லை என்றும் சொன்னான்.

எனக்கு நினைவு தெரிவதற்கு முன்பிருந்தே, மிகப் பல வருடங்களாக, என் குடும்பத்தினர் மருத்துவர்களாக இருந்து வந்திருக்கின்றனர்; தொழில்முறை சாராத மருத்துவர்களாக. இந்தியர்களுக்கு, அதிலும் குறிப்பாக ஏழைகளுக்கு, திறமான ஞாபகசக்தி உண்டு. தங்களிடம் காட்டப்பட்ட கருணையை அவர்கள் மறப்பதே இல்லை - அது எவ்வளவு சிறியதாய் இருந்தபோதிலும். காலாதுங்கியில் இருந்த எங்கள் குடிலுக்கு வந்தவர்கள் அனைவருமே நோயாளிகள் அல்ல. விதவிதமான தட்பவெப்பநிலைகளில், கரடுமுரடான பாதைகளில், நாட் கணக்காக நடந்து வந்து எங்களுக்கு நன்றி தெரிவித்தவர்கள் உண்டு. அவர்களுக்கு நாங்கள் சிறு பரிவு காட்டிய சம்பவம், சென்ற வருடத்தில் நடந்திருக்கலாம்; அல்லது பல வருடங் களுக்கு முன்னால் நடந்ததாகவும் இருக்கலாம்.

இவ்வாறு வந்தவர்களில், பதினாறு வயதுப் பையன் ஒருவன். தனது தாயுடன் வந்து எங்கள் கிராமத்தில் சில நாட்கள் தங்கியிருந்தான். அவனுடைய தாயாருக்கு விஷக் காய்ச்சல். கண்கள் வேறு மோசமாக வீங்கியிருந்தன. அவ

ளுக்கு மாகி சிகிச்சையளித்தாள். தன் தாயாரின் நன்றியை மாகியிடம் தெரிவிப்பதற்காகவும், அவனுடைய தாய் 'தன் கையாலேயே பறித்த' மாதுளம்பழங்கள் சிலவற்றை அன்பளிப் பாக வழங்கவும் அவன் பல நாட்கள் நடந்து வந்திருந்தான்.

ஒட்டுப்போட்ட உடையணிந்த நபர் வந்து சேர்ந்த அதே தினத்தில், அவர் வருவதற்கு ஒரு மணி நேரம் முன்பாக, ஒரு கிழவர் வராந்தாவின் படியேறி வந்தார். ஒரு தூணில் சாய்ந்து அமர்ந்துகொண்டார். என்னைக் கொஞ்ச நேரம் பார்த்துக்கொண்டே இருந்துவிட்டு, மறுப்பாகத் தலையசைத்த படி பின்வருமாறு கூறினார். 'போனவாட்டி ஒங்களெப் பாத்ததெவிட ரொம்ப வயசாயிட்ட மாதிரித் தெரியிறீங்க ஸாஹேப்.'

'ஆமா. பத்து வருஷம் கழிச்சுப் பார்த்தா, நாம எல்லா ருமே வயசானவங்களாத்தான் தெரிவோம்.' என்று பதிலளித் தேன். 'நாம எல்லாருமே அப்பிடித்தான்னு சொல்ல முடியாது ஸாஹேப் . . . பத்து வருஷத்துக்கு முன்னாடி இல்லே, பன் னெண்டு வருஷத்துக்கு முன்னாடி, ஒங்க வராந்தாவிலே நான் உக்காந்திருந்தேனே – அப்பொ இருந்ததெவிட வயசானவனா நான் இப்பொத் தெரியலே. அப்போ நான் பத்ரிநாத்துக்கு நடந்தே யாத்திரை போயிட்டுத் திரும்பிக்கிட்டிருந்தேன். ஒங்க வாசல் கதவு திறந்திருந்ததெப் பார்த்தேன். ரொம்பக் களைப்பா இருந்தது. அவசரமாப் பத்து ரூபா தேவைப்பட்டது. சித்தே ஓய்வெடுத்துக்கிறேன்னு ஒங்ககிட்டெ வேண்டிக்கிட் டேன். அப்பறம் ஒங்ககிட்டெ உதவி கேட்டேன். இப்பொ இன்னொரு யாத்திரை போயிட்டுத் திரும்புறேன். இந்த வாட்டி, காசிக்கிப் போயிட்டு வர்றேன். இப்பொப் பண மொண்ணும் வேணாம். போன வாட்டி நீங்க செஞ்ச உத விக்கு நன்றி சொல்றதுக்கும், நான் பத்திரமாப் போய்ச் சேந்துட்டேன்னு தகவல் சொல்லவும்தான் வந்திருக்கேன். கொஞ்ச நேரம் ஓய்வெடுத்துட்டு, சிகரெட் பிடிச்சிட்டு, ஹல்த்வானியிலே இருக்கிற என் குடும்பத்தோட போய்ச் சேர்றதுக்குக் கிளம்பிருவேன்.' பதினான்கு மைல் நடை. பன்னிரண்டு வருடங்களில் தாம் முதுமையுற்றவராகத் தென் படவோ, உணரவோ இல்லை என்று அவர் அழுத்திச் சொன் னாலும், நலிந்துபோன கிழவராகத்தான் அவர் தென்பட்டார்.

ஒட்டுப்போட்ட பருத்தி உடையில் எங்கள் முன்னால் வராந்தாவில் நின்றிருந்த அந்த மனிதனின் முகம் மங்கலாக ஞாபகம் இருந்தது. ஆனாலும், அவனுடைய பெயரையோ முன்னர் அவனைப் பார்க்க நேர்ந்த சந்தர்ப்பத்தையோ எங்களால் நினைவுகூர இயலவில்லை. தன்னை எங்களுக்கு

அடையாளம் தெரியவில்லை என்பதைக் கண்ட அந்த மனிதன் தன் மேலங்கியைக் கழற்றினான். சட்டையைத் திறந்து தன் மார்பையும் வலது தோளையும் காட்டினான். அந்தத் தோளைப் பார்த்ததும் உடனடியாக ஞாபகம் வந்து விட்டது.

அவன் நார்வா. கூடை முடைகிற நார்வா. அவனை எங்களால் அடையாளம் காணமுடியாமல் போனதற்குக் காரணம் இருக்கத்தான் செய்தது. கடைசியாக அவனைப் பார்த்தபோது, அதாவது ஆறு வருடங்களுக்கு முன்னால், அவன் எலும்பும் தோலுமாக இருந்தான். காலை எடுத்து வைத்து நடப்பதற்கு மிகவும் பிரயாசைப்பட்டான். ஊன்றி நடக்கக் கோல் தேவைப்பட்டது அவனுக்கு. வடிவம் குலைந்த தோளையும், பழைய வடிவத்துக்கு மீளாமல் புடைத்திருக்கும் உடைந்து நொறுங்கிய எலும்புகளையும், நிறம் மாறிச் சுருக்கங்கள் விழுந்த மார்புச் சருமத்தையும், ஓரளவு சூம்பிய வலது புஜத்தையும் இப்போது பார்த்த நாங்கள், தனக்கு வந்த சோதனையை அவன் எவ்வளவு பிரமாதமாகக் கடந்துவிட்டிருக்கிறான் என்று வியந்தோம்.

உயிருக்காக அவன் நடத்திய தீரம் மிகுந்த போராட்டத்தை மூன்று மாதம் பார்த்துக் கொண்டிருந்தவர்கள் நாங்கள். தன்னுடைய புஜத்தை மேலும் கீழும் அசைத்தும், கைகளை மூடியும் திறந்தும் காட்டிய நார்வா, தன்னுடைய புஜம் நாளுக்குநாள் வலுவடைந்து வருவதாகச் சொன்னான். நாங்கள் பயந்த மாதிரி, அவனுடைய விரல்கள் விறைத்துப் போய்விடவில்லை. தன்னுடைய தொழிலை அவனால் தொடர முடிந்தது. தற்போது அவன் வந்ததன் நோக்கம், தான் மிகவும் நன்றாக ஆகிவிட்டதை எங்களுக்குக் காட்டுவதும்; தனக்கும் தன் மனைவி மற்றும் குழந்தைக்குத் தேவையான அனைத்தையும் செய்ததற்காக மாகிக்கு நன்றி தெரிவிப்பதும்தான். அந்த மாதங்களில் அவன் வாழ்வுக்கும் சாவுக்கும் இடையில் கிடந்தான். மாகிக்கு நன்றி தெரிவிக்கும் விதமாக, அவளுடைய பாதங்களில் தலைவைத்து வணங்கினான்.

நார்வாவுக்கு வந்த சோதனை

நார்வாவும் ஹரியாவும் உடன்பிறந்த சகோதரர்கள் அல்ல. அவர்கள் அவ்வாறு சொல்லிக்கொண்டார்கள்; அவ்வளவுதான். அவர்கள் இருவரும் ஒரே கிராமத்தில் பிறந்து வளர்ந்தவர்கள். அல்மோராவுக்கு அருகில் உள்ள கிராமம் அது. உழைப்பதற்கான வயது வந்தவுடன், ஒரே தொழிலை

மேற்கொண்டார்கள். இருவருமே கூடை முடைபவர்கள். அதாவது, தீண்டத்தகாதவர்கள். ஐக்கிய மாகாணங்களில், தீண்டத்தகாதவர்கள்தாம் கூடை முடைந்து வந்தனர்.

கோடைமாதங்களில் நார்வாவும் ஹரியாவும் அல்மோரா வுக்கு அருகில் இருந்த தங்கள் கிராமத்திலேயே தொழில் செய் வார்கள். குளிர்மாதங்களில் காலாதுங்கிக்கு இறங்கி வந்துவிடு வார்கள். எங்கள் கிராமத்தவர் தானியங்கள் சேகரித்து வைப் பதற்காக அவர்கள் செய்த பதினைந்தடி விட்டமுடைய மிகப் பெரிய கூடைகளுக்கு காலாதுங்கியில் பெரும் மவுசு இருந்தது. அல்மோராவுக்கு அருகிலிருந்த தங்கள் கிராமத்தில் அவர்கள் ரிங்கால் கூடைகள் செய்துவந்தனர். இது ஓர் அங்குல பரி மாணமுள்ள மெல்லிய மூங்கில் வகை. இருபதடி நீளம்வரை வளரும். நாலாயிரம் அடியிலிருந்து பத்தாயிரம் அடி உயரம் வரை உள்ள இடங்களில் வளரக் கூடியது. தவிர, மிகக் கச்சித மான தூண்டில் கழிகள் செய்ய ஏற்றது – காலாதுங்கியில் தூண்டில்கள் மூங்கிலால்தான் செய்யப்படுகின்றன.

காலாதுங்கியின் மூங்கில்கள் அரசாங்க ரிஸர்வ் காடு களில் வளர்பவை. ரிஸர்வ் காடுகளையொட்டி விவசாயம் செய்கிறவர்களான எங்களுக்கு, ஒவ்வொரு வருடமும் ஒரு குறிப்பிட்ட அளவு மூங்கிலை எங்கள் சொந்த உபயோகத்துக் காக வெட்டி எடுத்துக்கொள்ள அனுமதி உண்டு. ஆனால், வியாபாரத்துக்காக மூங்கில் வெட்டுபவர்கள், அந்தப் பகுதி யின் வனக் காவலரிடம் உரிமம் பெற்றாக வேண்டும். ஒரு தலைச்சுமைக்கு இரண்டணா செலுத்தி இந்த உரிமத்தைப் பெற வேண்டும். உரிமத்தை நிரப்பும் சிரமத்தை மேற்கொண்ட தற்காக, வனக்காவலருக்கு ஒரு சிறு இனாமும் வழங்க வேண் டும். இந்த உரிமமானது, வழங்கப்பட்டவருக்கு மாத்திரமே செல்லுபடியாகக் கூடியது. ஒரு தனிநபரின் தலைச்சுமைக்கு மட்டுமே பொருந்துவது. எனவே, ஒரு ஆள் சுமந்து செல்லக் கூடிய அதிகபட்ச எண்ணிக்கை மூங்கில்கள் சுமையாகக் கட்டப்படும் என்று யூகித்துக்கொள்ளலாம். இரண்டு வருடம் வளர்ந்த மூங்கில்கள். இந்தப் பிராயத்து மூங்கில்களே கூடை முடைவதற்கு மிகவும் ஏற்றவை.

1939ஆம் வருடம் டிசம்பர் இருபத்தாறாம் தேதி காலை யில் பொழுது புலரும் சமயத்தில் நார்வாவும் ஹரியாவும் காலாதுங்கியின் கடைவீதிக்கு அருகிலுள்ள தங்கள் சமுதாயக் குடிசையிலிருந்து நால்னி கிராமத்துக்குக் கிளம்பினார்கள். எட்டுமைல் தொலைவு நடை. வனக்காவலரிடமிருந்து உரிமம் பெற்று, நால்னி ரிஸர்வ் காடுகளிலிருந்து இரண்டு தலைச்சுமை மூங்கில்கள் வெட்டிக்கொண்டு அன்று மாலையே காலாதுங்கி

திரும்ப வேண்டும். அவர்கள் புறப்படும்போது கடுமையான குளிர். எனவே, முரட்டுப் பருத்தித் துப்பட்டிகளைத் தங்கள் தோளைச் சுற்றிப் போர்த்தியிருந்தார்கள். ஒரு மைல் தூரம் கால்வாய்க் கரையோரமாக நடந்து சென்றார்கள். கால்வாயின் மதகுப்பகுதியாக இருந்த உயரமான சுவர்களைத் தாண்டி ஒற்றையடிப் பாதை ஒன்றில் நுழைந்தார்கள். அடர்ந்த காட்டுப் புதர்களினூடாகவும், கற்பாளங்கள் மண்டிய போர் நதியின் கரையிலும் மாறி மாறி நடந்து சென்றார்கள். அதிகாலைப் பொழுதில் ஓரிரண்டு நீர்நாய்கள் வழக்கமாகக் காணப்படும் பகுதி அது. நீரின் மேல் சூரிய ஒளி விழும்போது, நாலு அல்லது ஐந்து பவுண்டு எடையுள்ள மயில் கெண்டை மீன்களைத் தூண்டில் போட்டுப் பிடித்துவிட முடியும்.

இரண்டுமைல்கள் மேலே சென்றதும் ஆழமற்ற துறையில் இறங்கி ஆற்றின் வலது கரையிலிருந்து இடது கரைக்குச் சென்றார்கள். புற்களும் மரங்களும் நிறைந்த காட்டுக்குள் நுழைந்தார்கள். காலையிலும் மாலையிலும் புள்ளிமான் மற்றும் கடம்பை மான்களின் சிறு மந்தைகளை அங்கே காண முடியும். சிலவேளைகளில், கேளையாடு, சிறுத்தை அல்லது புலி கூடத் தட்டுப்படும். இந்தக் காட்டின் ஊடே ஒரு மைல் நடந்து, மலைகள் கூடும் இடத்துக்கு அவர்கள் வந்து சேர்ந்தார்கள். இந்த இடத்தில்தான் சிலவருடங்களுக்கு முன்னால் பவல்காட் பிரம்மச்சாரி என்று அழைக்கப்பட்ட வேங்கையின் தடங்களை ராபின் கண்டுபிடித்துத் தொடர்ந்தது. இந்த இடத்திலிருந்து பள்ளத்தாக்கு விரிய ஆரம்பிக்கிறது. கால்நடைகளை மேய்க்கிறவர்களுக்கும் திருட்டு வேட்டையாடுபவர்களுக்கும் வேட்டைக்காரர்களுக்கும் தெரிந்த பகுதிதான் இது – சாமல்சூர். இந்தப் பள்ளத்தாக்கில் நடப்பவர்கள் மிகவும் எச்சரிக்கையாக இருக்க வேண்டும். காரணம், இங்கே ஒற்றையடிப்பாதையில் மனிதர்கள் செல்வதற்கு நிகராக புலிகளும் நடமாடும்.

பள்ளத்தாக்கின் மேற்புறத்தில், நால்னி கிராமத்தை நோக்கிச் செங்குத்தாக உயர்ந்து இரண்டு மைல்கள் செல்வதற்கு முன்பாக, ஒற்றையடிப்பாதை ஒரு புல்வெளியைக் கடக்கிறது. எட்டடி உயரப் புற்கள் கொண்டது இந்தப் புல்வெளி. முப்பது கஜ அகலம் கொண்டது. பாதையின் இரண்டு புறத்திலும் சுமார் ஐம்பது கஜம் வரை அகண்டிருப்பது. நால்னி மலையில் செங்குத்தாக ஏறவிருப்பதை முன்னிட்டு, புல்வெளியில் நுழைவதற்குச் சற்று முன்பாக, தான் போர்த்தியிருந்த துப்பட்டியை அவிழ்த்து சிறிதாக மடித்து வலது தோளில் போட்டுக்கொண்டான் நார்வா. ஹரியா முன்னால் நடந்தான். அவனுக்குச் சில தப்படிகள் பின்னால் நார்வா

தொடர்ந்து வந்தான். புற்பரப்புக்குள் மூன்று நான்கு கஜம் தான் சென்றிருப்பான், ஆத்திரம் கொண்ட புலியின் முழக்க மும் நார்வா வீறிட்டு அலறுவதும் ஒரே சமயத்தில் ஹரியா வுக்குக் கேட்டது.

ஹரியா திரும்பிப் பின்னால் பாய்ந்தான். புல்வெளியின் விளிம்பில் இருந்த திறந்தவெளியில் நார்வா மல்லாந்து கிடப்பதைக் கண்டான். அவன் மேல் ஒரு புலி கிடந்தது. நார்வாவின் கால்கள் ஹரியாவுக்கு மிகவும் அருகாமையில் இருந்தன. அவனுடைய கணுக்கால்களைக் கைக்கொன்றாகப் பிடித்து, புலியின் அடியிலிருந்து நார்வாவை இழுக்கத் தொடங்கினான் ஹரியா. இவ்வாறு அவன் செய்தபோது, புலி எழுந்து நின்றது. இவனைப் பார்த்துத் திரும்பி உறும ஆரம்பித்தது. மல்லாந்து கிடந்த நார்வாவைச் சிறிதுதூரம் இழுத்து வந்த பிறகு, ஹரியா அவனைத் தன் கைகளால் அணைத்துத் தூக்கி நிறுத்தினான். ஆனால், நார்வா நிற்கவோ நடக்கவோ முடியாத அளவு படுமோசமாகக் காயமும் மிரட்சியும் அடைந்திருந்தான். ஆகவே, அவனைத் தன் கரங் களால் அணைத்து மாறிமாறி இழுத்துக் கொண்டும் சுமந்து கொண்டும் நகர்ந்தான். புலி தொடர்ந்து உறுமிக்கொண் டிருந்தது.

புல்வெளியைச் சுற்றிக்கொண்டு திறந்தவெளியில் நடந்து நால்னிக்குச் செல்லும் பாதைக்கு மீண்டும் வந்துசேர்ந்தான் ஹரியா. மனித ஆற்றலுக்கு அப்பாற்பட்ட தனது முயற்சியால் நார்வாவை நால்னி கிராமத்தில் கொண்டு சேர்த்தே விட் டான். அங்கே சென்றபிறகு தெரியவந்தது, தோளில் மடித்துக் கிடந்த துப்பட்டியையும் தாண்டி – அந்தத் துப்பட்டியை நார்வாவை வெளியே இழுத்தபோது ஹரியா மீட்டிருந்தான் – நார்வாவின் தோள் எலும்புகளைப் புலி நொறுக்கியிருந்தது. சதை கிழிந்து, வலது மார்பிலும் முதுகுப்புறமும் எலும்புகள் துருத்தித் தெரிந்தன. கிட்டதட்ட எட்டாக மடிக்கப்பட் டிருந்த துப்பட்டியை புலியின் கோரைப்பற்கள் நான்கும் துளைத்திருந்தன. துப்பட்டி மட்டும் இல்லாதிருந்தால், நார்வா வின் நெஞ்சில் ஆழப் பதிந்து மரண காயத்தை ஏற்படுத்தி யிருக்கும்.

வனக் காவலராலும், நால்னி கிராமத்தின் ஜனங்களா லும் நார்வாவுக்கு ஏதும் செய்ய இயலவில்லை. எனவே, பொதிசுமக்கும் மட்டக்குதிரை ஒன்றை இரண்டு ரூபாய் வாடகைக்கு அமர்த்தி நார்வாவை அதன் மீது கிடத்தினான் ஹரியா. காலாதுங்கிக்குப் புறப்பட்டான். நான் ஏற்கனவே கூறியபடி, எட்டுமைல் தொலைவில் இருந்தது காலாதுங்கி.

ஆனால், புலியை மறுபடியும் சந்திக்க ஹரியாவுக்கு விருப்ப மில்லை. எனவே, வெகுதூரம் சுற்றிக்கொண்டு முஸாபங்கா கிராமத்தின் வழியாக வந்தான். நார்வா அவஸ்தையோடு பத்து மைல்கள் அதிகம் பயணம் செய்யவேண்டியிருந்தது. நால்னி கிராமத்தில் சேணப்பைகள் கிடையாது. அதனால், தானியங்கள் கொண்டுசெல்லப் பயன்படும் கனத்த சாக்கு களின் மேல் அவன் கிடத்தப்பட்டிருந்தான். அவனுடைய சவாரியின் முதல் ஒன்பது மைல் நம்பவியலாத அளவு செங்குத்தானது. கரடுமுரடானது.

மாகி எங்கள் குடிலின் வராந்தாவில் உட்கார்ந்து தேநீர் குடித்துக்கொண்டிருந்தாள். மட்டக்குதிரையின் மீது கிடத்தப் பட்டு, ரத்தத்தில் ஊறிக் கிடந்த நார்வா வராந்தாப் படிக் கட்டில் வந்து சேர்ந்தான். முதல் பார்வைக்கே மாகிக்குத் தெரிந்துவிட்டது, இது தான் கையாளக் கூடிய சமாசாரம் இல்லை என்று. மயக்கமடையும் ஸ்திதியில் இருந்த நார்வா வுக்கு உடனடியாக ஸால் வோலடைல் கரைசலைக் கொடுத் தாள்; சற்று அதிகமாகவே கொடுத்தாள். அவனுடைய தோளை ஒரு தூக்கியில் தொங்கவிட்டாள். பிறகு, காயத்துக்குக் கட்டுப் போடுவதற்காக ஒரு ஜமுக்காளத்தைக் கிழித்தாள். நார்வாவை உடனடியாகக் கவனிக்குமாறும், அவரால் இயன்ற அனைத்தையும் செய்யுமாறும் காலாதுங்கி ஆஸ்பத்தி ரியின் உதவி அறுவைச்சிகிச்சை நிபுணருக்கு ஒரு குறிப்பு எழுதினாள். எங்கள் வேலைக்காரப் பையனிடம் குறிப்பைக் கொடுத்து, வந்தவர்கள் இருவருடனும் அவனை ஆஸ்பத்தி ரிக்கு அனுப்பினாள்.

கிறிஸ்துமஸ் விடுமுறைக்காகக் காலாதுங்கி வந்திருந்த நண்பர்கள் குழாத்தோடு நான் அன்று முழுவதும் பறவை வேட்டைக்குச் சென்றிருந்தேன். மாலையில் வெகுநேரம் கழித்துத் திரும்பியதும், நார்வாவைப் பற்றி மாகி என்னிடம் சொன்னாள். மறுநாள் அதிகாலையில் ஆஸ்பத்திரிக்குச் சென்றேன். வயதில் மிகவும் இளையவரும் அனுபவத்தில் குறைந்தவருமான மருத்துவர், தன்னால் இயன்ற அனைத்தை யும் நார்வாவுக்குச் செய்துவிட்டதாகத் தெரிவித்தார். ஆனால், அவன் தேறுவதற்கு வாய்ப்பு அதிகமில்லை என்பதாலும், உள் நோயாளிகளை வைத்துப் பராமரிக்க ஆஸ்பத்திரியில் தோது இல்லை என்பதாலும், சிகிச்சை அளித்த பிறகு நார்வாவை வீட்டுக்குத் திருப்பி அனுப்பிவிட்டதாகச் சொன்னார்.

சுமார் இருபது குடும்பங்கள் வசித்த பொதுக் குடிசை யில் – ஒவ்வொரு குடும்பத்திலும் சிறு குழந்தைகள் நிறைய

இருந்தன – ஒரு மூலையில், வைக்கோலும் இலைதழைகளும் கொண்டு அமைக்கப்பட்ட படுக்கையில் நார்வா படுத்துக் கிடந்ததைக் கண்டேன். அவனைப்போலப் படுகாயமடைந்த ஒருவன் இருப்பதற்குக் கொஞ்சமும் லாயக்கில்லாத இடம் அது. காரணம், அவனுடைய காயங்களில் சீழ் கோப்பதற்கான அறிகுறிகள் தெரிந்தன. சுகாதாரமில்லாத, சந்தடி மிகுந்த குடிசையின் மூலையில் ஒரு வாரம் கிடந்தான் நார்வா. சில சமயம் கடும் காய்ச்சலோடும், சில சமயம் நினைவு தப்பியும் கிடந்தான்.

அழுதுகொண்டிருந்த மனைவியும், அவனுடைய ஆத் மார்த்த 'சகோதர'னும், பிற நண்பர்களும் அவனைக் கவனித் துக்கொண்டிருந்தார்கள். அனுபவமற்ற என்னுடைய கண் களுக்கேகூட இப்போது வெளிப்படையாகத் தெரிந்தது: அவனுடைய சீழ் பிடித்த காயங்களைக் கீறி, சீழை வெளி யேற்றிச் சுத்தம் செய்யாவிட்டால் அந்த மருத்துவரின் கணிப்பு நிச்சயம் மெய்யாகிவிடும். ஆகவே, சிகிச்சையின்போது அவனைக் கவனித்துக் கொள்வதற்கான ஏற்பாடுகளைச் செய்து, அவனை ஆஸ்பத்திரிக்கு இடம் மாற்றினேன்.

அந்த இளம் மருத்துவரின் சிறப்பியல்பையும் சொல்லித் தான் ஆகவேண்டும். அவர் ஒரு வேலையை எடுத்துக்கொண் டால், மிகத் திருத்தமாகச் செய்யக் கூடியவர். சுடுகாடு சேரும் நாள்வரை மார்பிலும் முதுகிலும் நார்வா சுமந்திருக்கப்போ கும் நீளத் தழும்புகளில் பலவும் புலியினால் உண்டானவை அல்ல – மருத்துவரின் அறுவைக்கத்தி உண்டாக்கியவை. கத்தியை அவர் மிகவும் தாராளமாகப் பயன்படுத்தியிருந்தார்.

தொழில்முறைப் பிச்சைக்காரர்கள் தவிர, இந்தியாவின் ஏழைகளால் உழைத்தால் மட்டுமே உண்ண முடியும். நார்வா வுடைய மனைவியின் நாட்களெல்லாம் அவனை ஆஸ்பத்திரி யில் வந்து பார்த்துக்கொள்வதிலேயே கழிந்தன; பொதுக் குடிசைக்கு அவன் திரும்பிய பிற்பாடு அவனைப் பராமரிப் பதிலும், அவளது மூன்று வயதுப் பெண்குழந்தையையும், கைக்குழந்தையையும் கவனித்துக்கொள்வதிலும் கழிந்தன. நார்வாவுக்குத் தேவையானவை* அனைத்தையும், அவன் குடும்பத்துக்குத் தேவையானவற்றையும் மாகி வழங்கினாள். மூன்று மாதங்களுக்குப் பிறகு, எலும்பும் தோலுமாக ஆகியிருந் தான் நார்வா. இனி உதவாது என்று தோன்றிய வலது கையுடன் குடிசையிலிருந்து எங்கள் குடிலுக்குத் தவழ்ந்து

---

* இந்தியாவில் உள்ள சிறு மருத்துவமனைகள் நோயாளிகளுக்கு உதவியாளர்களையோ உணவையோ வழங்குவதில்லை.

வந்தான். மறுநாள் எங்களிடம் விடைபெற்றுக்கொண்டு, நார்வாவும் ஹரியாவும் தங்கள் குடும்பங்களுடன் அல்மோரா வுக்கு அருகில் இருந்த தங்கள் கிராமத்துக்குப் புறப்பட்டுச் சென்றார்கள்.

முதல்நாள் காலையில், சமுதாயக் குடிசைக்குச் சென்று நார்வாவைப் பார்த்தபோது, நடந்த சம்பவம் பற்றிய நேரடித் தகவல்களை ஹரியாவிடம் கேட்டறிந்தேன். நார்வாவைப் புலி தாக்கியது தற்செயலாக நடந்த ஒன்றுதான் என்று எனக்குப் பட்டது. என்றாலும், அந்தச் சம்பவம் பற்றி நான் அனுமானித் தது சரிதான் என்று உறுதிப்படுத்திக் கொள்வதற்காக, முந்தைய நாள் அந்தச் சகோதரர்கள் இருவரும் சென்ற பாதையில் அடி பிசகாமல் தொடர்ந்து சென்றேன்; உறுதிப்படாத பட்சத்தில் அந்தப் புலியைக் கொல்வதற்காகவும்.

நால்னி மலை அடிவாரத்தில் உள்ள உயரமான புற்களின் பரப்பைக் குறுக்காகக் கடந்து செல்லத் திரும்புவதற்கு முன் னால், புல்வெளியின் விளிம்போரமாகவே சில கஜ தூரம் செல்கிறது அந்தப் பாதை. இந்த ஆசாமிகள் இருவரும் அந்த இடத்திற்கு வருவதற்குச் சற்று முன்னால், மிளா ஒன்றை அடித்துக் கொன்று பாதையின் வலது ஓரத்திற்கு அருகில் உள்ள புல்வெளிக்குள் தூக்கி வந்திருந்தது அந்தப் புலி. ஹரியா புற்களுக்குள் நுழைந்தபோது ஏற்பட்ட சலசலப்பைக் கேட்டது. வெளியே வந்து நார்வாவின் மேல் பாய்ந்தது. ஹரியாவுக்குச் சில அடிகள் பின்னால், திருப்பத்துக்கு ஓரி ரண்டு அடிகள் தொலைவில் வந்துகொண்டிருந்தான் நார்வா. அந்தத் தாக்குதல் தற்செயலானதுதான். ஏனெனில், புல்வெளி மிகவும் அடர்த்தியாகவும் உயரமாகவும் இருந்தது – நார்வா வின் மேல் பாய்வதற்கு முன்பு அவனைப் பார்க்க இயலாத அளவு. மேலும், அது நார்வாவைத் தாக்கித் துவம்சம் செய்ய வில்லை. தனக்குக் கீழ் கிடந்த நார்வாவை ஹரியா இழுத்துச் செல்வதற்குக் கூட விட்டுக்கொடுத்தது. ஆகவே, அதை உயிர் வாழும்படி விட்டுவிட்டேன். பிற்பாடு, 'குமாவுனின் ஆட் கொல்லிப் புலிகள்' நூலில் 'வெறும் புலிகள்' என்ற அத்தியா யத்தில் அந்தப் புலிக்கு இடம் கொடுத்தேன்.

நான் பார்த்த, படித்த அல்லது கேள்விப்பட்ட தீரச் செயல்கள் அனைத்திலும் நார்வாவைக் காப்பாற்றிய ஹரியா வின் தீரத்தையே உச்சமாகக் கருதுகிறேன். கானகத்தின் அகண்ட பரப்பில், நிராயுதபாணியாக இருந்தவன், ஆபத்தில் மாட்டிக்கொண்ட தன் சகாவின் அலறல் கேட்டு அவனைக் காக்க முனைவதற்கும்; அவன்மேல் கிடந்த ஆத்திரக்காரப் புலியிடமிருந்து அவனை இழுத்துப் போடுவதற்கும்; பிறகு

அந்தப் புலி பின்தொடர்கிறதா இல்லையா என்று தெரியாத நிலையிலும், தன் சகாவை இழுத்துக்கொண்டும் சுமந்து கொண்டும் செங்குத்தான மலையில் பத்திரமாகக் கொண்டு சேர்ப்பதற்கும் அவசியமான தீரம் மிகச் சிலருக்கு மாத்திரமே வாய்க்கக் கூடியது; மற்றவர்களைப் பொறாமைப்பட வைப்பது.

அவன் செய்த காரியத்துக்குப் பாராட்டு வாங்கித் தரும் நோக்கத்துடன், நடந்ததை முழுக்க ஹரியாவிடம வாக்குமூல மாகக் கேட்டுக் குறித்துக்கொண்டேன் – பின்பு, அதன் ஒவ் வொரு தகவலையும் நார்வா வழி மொழிந்தான். நான் எதற்காகக் கேட்கிறேன் என்பதை ஹரியா அறியவில்லை. நான் கேள்விகள் கேட்டு முடித்த பிறகு, பாராட்டுக்குரிய ஒன்றைத் தான் செய்திருக்கிறோம் என்று சற்றும் எண்ணாதவ னாக, ஹரியா கேட்டான்: 'நான் ஒண்ணும் பண்ணிறலையே, ஸாஹேப்? எனக்கோ என் சகோதரன் நார்வாவுக்கோ தொந்தரவு எதுவும் வந்துறாதே?' சில நாட்களுக்குப் பிறகு, நார்வாவின் கூற்றை நான் எழுதிக்கொண்டபோது – அது அவனுடைய மரண வாக்குமூலம் என்றே எண்ணி பயந் தேன் – வலியின் துன்பம் மிகுந்த குரலில் நார்வா கிசுகிசுத் தான். 'என் சகோதரனுக்குக் கஷ்டம் எதுவும் வர விட்டுறா தீங்க ஸாஹேப். ஏன்னா, என்னைப் புலி அடிச்சதுலெ அவ னோடெ குத்தம் எதுவும் இல்லே. என்னைக் காப்பாத்துறதுக் காக, தன் உசிரைக் கூடப் பெரிசா நினைக்கலே அவன்.'

ஹரியாவின் தீரச் செயலுக்கும், உயிர் பிழைப்பதற்காக நார்வா நடத்திய மகோன்னதமான போராட்டத்துக்கும் அங்கீகாரமாக ஒரு பாராட்டுப் பத்திரமோ அல்லது ஏதேனும் ஒரு சிறு விருதோ வழங்கப்பட்டது என்று சொல்லி இந்தக் கதையை முடிக்கத்தான் எனக்கு ஆசை. இருவருமே ஏழைகள். ஆனால், சிவப்பு நாடாவின் வலு மிகவும் அதிகமாக இருந்தது. பாரபட்சமற்ற, சுதந்திரமான சாட்சிகள் யாரும் சான்றளிக்க இயலாத சம்பவத்துக்கு விருது எதுவும் வழங்க அரசாங்கத் துக்கு விருப்பமில்லை. ஆக, 'பாரபட்சமற்ற, சுதந்திரமான சாட்சிகள்' எவரும் இல்லாமல் போன காரணத்தால், உச்ச பட்சமான தீரம் வெளிப்பட்ட ஒரு சம்பவம் அங்கீகரிக்கப் படாமல் போனது. சகோதரர்கள் இருவரிலும் ஹரியாவே மிகவும் பரிதாபமானவன். நார்வாவுக்காவது அவன் உடலில் இருந்த தழும்புகளும், துளைகள் மற்றும் அவனுடைய ரத்தக் கறை உள்ள துப்பட்டியும் இருந்தது. ஹரியாவின் செயலை எடுத்துக்காட்டத்தான் எதுவுமே இல்லை.

மாட்சிமை பொருந்திய பிரித்தானிய மன்னருக்கு மனுச் செய்யலாமா என்று சில நாட்கள் யோசித்துப் பார்த்தேன்.

ஆனால், உலக யுத்தம் ஆரம்பித்திருந்தது. அதன் தாக்கத்தை நான் உணர்ந்திருந்தேன் என்பதால், மிகுந்த தயக்கத்துடன், அந்த யோசனையைக் கைவிட்டேன்.

சுல்தானா – இந்திய ராபின்ஹூட்

ஏராளமான காட்டுப் பிரதேசங்களும், மோசமான தொடர்பு வசதிகளும், பட்டினியின் விளிம்பில் இருக்கும் ஜன நெரிசலும் உள்ள இந்தியா போன்ற பரந்ததொரு தேசத்தில் மனிதர்கள் குற்ற வாழ்க்கையில் இறங்குவதற்கான தூண்டுதல்களை எளிதாகப் புரிந்துகொள்ள முடியும்; குற்றவாளிகளை வளைத்துப் பிடிப்பதில் அரசாங்கத்துக்கு உள்ள சிரமங்களையும்தான். பிற தேசங்களில் போன்ற சாதாரணக் குற்றவாளிகள் இந்தியாவிலும் இருந்தனர். இவர்களோடு, ஒட்டுமொத்தமாகக் குற்றவாளிகள் என வகைப்படுத்தப்பட்ட இனங்களே இருந்தன. அவர்களுக்கென்று அரசாங்கத்தால் ஒதுக்கப்பட்ட குடியிருப்புகளில் வசித்தனர்; அவர்கள் நிபுணத்துவம் பெற்றிருந்த குற்றங்களைப் பொறுத்து, கூடுதலாகவோ குறைச்சலாகவோ கட்டுப்பாடுகள் விதிக்கப்பட்டிருந்தன.

சென்ற யுத்தத்தின் ஒரு காலகட்டத்தில், நலப் பணிகளில் ஈடுபட்டிருந்தேன். அப்போது, குற்ற

வாளிகள் குடியிருப்பு ஒன்றுக்கு அடிக்கடி சென்றுவருவேன். அந்தக் குடியிருப்புவாசிகள் கடுமையான கட்டுக் காவலுக்கு உள்ளாகாதவர்கள். அவர்களுடனும், குடியிருப்புக்குப் பொறுப் பாளராக இருந்த அரசு அதிகாரியுடனும் பல சுவாரசியமான உரையாடல்கள் எனக்கு நிகழ்ந்தன. குற்ற வாழ்க்கையிலிருந்து இந்த இனத்தை விடுவிக்கும் முயற்சியில், மீரட் மாவட்டத்தில் யமுனையின் இடது கரையில் பரந்திருந்த வண்டல் நிலத்தை குத்தகைக் கட்டணமின்றி அரசாங்கம் இவர்களுக்கு வழங்கி யிருந்தது. வளமான அந்த நிலத்தில் கரும்பு, கோதுமை, பார்லி, எண்ணெய் வித்துக்கள், பிற பருப்பு வகைகள் முதலி யன தாராளமாக விளைந்தன. ஆனால், குற்றங்கள் தொடரவே செய்தன. அரசாங்க அதிகாரி பெண்கள் மீதுதான் பழி சுமத்தினார். அவர்கள் வெற்றிகரமான குற்றவாளிகளைத் தவிர வேறு யாரையும் மணம் செய்துகொள்ளச் சம்மதிப்ப தில்லை என்றார்.

கொள்ளையடிப்பதில் அந்த இனத்துக்கு விசேஷமான சாமர்த்தியம் இருந்தது. குடியிருப்புவாசிகளில் பிராயம் முதிர்ந்தவர்கள் இளைய தலைமுறைக்குப் பயிற்சி அளித்தனர்; ஆதாயத்தைப் பகிர்ந்து கொண்டனர். குறிப்பிட்ட காலம்வரை வெளியே இருப்பதற்கான விடுப்பு அளித்து, குடியிருப்பை விட்டு வெளியேற ஆண்கள் அனுமதிக்கப்பட்டனர். குடியி ருப்பை விட்டு வெளியில் செல்லப் பெண்களுக்கு அனுமதி கிடையாது. அந்த இனத்தின் மூத்தோர்கள் மூன்று விதிகளைக் கடுமையாக அமுல்படுத்தினர். ஒன்று, தனியாகச் சென்றுதான் கொள்ளையடிக்க வேண்டும். இரண்டு, கொள்ளையை நிகழ்த் தும் ஸ்தலம், குடியிருப்பை விட்டு கூடுமானவரை வெகு தொலைவில் இருக்க வேண்டும். மூன்றாவது, எந்தச் சூழ்நிலை யிலும் வன்முறையைப் பிரயோகிக்கக் கூடாது. பயிற்சி முடிந்த பிறகு ஒரு இளைஞன் தவறாமல் கடைப்பிடிக்கும் பாணி இதுதான்: கல்கத்தாவில், பம்பாயில் அல்லது தொலை தூர நகரமொன்றில் ஒரு பணக்காரரின் வீட்டுப் பணியாளாக வேலைக்கு அமர்வான். வாய்ப்புக் கிடைக்கும்போது எஜமான னின் வீட்டிலுள்ள, எளிதாகப் பதுக்கக் கூடிய, தங்கம், ஆபரணங்கள் அல்லது மதிப்பு வாய்ந்த ரத்தினங்களைத் திருடுவான்.

ஒரு சந்தர்ப்பத்தில், கரும்புத் தோட்டத்திலிருந்து கருங் கவுதாரிகளை எனக்காக விரட்டிய ஒரு இளைஞனுக்குக் கூலி கொடுத்தேன். அவனுக்குக் கூலியாக எட்டு அணாவும், அவன் புரிந்த தபால் சேவைக்கான கூலி இரண்டணாவும் கொடுத்தேன். அப்போது அரசாங்க அதிகாரி தெரிவித்தார்:

ஒரு வருடம் காணாமல் போயிருந்த அந்த இளைஞன் சில நாட்களுக்கு முன்புதான் குடியிருப்புக்குத் திரும்பினானாம். முப்பதாயிரம் ரூபாய் பெறுமானமுள்ள வைரத்தைக் கொண்டு வந்திருந்தான் அவன். அந்த இனத்தின் நிபுணர்களால் விலை மதிப்பீடு செய்யப்பட்ட பின் அந்த வைரம் ஒளித்து வைக்கப் பட்டது. குடியிருப்பில் மிகுந்த கிராக்கி உள்ளவளான ஒரு யுவதி, வரவிருக்கும் திருமண காலத்தில் அவனை மணக்க வாக்களித்திருக்கிறாள். கவுதாரி விரட்டில் பங்குகொள்ளாத, அருகில் நின்றிருந்த மற்றொரு மனிதன், தன் மனம் கவர்ந்த பெண்ணை வசியம் செய்வதற்காக நூதனமான ஒரு திட் டத்தைத் தீட்டியிருந்தான்; கல்கத்தாவில் தான் திருடிய புத்தம்புது மோட்டார் காரைப் படுமோசமான வண்டிப் பாதையில் ஓட்டி வந்திருந்தான். இந்தத் திட்டத்தை நிறை வேற்றுவதற்காக, முதலில் பணம் செலவழித்து கார் ஓட்டக் கற்றுக்கொண்டிருந்தான்.

கடுமையான கட்டுப்பாடுகளுக்கு ஆளாகாத குற்ற இனத் தவர் சிலர், தனியார் வீடுகளில் இரவுக் காவலாளிகளாக வேலைக்கு அமர்ந்தனர். பணிபுரியும் வீட்டின் வாயிற்படியில் அவர்கள் தமது காலணிகளைக் கழற்றி வைத்தாலே போதும், நிச்சயம் திருட்டுப் போகாது. இது ஒருவகையான அச்சுறுத்தல் என்று தோன்றலாம். ஆனால், விலை மலிவான அச்சுறுத்தல். காரணம், குற்றவாளியின் பராக்கிரமத்தைப் பொறுத்துக் கூலி வழங்கப்பட்டது – மாதம் மூன்று ரூபாயிலிருந்து ஐந்து ரூபாய்க் குள். சுலபமான சம்பாத்தியம். காரணம், அந்தக் காவலாளி செய்ய வேண்டியிருந்தது இவ்வளவுதான்: இரவில் காலணி களைக் கொண்டுபோய் வைத்துவிடுவது. காலையில் சென்று எடுத்து வந்துவிடுவது.

ஐக்கிய மாகாணத்திலிருந்த பான்ட்டூ என்னும் பழங்குடி யினர் வன்முறையான குற்றங்களில் ஈடுபடுபவர்கள். அதன் காரணமாக, கடுமையான கட்டுப்பாடுகளுக்கு ஆளானவர் கள். இந்த இனத்தைச் சேர்ந்தவன்தான் சுல்தானா. அவனைப் பிடிப்பதற்கு அரசாங்கம் எடுத்த அனைத்து முயற்சிகளையும் மூன்று வருட காலம் எதிர்த்துச் சமாளித்தவன். அந்த சுல்தா னாவின் கதைதான் இது.

நயா கான் பற்றி எனக்கு முதன்முதலாகத் தெரியவந்த விஷயம், தெராய் மற்றும் பாபர் பிரதேசத்தின் மிக வளமான கிராமங்களில் ஒன்று அது என்பதுதான். இமயமலையின் அடிவாரத்தில் உள்ள நிலப் பகுதி. கன்னி வனத்தைத் திருத்தி

உருவாக்கப்பட்ட, வளம் செறிந்த நிலத்தின் ஒவ்வொரு கஜத்திலும் விவசாயம் மும்முரமாக நடந்து வந்தது. அங்கு வசித்த நூற்றுச் சொச்சம் பேரும் சுபிட்சமாகவும் திருப்தியுடனும் மகிழ்ச்சியுடனும் இருந்தனர். குமாவும் பகுதியின் நாயகனான ஸர். ஹென்றி ராம்ஸே, கடும் உழைப்பாளிகளான இந்த ஜனங்களை இமயமலையிலிருந்து கீழே அழைத்துவந்திருந்தார். ஒரு தலைமுறைக் காலமாக அவர்கள் தங்கள் உத்வேகத்தைத் தக்கவைத்துக்கொண்டிருந்தார்கள்; அமோகமாகச் செழித்து வந்தார்கள்.

அந்தக் காலகட்டத்தில் மலேரியாவுக்கு 'பாபர் காய்ச்சல்' என்று பெயர். பரந்து கிடந்த அந்தப் பகுதியில் அங்கங்கே இருந்த – அந்த ஜனங்களின் ஆரோக்கியத்துக்குப் பொறுப்பாளிகளான – மிகச் சில மருத்துவர்களிடம், மலையடிவாரத்தில் பரவிய இந்தக் கொள்ளைநோயைச் சமாளிப்பதற்கான திறனும் இல்லை; அதற்கான வசதிகளும் இல்லை. கானகத்தின் உட்பகுதியில் அமைந்திருந்தது நயா கான். பாபர் பகுதியில் நோயின் காரணமாக அழியத் தலைப்பட்ட முதன்முதல் கிராமங்களில் ஒன்றாக ஆகியது. வேலையாட்கள் இறந்தமையால், வயல்கள் ஒவ்வொன்றாகத் தரிசுபட ஆரம்பித்தன. ஆதியிலிருந்தே கிராமத்திலிருந்தவர்களில் உறுதியான சிலர் மாத்திரமே எஞ்சினர். அவர்களுக்கும் எங்கள் கிராமத்தில் நிலங்கள் வழங்கப்பட்ட பிறகு, நயா கான் மீண்டும் வனம் புகுந்து விட்டது. பின் வந்த ஆண்டுகளில் ஒரே ஒரு முறை அந்த நிலங்களில் விவசாயம் செய்ய முயற்சி மேற்கொள்ளப் பட்டது.

இந்தமுறை முன்முயற்சியெடுத்த துணிச்சல்காரர் பஞ்சாபைச் சேர்ந்த ஒரு மருத்துவர். ஆனால், முதலில் அவரது மகள் இறந்தாள்; பிறகு அவரது மனைவி; இறுதியில் அந்த மருத்துவருமே மலேரியாவுக்குப் பலியான பின்னர், இரண்டாம் முறையாக நயா கான் வனத்துக்குத் திரும்பியது. பெரும் உழைப்பால் திருத்தப்பட்ட நிலத்தில், கரும்பும் கோதுமையும் கடுகும் அரிசியும் அமோக விளைச்சல் கண்ட நிலத்தில், பசுமையான புல் செழித்து வளர்ந்தது. செறிவான தீவனத்தால் கவரப்பட்டு, மூன்று மைல்களுக்கு இப்பாலிருந்த எங்கள் கிராமத்தின் கால்நடைகள் நயா கானின் கைவிடப்பட்ட வயல்களைத் தங்கள் வழக்கமான மேய்ச்சல் நிலங்களாகச் சுவீகரித்துக்கொண்டன. வனத்தால் சூழப்பட்ட திறந்த வெளியில் கால்நடைகள் வெகுகாலம் மேய்வது, தவிர்க்கவியலாத வகையில், ஊனுண்ணிகளை ஈர்க்கத்தான் செய்யும். எனவே, ஒரு வருடம், கோடையில் நாங்கள் வசிக்கும் இடமான நைனி

டாலிலிருந்து குளிர்கால இருப்பிடம் காலாதுங்கிக்கு இறங்கி வந்து சேர்ந்தமாத்திரத்தில், மேய்ச்சல் நிலத்தையொட்டிய கானகத்தில் ஒரு சிறுத்தை குடியேறியிருக்கிறதென்றும் எங்கள் கால்நடைகளைக் கடுமையாகப் பலிகொள்கிறதென்றும் கேள்விப்பட்டபோது நான் ஆச்சரியப்படவில்லை.

வேட்டைக்காக நான் காத்திருக்கத் தோதுவான மரங்கள் எதுவும் அந்தப் புல்வெளியில் இல்லை. ஆகையால, அந்தச் சிறுத்தை அடர்ந்த புதர்களில் பகல் முழுக்க மறைந்திருப்பதற் காக அதிகாலை வேளைகளில் செல்லும்போது; அல்லது தான் கொன்ற இரையிடம் திரும்புவதற்காகவோ புதியவேட் டைக்காகவோ மாலையில் வரும்போது அதைச் சுட்டுவிடத் தீர்மானித்தேன். இந்தத் திட்டங்களில் ஏதேனுமொன்றை வெற்றிகரமாக நிறைவேற்றுவதற்கு, சுற்றிலுமிருந்த காட்டின் எந்தப் பகுதியில் அந்தச் சிறுத்தை வசிக்கிறது என்று கண்டறி வது அவசியம். எனவே, ஒருநாள் அதிகாலையில் நானும் ராபினும் தகவல் சேகரிக்கச் சென்றோம்.

பல ஆண்டுகளாக விவசாயம் நடைபெறாதபோதிலும், நயா கான் இன்றுவரை தன்னுடைய பெயரை இழக்கவில்லை. அதன் வட புறத்தில் கண்டி சராக் என்ற சாலை செல்கிறது. கிழக்கில் பழைய பெருஞ்சாலையொன்று இருக்கிறது; ரயில் பாதை வருவதற்கு முன், மத்திய மாகாணத்தை குமாவும் பிரதேசத்தின் உட்பகுதியுடன் இணைத்த சாலை அது. தெற் கிலும் மேற்கிலும் அடர்ந்த காடு சூழ்ந்திருக்கிறது. அந்த நாட்களில் கண்டி சராக்கும் பெருஞ்சாலையும் அதிகம் புழக்கத்தில் இல்லாதிருந்தன. முதலில் இந்தச் சாலைகளில் சென்று பார்ப்பது என்று முடிவெடுத்தேன் – இன்னும் கடின மான தெற்கு மற்றும் மேற்குப் புறங்களை ஆராய்வதற்கு முன்பாக. சாலைகள் சந்திக்கும் இடத்தில், பழைய நாட்களில் கொள்ளையர்களிடமிருந்து வழிப் போக்கர்களைக் காப்பதற் காக அமைக்கப்பட்டிருந்த காவல் சாவடி அருகே, பெண் சிறுத்தையொன்றின் காலடித் தடங்களை நானும் ராபினும் கண்டோம். எங்களுக்கு நன்றாகத் தெரிந்த சிறுத்தைதான் அது. எங்கள் கிராமத்தின் கீழ் சிறகிலிருந்த அடர்ந்த தாழம் புதரில் பல ஆண்டுகள் வசித்து வந்தது. எங்களுடைய கால் நடைகளை அது ஒருபோதும் தாக்கியதில்லை என்பதோடு, பன்றிகளும் குரங்குகளும் எங்கள் பயிர்களை அழிக்காதவண் ணம் பாதுகாத்தும் வந்தது. ஆகையால், அந்தத் தடங்களைப் புறக்கணித்துவிட்டு, பெருஞ்சாலையில் நாங்கள் தொடர்ந்து சென்றோம், காருப்புவை நோக்கி. முந்தைய நாள் சாயங்காலத் திலிருந்து அந்தச் சாலையில் போக்குவரத்து எதுவும் இருந்தி

ருக்கவில்லை. சாலையைப் பயன்படுத்திய மற்றும் குறுக்காகக் கடந்து சென்ற விலங்குகளின் தடங்கள் புழுதியில் பதிந் திருந்தன.

சதா என்னுடன் துணை வரும் ராபின் கெட்டிக்கார நாய்; என் கையிலிருந்த துப்பாக்கியை வைத்து, நாங்கள் செல்வது பறவை வேட்டைக்கு அல்ல என்று அறிந்துகொண் டது. ஆகவே, அவ்வப்போது சாலையின் குறுக்கே சென்ற மயில்களையோ, சாலையின் புறங்களில் சருகுகளைக் கிளறித் திரிந்த காட்டுக் கோழிகளையோ சட்டை செய்யவில்லை. ஒரு தாய்ப்புலியும் அதன் இளம் குட்டிகள் இரண்டும் பதித்துச் சென்றிருந்த தடங்களைக் கவனமாகத் தொடர்ந்தது. நாங்கள் போவதற்கு ஒரு மணிநேரம் முன்னதாக அதே சாலையில் அவை சென்றிருந்தன. அகலமான சாலையின் ஓரத்தில் சேற்றுப் புற்கள் ஆங்காங்கே அடர்ந்து வளர்ந்திருந்தன. பனி பொழிந்திருந்த புற்களின்மேல் புலிக்குட்டிகள் உருண்டும் புரண்டும் சென்றிருந்தன. இனிமையும் பயங்கரமும் நிறைந்த புலிநெடியைத் தீர்க்கமாக மோப்பம் பிடித்துக்கொண்டது ராபின். புலிக்குடும்பம் ஒரு மைல் தூரம் சாலையில் சென்று விட்டு, பிறகு கிழக்குப்புறம் ஒரு காட்டுப்பாதையில் போய் விட்டிருந்தது.

சாலைகள் சந்திக்கும் இடத்திலிருந்து மூன்றுமைல் தொலைவில், காருப்புவிலிருந்து இரண்டு மைல் உயரே, நன்கு புழக்கத்திலிருந்த காட்டுப் பாதையொன்று நயா கான் திக்கி லிருந்து வருகிறது. இந்தச் சாலையை நேர்குறுக்காகக் கடக் கிறது அது. அந்தப் பாதையில் ஒரு பெரிய ஆண் சிறுத்தையின் புத்தம்புதிய காலடித்தடங்களை நாங்கள் கண்டோம். நாங்கள் தேடி வந்ததைக் கண்டுபிடித்து விட்டோம். சிறுத்தை மேய்ச்சல் நிலத்திலிருந்து வந்து, சாலையைக் கடந்து சென்றிருக்கிறது. நன்கு வளர்ந்த பசுமாட்டைக் கொல்லும் வலுவுள்ள சிறுத்தை அது. இந்த அளவு பெரிய சிறுத்தைகள் இரண்டு ஒரே பிரதேசத்தில் இருப்பதற்கு வாய்ப்பில்லை. காலடித்தடங் களைப் பின்தொடர்ந்து செல்ல ஆர்வமாய் இருந்தது ராபின். ஆனால், சிறுத்தை சென்றிருந்ததோ அடர்ந்த புதர்க்காடு. சிறுத்தையைப் போன்ற கூர்மையான பார்வையும் கேட்கும் திறனும் கொண்ட ஒரு விலங்கைப் பின்தொடர்வது உசித மல்ல. அதிலும், சில வருடங்களுக்கு முன்னால் குன்வர் சிங்கும் ஹர் சிங்கும் தங்கள் உயிர்களைப் பறி கொடுக்கத் தெரிந்த அதே காட்டுக்குள். தவிர, இந்தச் சிறுத்தையை நேரடியாகச் சந்திப்பதற்கு இன்னும் சிறப்பான, எளிமையான ஒரு திட்டம் என்வசம் இருந்தது. ஆகவே, காலைச் சாப்பாட் டுக்கு நாங்கள் வீடு திரும்பினோம்.

மதிய உணவுக்குப் பின்னர் நானும் ராபினும் காருப்பு சாலையில் மீண்டும் சென்றோம். மாகியும் உடன் வந்தாள். முந்தைய தினத்தில் எங்கள் கால்நடைகள் எதையும் அந்தச் சிறுத்தை அடித்திருக்கவில்லை. ஆனால், அவற்றின் மேய்ச்சல் நிலத்தில் வைத்து ஒரு மானையோ பன்றியையோ கொன்றிருக்கலாம். அல்லது எதையுமே கொன்றிருக்காவிட்டாலும், தனது வழக்கமான வேட்டைக்களத்துக்கு அது விஜயம் செய்வதற்கான வாய்ப்பு நிச்சயம் இருந்தது. ஆகவே, நானும் மாகியும் சாலையோரத்திலிருந்த புதர் ஒன்றின் பின்னால் ஒளிந்துகொண்டோம். எங்கள் இருவருக்கும் இடையில் ராபின் இருந்தது. காலையில் அந்தச் சிறுத்தை சென்றிருந்த காட்டுத் தடத்துக்கு நூறு கஜத் தொலைவில் இருந்தது நாங்கள் நிலை கொண்ட இடம். கிட்டத்தட்ட ஒரு மணிநேரம் அதே நிலையில் இருந்தோம். பலவிதமான பறவைக் கூச்சல்களைச் செவிமடுத்திருந்தோம். நீண்ட தோகை கொண்ட ஒரு மயில் கம்பீரமாகச் சாலையைக் கடந்து வேட்டைத் தடத்தின் வழியே சென்றது.

சற்றுநேரம் கழித்து பத்துப் பன்னிரண்டு புள்ளிமான்கள் சிறுத்தை இருக்கிறது என்று காட்டுயிர்களை எச்சரித்து ஒலி யெழுப்பின – காட்டின் அடர்த்திக்குள் சிறுத்தை எங்கே படுத்திருக்கும் என்று நாங்கள் எதிர்பார்த்தோமோ அதே திசை யில். பத்து நிமிடம் கழித்து, ஒரு புள்ளிமான் மீண்டும் எச்சரித்தது, எங்களுக்கு இன்னும் அருகில் இருந்து. சிறுத்தை நகர்ந்து வருகிறது. நாங்கள் இருக்கும் திசையை நோக்கி வந்து கொண்டிருக்கிறது. தன்னை மறைத்துக்கொள்ள அது முயற்சிக்கவில்லை என்பதால், ஒரு இரையை நோக்கி வந்து கொண்டிருக்கலாம்.

முன்புறம் நீட்டிய கால்களில் மோவாயைப் பதித்து அசையாமல் கிடந்தது ராபின். காட்டுயிர்கள் கூறுவதை எங்களைப் போலவே தானும் கவனித்துக்கொண்டிருந்தது அது. நான் என் காலை உயர்த்தி முழங்காலில் துப்பாக்கியை இருத்துவதைப் பார்த்ததும், என் இடது காலை ஒட்டியிருந்த அதன் உடம்பு மெலிதாக நடுங்கத் தொடங்கியது. காட்டி லுள்ள வன்மிருகங்களில் ராபின் மிகவும் அஞ்சும் கொலை காரப் புள்ளிச் சிறுத்தை எந்தக் கணத்திலும் புதர்களுக்குள் ளிருந்து தலையை உயர்த்தக் கூடும். சாலையின் மேல்புறமும் கீழ்ப்புறமும் ஒரு பார்வை பார்த்துவிட்டு, எங்களை நோக்கி வரக்கூடும். தன்னுடைய தடத்திலேயே அது செத்து விழுந்தா லும் அல்லது பெரிதாக உறுமிக்கொண்டு மரணகாயத்துடன் தரையில் புரண்டாலும் ராபின் உரிய விதத்தில் ஸ்திரமாகவும்

மௌனமாகவும் இருக்கும். காரணம், தனக்கு மிகவும் பரிச்சய
மான ஒரு வேட்டையில் அது பங்கேற்கிறது; பயங்கரமான
தாகவும், அதற்கு நிகராகக் கிளர்ச்சியூட்டுவதாகவும் இருக்கும்
வேட்டையில். காட்டுத் தடத்தில் கொஞ்ச தூரம் கீழிறங்கிச்
சென்றபிறகு, அந்த மயில் ஒரு ப்ளம் மரத்தின் கிளைகளிலேறி
கனிந்த பழங்களை மும்முரமாகத் தின்றுகொண்டிருந்தது.
சடாரென்று உரத்துக் கூவியபடி காற்றில் உந்திக் கிளம்பியது.
பட்ட மரமொன்றின் கிளையில் இறங்கியது. ஏற்கனவே மான்
விடுத்த அபாயக் குரலுடன் தன்னுடைய எச்சரிப்பையும்
துணைகூட்டியது. இன்னும் சில நிமிடங்களில், அதிகபட்சம்
ஐந்து நிமிடங்களில், சிறுத்தை மிகுந்த முன்னெச்சரிக்கையுடன்
சாலையை அணுகிவிடும்.

இப்போது, என் கடைக்கண்ணோரம் சாலையின் கீழ்ப்
புறத்தில் ஒரு சலனம் தென்பட்டது. ஒரு மனிதன் ஓடி வந்து
கொண்டிருந்தான். தன் வேகத்தைச் சற்றும் குறைத்துக்கொள்
ளாமல், தன் தோளுக்குப் பின்னால் அவ்வப்போது திரும்பிப்
பார்த்தபடி வந்தான். சாயங்காலத்தில், சூரியன் அஸ்தமித்துக்
கொண்டிருந்த வேளையில், ஒரு மனிதனை அந்தச் சாலையில்
காண்பது மிகவும் அசாதாரணமான விஷயம். அவன் தனி
யாக இருந்தது இன்னும் அசாதாரணமானது. தன்னுடைய
ஒவ்வொரு பாய்ச்சலிலும், சிறுத்தையை நாங்கள் கைப்பற்று
வதற்கான வாய்ப்பை அவன் குறைத்துக்கொண்டிருந்தான்.
என்றாலும், ஒன்றும் செய்வதற்கில்லை. காரணம், ஓடி வந்த
வன் பெரும் இக்கட்டில் இருக்கிற மாதிரித் தென்பட்டான்;
அபயம் வேண்டுகிறவன் மாதிரி. நாங்கள் இருந்த இடத்தி
லிருந்து சற்றுத் தொலைவில் இருக்கும்போதே, அவனை அடை
யாளம் கண்டுகொண்டேன்; எங்களுடைய கிராமத்துக்குப்
பக்கத்து கிராமத்தைச் சேர்ந்தவன். குளிர் மாதங்களில்,
காருப்புவுக்குக் கிழக்கே மூன்று மைல் தொலைவிலிருந்த கால்
நடைப் பண்ணையில் மாடு மேய்ப்பவனாகப் பணிபுரிபவன்.

எங்களைப் பார்த்தவுடன் இன்னும் ஆவேசமாக ஓடிவந்
தான். ஆனால், என்னை அடையாளம் தெரிந்ததும், எங்களை
நோக்கி வந்து மிகப் பதட்டமான குரலில் சொன்னான்.
'ஓடுங்க ஸாஹேப். உயிர் பிழைக்கணுமானா ஓடுங்க. சுல்த்தா
னாவோட ஆட்கள் என்னைத் துரத்திக்கிட்டு வர்றாங்க.'
அவன் மிகவும் பதட்டமாகவும், மிகப் பெரிய நெருக்கடியிலும்
இருந்தான். அமைதியாக உட்காரும்படி நான் அழைத்ததைக்
கவனியாமல் தன் காலைத் திருப்பியபடி சொன்னான்.
'பாருங்க, அவங்க என்னை என்ன செஞ்சிருக்காங்கன்னு.
என்னைப் பிடிச்சுட்டாங்கன்னா, கட்டாயம் கொன்னுரு

வாங்க. நீங்க ஓடிப் போகலேன்னா, ஒங்களையும் கொன்னுரு வாங்க.' நாங்கள் பார்ப்பதற்காகத் தன் காலைத் திருப்பிக் காட்டினான். முழங்காலின் பின்புறத்திலிருந்து குதிகால்வரை ஒரு வெட்டு ஓடி இருந்தது. விகாரமான அந்தக் காயத்தி லிருந்து தூசி உறைந்த ரத்தம் வழிந்தது.

ஓய்வாக உட்காராவிட்டாலும், மேற்கொண்டு ஓட வேண்டிய அவசியமில்லை என்று அவனிடம் கூறிவிட்டு, புதரைவிட்டு வெளியில் வந்தேன்; சாலையின் கீழ்ப்புறத்தைத் தெளிவாகப் பார்க்கும் விதமாக. தன் கிராமத்தை நோக்கி அந்த ஆள் விந்தி விந்தி நடந்தான். சிறுத்தையும் வரவில்லை; சுல்தா னாவின் ஆட்களும் வரவில்லை; துல்லியமாகச் சுடுவதற்கேற்ற வெளிச்சமும் குறைந்துவிட்ட பிறகு, மாகியும் நானும் காலா துங்கியில் இருந்த எங்கள் இல்லத்துக்குத் திரும்பினோம். மிகவும் ஏமாற்றமுற்ற ராபின் எங்களைப் பின்தொடர்ந்தது.

அந்த மனிதனின் கதை மறுநாள் காலையில் தெரியவந் தது. காருப்புவுக்கும் கால்நடைப் பண்ணைக்கும் இடையே அவன் எருமைமாடுகளை மேய்த்துக்கொண்டிருந்தபோது, துப்பாக்கிச் சத்தத்தைக் கேட்டிருக்கிறான். அவனுடைய கிராமத் தலைவனின் மருமகன் ஒருவன், மான் வேட்டைக் காக அன்று அதிகாலையில் கால்நடைப் பண்ணைக்கு வந்தி ருந்தான். குண்டு சரியாகப் பாய்ந்திருக்குமா அல்லது குறி தவறியிருக்குமா; பண்ணையில் இரவுச் சாப்பாட்டுக்கு மான் கறியில் ஒரு பகுதி மிச்சமிருக்குமா என்றெல்லாம் யோசித்த வாறு ஒரு மரநிழலில் இவன் உட்கார்ந்திருந்தான். பின்புறம் சருகுகள் மிதிபடும் ஓசை கேட்டது. திரும்பிப் பார்த்தான். ஐந்து பேர் நின்றிருந்தார்கள். இவனை எழுந்திருக்கும்படியும், துப்பாக்கிச் சத்தம் கேட்ட இடத்துக்கு அழைத்துச் செல்லும் படியும் சொன்னார்கள். தான் தூங்கிக்கொண்டிருந்ததாகவும், துப்பாக்கிச் சத்தத்தைக் கேட்கவில்லையென்றும் இவன் சொன்னான். அப்படியானால் கால்நடைப் பண்ணைக்கு அழைத்துச் செல்லும்படி ஆணையிட்டார்கள் – துப்பாக்கி யால் சுட்டவன் ஒருவேளை அங்கே போகக் கூடும் என்று அவர்கள் எண்ணியதால்.

அவர்கள் கையில் துப்பாக்கிகள் இல்லை. ஆனால், அவர்களுக்குத் தலைவன்போலத் தென்பட்டவனின் கையில் பட்டாக்கத்தி இருந்தது. தப்பி ஓட முயன்றாலோ, கூச்சல் போட்டாலோ தலையை வெட்டி விடுவேனென்று மிரட்டி னான் அவன். காட்டுக்குள் நடந்து செல்லும்போது, பட்டாக் கத்திக்காரன் மந்தைக்காரனிடம் சொன்னான் – தாங்கள் சுல்தானாவின் கும்பலைச் சேர்ந்தவர்கள். சுல்தானா அருகா மையில்தான் முகாமிட்டிருக்கிறான். துப்பாக்கிச் சத்தத்தைக்

கேட்ட சுல்தானா, அந்தத் துப்பாக்கியைப் பறித்துக் கொண்டு வரும்படி அவர்களிடம் உத்தரவிட்டிருக்கிறான். ஆகவே, கால் நடைப் பண்ணையில் ஏதாவது எதிர்ப்புக் கிளம்பினால், பண்ணையை அவர்கள் எரித்துவிடுவார்கள். தங்கள் வழிகாட்டியைக் கொன்றுவிடுவார்கள்.

இந்த மிரட்டல் எனது நண்பனை தர்மசங்கடத்தில் ஆழ்த்திவிட்டது. கால்நடைப் பண்ணையில் உள்ள தனது சகாக்கள் முரடர்கள். அவர்கள் எதிர்த்து நின்றார்களென்றால், இவன் நிச்சயம் கொல்லப்படுவான். மறுபுறம், அவர்கள் எதிர்க்கவில்லையென்றால், பயங்கரமான சுல்தானாவின் ஆட்களைப் பண்ணைக்கு அழைத்து வந்த இவனுடைய குற்றத்தை மறக்கவும் மாட்டார்கள், மன்னிக்கவும் மாட்டார்கள்.

இதுபோன்ற சங்கடமான எண்ணங்கள் இவன் தலைக்குள் ஓடிக்கொண்டிருக்கும்போது, செந்நாய்க் கூட்டத்தால் துரத்தப்பட்ட ஆண்மான் ஒன்று காட்டின் ஊடே பாய்ந்து வந்து, இவர்களுக்குச் சில கஜங்கள் தொலைவில் கடந்தது. இவனுடைய காவலர்கள் அதைப் பார்த்துக்கொண்டு நின்ற சமயத்தில், பாதையோரம் வளர்ந்திருந்த உயரமான புற்களுக்குள் இவன் பாய்ந்து விட்டான். பட்டாக்கத்திக்காரன் இவனை வெட்டித் தள்ள முனைந்தான். காலில் ஏற்பட்ட வெட்டுக்காயத்தையும் பொருட்படுத்தாமல், துரத்துபவர்களைச் சமாளித்து பெருஞ்சாலையைப் பிடித்து விட்டான் இவன். அவ்வாறு ஓடி வரும்போதுதான், சிறுத்தைக்காகக் காத்திருந்த எங்களிடம் வந்துசேர்ந்தான்.

சுல்தானா, குற்றவாளி இனமான பன்ட்டூவைச் சேர்ந்தவன். ஒரு இனத்தைக் குற்றவாளிகள் என்று வகைப்படுத்தி, நஜிபாபாத் கோட்டையின் நான்கு சுவர்களுக்குள் அடைத்து வைப்பதில் உள்ள நியாய அநியாயங்கள் குறித்து நான் ஒன்றும் சொல்வதற்கில்லை. தன் மனைவி, கைக்குழந்தையான மகன் மற்றும் சில நூறு பன்ட்டூக்களுடன் கோட்டைக்குள் அடைக்கப்பட்டிருந்தான் சுல்தானா – இரட்சண்ய சேனையின் பொறுப்பில் – என்று மட்டும் சொன்னால் போதுமானது. தன்னை அடைத்து வைத்ததால் சீற்றம் கொண்ட அவன், ஒருநாள் இரவில் கோட்டையின் மண்சுவர்களை ஏறிக் குதித்துத் தப்பியோடினான்; இளமையும் உத்வேகமும் கொண்ட யாரும் செய்யக் கூடியதுதான் இது.

இந்தக் கதை ஆரம்பிப்பதற்கு ஒரு வருடம் முன்னால் நிகழ்ந்தது அந்தச் சம்பவம். அந்த ஒரு வருடத்தில், ஒத்த

கருத்துடையவர்களான நூறு பேரைத் தன்னோடு சேர்த்துக் கொண்டிருந்தான் சுல்தானா. அவர்கள் அனைவரிடமும் துப்பாக்கிகள் இருந்தன. கொள்ளையடிப்பதைத் தன் பிரதான நோக்கமாகக் கொண்ட இந்தக் கும்பல், தெராய் மற்றும் பாபர் காடுகளில் திரிந்து வாழ்ந்தது. கிழக்கே கோண்டாவிலிருந்து, மேற்கே ஸஹரன்பூர் வரை சில நூறு மைல்கள் தொலைவுக்கு இவர்களுடைய நடவடிக்கைகள் நீண்டிருந்தன. அடுத்திருந்த பஞ்சாப் மாகாணத்திலும் அவ்வப்போது கைவரிசையைக் காட்டினார்கள்.

சுல்தானா மற்றும் அவனது கொள்ளைக்கூட்டத்தின் நடவடிக்கைகள் பற்றி, அரசாங்க அலுவலகங்களில் தடிமனான கோப்புகள் பல இருந்தன. இந்தக் கோப்புகள் எனக்குப் பார்க்கக் கிடைத்ததில்லை. ஆகவே, நான் சம்பந்தப்பட்ட அல்லது என்னுடைய கவனத்துக்கு வந்த சம்பவங்களை மட்டுமே விவரிக்கும் இந்தக் கதைக்கும், அரசாங்க அறிக்கைகளில் உள்ள தகவல்களுக்கும் எந்த அம்சத்திலாவது பேதமோ, முரண்பாடோ இருக்குமானால், நான் வருத்தம் தெரிவிக்கலாம்; அவ்வளவுதான். அதேசமயம், என்னுடைய கதையில் ஒரு சொல்லைக்கூட நான் வாபஸ் பெற மாட்டேன்.

காலாதுங்கியில் உள்ள எங்கள் குளிர்கால வசிப்பிடத்துக்குச் சில மைல்கள் தள்ளி காருப்பு காடுகளில் சுல்தானா முகாமடித்திருந்தபோதுதான் அவனைப் பற்றி முதல்முறையாகக் கேள்விப்பட்டேன். குமாவும் பகுதியின் கமிஷனராக அப்போது இருந்தவர் பெர்ஸி விந்தாம். சுல்தானா தன்னை வெளிப்படையாக நிலைநிறுத்திக் கொண்டிருந்த தெராய் மற்றும் பாபர் காடுகள் விந்தாமின் கட்டுப்பாட்டில்தாம் இருந்தன. ஐக்கிய மாகாணத்தில் சில வருடங்கள் பணிபுரிந்த அனுபவம் கொண்டவரான ஃப்ரெடி யங் என்ற துடிப்பான இளம் காவல் அதிகாரியைத் தமக்கு வழங்கும்படி அரசாங்கத்திடம் கேட்டிருந்தார் விந்தாம். அவரது வேண்டுகோளை அரசாங்கம் ஏற்றுக்கொண்டது.

தேர்ந்தெடுத்த முன்னூறு காவலர்கள் கொண்ட கொள்ளை எதிர்ப்புச் சிறப்புக் காவல் படை ஒன்றை உருவாக்கவும் அனுமதி வழங்கியது. இந்தப் படையின் உச்சநிலை அதிகாரியாக ஃப்ரெடி நியமிக்கப்பட்டார். தமக்கான ஆட்களைத் தேர்ந்தெடுக்கும் முழு அதிகாரமும் அவருக்கு வழங்கப்பட்டிருந்தது. பக்கத்திலுள்ள ஜில்லாக்களின் மிகச் சிறந்த காவல் வீரர்களைக் கொண்டு தன்னுடைய காவல்படையை நிர்மாணித்ததில், ஏகப்பட்ட அபகீர்த்தியைச் சம்பாதித்தார் ஃப்ரெடி. காரணம், சுல்தானாவைப் பிடிப்பவர்களுக்கு சிறப்புப் பரிசு

காத்திருந்தது. அக்கம்பக்க ஜில்லாக்களின் காவல் அதிகாரி களுக்கு, தங்கள் வசம் இருந்த மிகச் சிறந்த வீரர்களை – பரிசை அடைவதில் தங்களுக்கு உதவிகரமாய் இருந்திருக்கக் கூடியவர்களை – ஃப்ரெடியிடம் ஒப்படைப்பதில் அதிருப்தி இருந்தது.

ஃப்ரெடி தன்னுடைய படையை உருவாக்கிக் கொண்டி ருக்கும்போது, தெராய் மற்றும் பாபர் பகுதிகளில் இருந்த சிறு நகரங்களில் அதிரடியாய்ப் புகுந்து கொள்ளையடித்துக் கொண்டிருந்தான் சுல்தானா. அவனைப் பிடிப்பதற்கு ஃப்ரெடி மேற்கொண்ட முதல் முயற்சி ராம்நகருக்கு மேற்கே உள்ள காட்டில் நிகழ்ந்தது. பெருமளவில் தொழிலாளிகளை ஈடு படுத்தி மரங்களை வெட்டி, அந்த வனப்பிராந்தியத்தின் ஒரு பகுதியை வன இலாகா அழித்துக் கொண்டிருந்தது. இந்தத் தொழிலாளிகளைப் பணியமர்த்திய ஒப்பந்ததாரர்களில் ஒரு வரை, அந்த வட்டாரத்தில் முகாமடித்திருந்த சுல்தானாவை விருந்துக்கு அழைக்குமாறு தூண்டினார்கள். விருந்துக்கு முன்னால் ஒரு நடனமும் ஏற்பாடானது. சுல்தானாவும் அவ னது உற்சாகமான சகாக்களும் இந்த அழைப்பை ஏற்றனர். ஆனால், கொண்டாட்டங்கள் துவங்குவதற்குச் சற்று முன்ன தாக, தங்களை அழைத்தவரிடம், நிகழ்ச்சியில் ஒரு சிறு மாற் றத்தைச் செய்யும்படி அவர்கள் வலியுறுத்தினார்கள். அதாவது, முதலில் விருந்து. அப்புறம்தான் நடனம். தன்னுடைய ஆட்கள் காலிவயிற்றோடு இருந்து ரசிப்பதை விடவும், வயிறார உண்ட பிறகு நடனத்தை இன்னும் நன்றாக ரசிப்பார்கள் என்றான் சுல்தானா.

இந்த இடத்தில் நான் சற்றுக் குறுக்கிடுவது அவசியமாகி றது – இந்தியாவின் கிழக்குப் பகுதிக்கு ஒருபோதும் சென்றிரா தவர்களின் சௌகரியம் கருதி. இந்தப் பகுதியில் நாச் என்று அழைக்கப்படுகிற நடனத்தில், விருந்தினர் யாரும் ஆடுவ தில்லை. தொழில்முறை நடனப்பெண்களும், அவர்களது இசைக்குழுவினரான ஆண்களும் மாத்திரமே பங்குபெறு வார்கள்.

இருதரப்பிலுமே தாராளமான பணநடமாட்டம் இருந் தது. தகவல்களைப் பெறுவதற்காக, கிழக்கிலும் மேற்கிலும் சம அளவுதூரம் பாய்ந்தது பணம். போட்டியாளர்கள் இரு வருமே செய்ய வேண்டியிருந்த முதல் காரியம், திறமையான உளவுப் படையை நிறுவுவதுதான். இந்த விஷயத்தில், சுல்தானா வுக்குத்தான் அதிக அனுகூலம் இருந்தது. காரணம், கிடைக்கும் துப்புகளுக்குச் சன்மானம் கொடுக்க மட்டுமே ஃப்ரெடியால் முடியும். சுல்தானாவோ, சன்மானமும் கொடுப்பான்; தன்னி

டம் மறைக்கப்பட்ட தகவல்கள் மற்றும் தன்னைப் பற்றிக் காவல்துறைக்குச் செல்லும் தகவல்களுக்கு தண்டனையும் கொடுப்பான். குற்றம் புரிந்தவர்களை அவன் நடத்தும் விதம் பற்றி அறிந்திருந்த எவரும் அவனது அதிருப்தியைச் சம்பா தித்துக்கொள்ள விரும்புவதில்லை.

ஏழையாக – நிஜமாகவே ஏழையாக – இருப்பதென்றால் என்ன என்பதை நஜிபாபாத கோட்டையில் தான் சிறைப்பட் டிருந்த நீண்ட காலகட்டத்தில் அறிந்திருந்தவன் சுல்தானா. ஆதலால், அவனுக்கு ஏழைகள் அனைவரின்பாலும் அனுதா பம் இருந்தது. கொள்ளையனாய் இருந்த காலம் முழுவதிலும், ஏழைகளிடமிருந்து ஒரு தம்பிடி கூடப் பறித்ததில்லை அவன்; தானம் என்று கேட்டு வந்தவருக்குக் கொடுக்க மறுத்ததில்லை; சிறு கடைக்காரர்களிடமிருந்து அவன் வாங்கிய பொருட் களுக்கு, இரண்டு மடங்கு விலை கொடுத்தான் என்றெல்லாம் அவனைப் பற்றிச் சொல்லப்பட்டது. ஆகவே, அவனுக்கு உளவு சொல்பவர்களின் எண்ணிக்கை நூற்றுக்கணக்கில் இருந்ததில் சிறிதும் ஆச்சரியமில்லை; மேற்சொன்ன விருந்துக் கும், நடனத்துக்கும் தான் அழைக்கப்பட்டது ஃப்ரெடியின் தூண்டுதலின் பேரில்தான் என்று அவனுக்குத் தெரிந்திருந்த திலும் ஆச்சரியமில்லை.

இதற்கிடையில், அந்த மகத்தான இரவுக்கான ஏற்பாடுகள் நடந்து கொண்டிருந்தன. பெரும் செல்வந்தர் என்று பெயர் பெற்ற அந்த ஒப்பந்ததாரர் ராம்நகரிலும் காசிப்பூரிலும் இருந்த தம்முடைய நண்பர்களுக்கும் அழைப்பு விடுத்திருந் தார். மிகச் சிறந்த நடனமணிகளும், அவர்களின் இசைக்குழுக் களும் ஏற்பாடு செய்யப்பட்டிருந்தனர். மிகப் பெரிய அளவில் உணவுப் பொருட்களும், மதுவும் – இந்த இரண்டாவது சமாசாரம் கொள்ளையர்களுக்காக – வாங்கப்பட்டு, மாட்டு வண்டிகளில் முகாமுக்குக் கொண்டு வரப்பட்டன. சுல்தானா வின் கதை முடிக்கப்பட இருந்த அந்த இரவில், குறித்த நேரத்தில் ஒப்பந்ததாரரின் விருந்தினர்கள் வந்து கூடினார்கள். விருந்து தொடங்கியது. ஒப்பந்ததாரரின் நண்பர்களுக்கு, தங்களின் சக விருந்தாளிகள் இன்னாரென்று தெரியாமல்கூட இருந்திருக்கலாம். காரணம், இதுபோன்ற சந்தர்ப்பங்களில், வெவ்வேறு ஜாதியினர் தனித்தனிக் குழுக்களாக அமர்ந்திருப் பார்கள். கணப்பும், லாந்தர் விளக்குகளும் தரும் வெளிச்சம் மிகமிக சொற்பமாக இருக்கும்.

சுல்தானாவும் அவனது ஆட்களும் மிதமாகக் குடித்தனர். நன்றாகச் சாப்பிட்டனர். விருந்து முடியும் தறுவாயில், விருந் தளித்தவரைத் தனியே அழைத்துச் சென்றான் கொள்ளையர்

தலைவன். அவருடைய விருந்தோம்பலுக்கு நன்றி சொன்னான். தானும் தன்னுடைய ஆட்களும் வெகு தூரம் செல்ல வேண்டியிருப்பதால், நடனத்தை ரசிக்கத் தாங்கள் இருக்க முடியாது என்று வருத்தத்துடன் தெரிவித்தான். கிளம்பிச் செல்வதற்கு முன்னால், கொண்டாட்டங்கள் அனைத்தும் முன்னரே ஏற்பாடு செய்தபடி தொடரவேண்டும் என்றும் வேண்டிக்கொண்டான் – சுல்தானாவின் வேண்டுகோள்கள் ஒருபோதும் மறுக்கப்படுவதில்லை.

நடன நிகழ்ச்சியின் பிரதான இசைக்கருவி, மத்தளம். தான் நிலைகொண்டிருந்த இடத்திலிருந்து ஃப்ரெடி புறப்பட்டு, தம் ஆட்களுடன் இந்த முகாமை முற்றுகையிடுவதற்கான சமிக்ஞை மத்தள ஒலிதான். இந்தப் படையின் ஒரு பிரிவுக்கு, வனக் காவலன் ஒருவன் வழிகாட்டிச் சென்றான். மிகவும் இருள் அடர்ந்த இரவு என்பதால் அவன் வழி தவறிவிட்டான். சுல்தானா திரும்பிச் செல்லும்போது வழி மறித்திருக்க வேண்டிய இந்தப் பிரிவு, அந்த இரவின் எஞ்சிய நேரம் முழுவதும் காணாமலே போயிருந்தது. வாஸ்தவத்தில், சுல்தானாவுடன் அதே கானகத்தில் வசிக்கவேண்டியவனான அந்த வனக் காவலன், விவேகி. அவன் வழி தவறி, தொலைந்து போய், சிரமப்பட்டிருக்க வேண்டிய அவசியமேயில்லை. காரணம், நிகழ்ச்சியில் ஒரு சிறு மாற்றம் செய்ததன் மூலம், சமிக்ஞை கொடுக்கப்படுமுன்பே காவல் வலையிலிருந்து வெளியேறிச் செல்வதற்கு தாராளமான அவகாசம் ஏற்படுத்திக்கொண்டிருந்தான் சுல்தானா. ஆக, அடர்ந்த கானகத்தினூடாக நீண்ட தூரம் சிரமப்பட்டு நடந்து வந்த அந்தப் படை, முகாமுக்கு வந்துசேர்ந்தபோது, மிரண்டு போயிருந்த நடனப் பெண்கள் சிலரும் அவர்களை விடவும் மிரண்டிருந்த அவர்களது இசைக்குழுவும் திகைப்பில் ஆழ்ந்தவர்களான ஒப்பந்ததாரரின் நண்பர்களும்தான் அங்கு இருந்தனர்.

ராம்நகர்க் காட்டிலிருந்து தப்பிச் சென்றபிறகு, சுல்தானா பஞ்சாபுக்கு விஜயம் செய்தான். அடைக்கலம் தருவதற்குக் காடுகள் இல்லாததால் அவனால் அங்கே சகஜமாக இருக்க முடியவில்லை; ஐக்கிய மாகாணத்தின் அடர்ந்த காடுகளுக்குத் திரும்பிவிட்டான். பஞ்சாபில் இருந்த குறுகிய காலத்தில் லட்ச ரூபாய் பெறுமானமுள்ள பொன் ஆபரணங்கள் சம்பாதித்திருந்தான். திரும்பும் வழியில், அவன் கங்கையைக் கடக்க வேண்டியிருந்தது. கங்கையின் மேல் நாலு மைலுக்கொன்றாகப் பாலங்கள் உண்டு. சுல்தானாவின் நடமாட்டங்கள் தெரியவந்திருந்ததால், அவன் கடக்க வாய்ப்புள்ள பாலங்களில் கடும் காவல் போடப்பட்டிருந்தது. இந்தப் பாலங்

களைத் தவிர்த்துவிட்டு, காவல் எதுவும் போடப்படவில்லை என்று அவனுடைய உளவுத்துறை தகவல் கொடுத்திருந்த பாலத்தை நோக்கிச் சென்றான் சுல்தானா. வழியில், ஒரு பெரும் கிராமத்தை ஒட்டிக் கடந்து சென்றான். அங்கே ஒரு வாத்தியக்குழு, சங்கீதம் இசைத்துக்கொண்டிருந்தது. பெரும் செல்வந்தர் ஒருவரின் மகனுக்குத் திருமணம் நடக்க விருக்கிறது என்று அவனுடைய வழிகாட்டிகள் சொன்னார்கள். அந்தக் கிராமத்துக்குத் தன்னை அழைத்துச் செல்லும்படி சுல்தானா கட்டளையிட்டான்.

கிராமத்தின் மத்தியில் இருந்த பரந்த திறந்தவெளியில், திருமண கோஷ்டியும் சில ஆயிரம் விருந்தினர்களும் கூடியிருந்தனர். ஒளிவீசிப் பிரகாசித்த விளக்குகளின் வெளிச்சத்தில் சுல்தானா நுழைந்தபோது, அவனுடைய தோற்றம் ஒரு சலசலப்பை ஏற்படுத்தியது. ஆனால், கூட்டத்தை அமரும்படி வேண்டிக்கொண்டான் சுல்தானா. தன்னுடைய வேண்டுகோளின் பிரகாரம் நடந்துகொண்டால், அவர்கள் அஞ்சவேண்டிய அவசியமேயில்லை என்றும் சொன்னான். அந்தக் கிராமத்தின் தலைவனையும் மணமகனின் தந்தையையும் அழைத்தான். பரிசுகள் வழங்கவும் பெற்றுக்கொள்ளவும் உகந்த தருணமாக அது அமைந்துவிட்டபடியால், கிராமத் தலைவன் சமீபத்தில் வாங்கியிருந்த துப்பாக்கியைத் தனக்கும், தன்னுடைய ஆட்களுக்காகப் பத்தாயிரம் ரூபாய் பணமாகவும் தர வேண்டினான். ஆகக் குறைந்தபட்ச நேரத்தில் துப்பாக்கியும் பணமும் கொண்டுவரப்பட்டன. கூடியிருந்தவர்களுக்கு வந்தனம் கூறிவிட்டு, தன்னுடைய ஆட்களை அழைத்துக்கொண்டு கிராமத்தைவிட்டுச் சென்றான் சுல்தானா.

தன்னுடைய தளபதியான பயில்வான் என்பவன், மணப்பெண்ணைக் கடத்திக்கொண்டு வந்த விஷயம் மறுநாள்வரை சுல்தானாவுக்குத் தெரியாது. பெண்களைத் தன்னுடைய குழுவினர் அவமதிப்பதை அவன் அனுமதிப்பதில்லை. எனவே, பயில்வான் கடுமையாகத் தண்டிக்கப்பட்டான். அவளுக்கு நேர்ந்த அசவுகரியத்துக்குப் பரிகாரமாக, பொருத்தமான பரிசு ஒன்றுடன் அந்தப் பெண் திருப்பியனுப்பப்பட்டாள்.

மந்தைக்காரனின் கால் வெட்டப்பட்ட சம்பவத்துக்குப் பின்னர், கொஞ்ச காலம் எங்கள் வட்டாரத்தில் தங்கியிருந்தான் சுல்தானா. தன் முகாமை அடிக்கடி மாற்றிக்கொண்டிருந்தான். வேட்டைக்குச் செல்லும்போது, அவன் வந்து சென்ற இடங்களைப் பலதடவை நான் பார்க்க நேர்ந்தது. இந்தச் சமயத்தில்தான், பரபரப்பான அனுபவம் ஒன்று எனக்கு நேர்ந்தது.

ஒரு மாலைநேரம், வீட்டிலிருந்து ஐந்துமைல் தொலைவில் உள்ள காட்டுத் தடத்தில், பிரமாதமான சிறுத்தை ஒன்றைச் சுட்டுக்கொன்றேன். அதைத் தூக்கிக்கொண்டு வர ஆட்களை ஏற்பாடு செய்யுமளவு அவகாசமில்லை. அந்த இடத்திலேயே அதைத் தோலுரித்து, தோலை வீட்டுக்குக் கொண்டுவந்தேன். ஆனால், வந்து சேர்ந்ததும்தான் கவனித்தேன், என்னுடைய அபிமான வேட்டைக் கத்தியை விட்டுவிட்டு வந்திருந்தேன். மறுநாள் காலையில் அந்தக் கத்தியை எடுத்து வருவதற்காகக் கிளம்பிப் போனேன். நான் கத்தியை விட்டு வந்த ஸ்தலத்தை அணுகியபோது, காட்டுத் தடத்திலிருந்து சற்றுத் தொலைவில், வனத்தினுள்ளே இருந்த திறந்தவெளியில் மங்கலான நெருப் பின் ஒளியைக் கண்டேன். இந்தக் காட்டில் சுல்தானா இருப் பது பற்றிய தகவல்கள் சமீப நாட்களாக வந்தவண்ணம் இருந்தன. அந்தக் கணத்தில் நான் முடிவெடுத்தேன், அந்த நெருப்பை ஆராய்வது என.

சருகுகளின் மீது காலைப் பனி கனமாகப் படிந்திருந்த தால், ஓசையெழாமல் நடக்க முடிந்தது. இயன்றவரை மறைந்த வாறு பதுங்கிப் பதுங்கி அந்த நெருப்பை நெருங்கினேன். சிறு பள்ளமொன்றில் கனன்றுகொண்டிருந்த நெருப்பைச் சுற்றி இருபது இருபத்தைந்து பேர் உட்கார்ந்திருந்ததைக் கண்டேன். அருகிலிருந்த மரத்தில் சார்த்தி வைக்கப்பட்டிருந்த துப்பாக்கி களின் குழல்கள் மீது நெருப்பின் ஒளி மினுங்கியது. சுல்தானா அங்கு இல்லை. அதுவரை அவனை நான் பார்த்ததில்லை என்றாலும், கச்சிதமான சிறிய உருவம் கொண்டவன் அவன் என்று கேள்விப்பட்டிருந்தேன். எப்போதுமே, அரைகுறையான ராணுவக் காக்கிச் சீருடையில் இருப்பவன் அவன். இது அவனுடைய கும்பல்தான் என்பது வெளிப்படையாகத் தெரிந்தது. இருப்பினும், நான் அவர்களை என்ன செய்துவிட முடியும்? காலாதுங்கியில் இருந்த தலைமைக் காவலர் வயோதிகர். அவரும், கிட்டத்தட்ட அவர் வயதே கொண்ட மற்ற இரண்டு காவலர்களும் ஒன்றுக்கும் உதவ மாட்டார்கள். அதிக அளவில் காவல் படை இருந்த ஹல்த்வானியோ பதினைந்து மைல் தொலைவில் இருந்தது.

அடுத்து நான் செய்ய வேண்டியது என்ன என்று யோசித்துக்கொண்டிருந்தபோது, புறப்படும் வேளை வந்துவிட் டது என்று அவர்களில் ஒருவன் சொல்வது என் காதில் விழுந்தது. இப்போது நான் பின்வாங்க முயன்றால் அவர்கள் பார்வையில் பட்டுவிடுவேன், சங்கடம்தான் விளையும் என்ற அச்சத்தினால் சற்று விரைவாக எட்டு வைத்து அந்த ஆட்களுக்கும் துப்பாக்கிகளுக்கும் இடையில் போய்ச்சேர்ந்

தேன். இவ்வாறு நான் செய்தபோது, வியப்புற்ற முகங்கள் என்னை நோக்கிப் பார்வையை உயர்த்தின – நான் நின்றிருந்த இடம் சற்று மேடானது. இங்கே என்ன செய்துகொண்டிருக் கிறார்கள் என்று நான் வினவியதற்கு, அந்த நபர்கள் ஒருவரை யொருவர் பார்த்துக்கொண்டார்கள். திகைப்பிலிருந்து முதலா வதாக மீண்ட ஒருவன், 'ஒன்றுமில்லை' என்று பதிலளித்தான். மேலும் நான் கேள்விகள் விடுத்தபோது, தாங்கள் மலைக்கரி எரிப்பவர்கள் என்றும், பரெய்லியிலிருந்து வருவதாகவும், வழி தவறிவிட்டதாகவும் சொன்னார்கள். நான் திரும்பி அந்த மரத்தைப் பார்த்தேன். சார்த்தி வைக்கப்பட்ட துப்பாக்கிக் குழல்கள் என்று நான் எண்ணியவை, வெகுகாலம் உபயோகப் பட்டதால் மெருகேறிய கோடாலிக் காம்புகள் என்று கண் டேன். நெருப்பின் வெளிச்சத்தைப் பிரதிபலித்தவை அவை தாம். என் பாதங்கள் ஈரமாக உள்ளன, குளிராக இருக்கிறது என்று கூறியவாறு அவர்கள் வட்டத்தில் நானும் இணைந்து கொண்டேன். அவர்களுக்கும் சிகரெட் வழங்கி, புகைத்தபடி பல விஷயங்கள் பேசிக்கொண்டிருந்த பிறகு, அவர்கள் தேடி வந்த மலைக்கரி எரிப்போர் முகாமுக்கு அவர்களுக்கு வழி சொல்லிவிட்டு, என் கத்தியை மீட்டுக்கொண்டு வீட்டுக்குத் திரும்பினேன்.

தொடர்ந்து பரபரப்புக்கு ஆளாகும் சந்தர்ப்பங்களில், கற்பனை மிகவும் விசித்திரமான விதங்களில் விளையாட்டுக் காட்டும். புலியால் அடித்துக்கொல்லப்பட்ட கடமானின் அருகில் தரையில் உட்கார்ந்திருந்தேன் ஒருமுறை. அந்தப் புலி நெருங்கி நெருங்கி வரும் ஓசை கேட்டுக்கொண்டேயிருந்தது. ஆனால் வந்தபாடில்லை. மன அழுத்தம் தாளமுடியாத அளவு அதிகரித்தபோது, துப்பாக்கிக் குதிரையில் விரலைப் பதித்த வாறு திரும்பிப் பார்த்தேன். என் தலைக்கு அருகில் இருந்த மொரமொரப்பான இலையொன்றைக் கம்பளிப்பூச்சி கொஞ் சம் கொஞ்சமாகக் கடித்துக் கொண்டிருந்தது. மறுபடியும், வெளிச்சம் குறைந்து வந்தபோது, புலி தான் கொன்ற இரையைத் தேடி வரும் வேளை நெருங்கியபோது, என் விழியோரத்தில் ஒரு பெரிய மிருகம் தோன்றுவதைப் பார்த்தேன். என்னுடைய துப்பாக்கியை இறுகப் பற்றி சுடுவதற்கு நான் ஆயத்தமான போது, என் முகத்துக்குச் சில அங்குல தூரத்திலிருந்த காய்ந்த சுள்ளி மீது ஒரு எறும்பு ஊர்ந்து வந்தது.

சுல்தானாவைப் பற்றிய என் எண்ணங்களின் பின்னணி யில், மெருகேறிய கோடாலிக் காம்புகள் மீது பட்ட நெருப்பு வெளிச்சம் அவற்றைத் துப்பாக்கிக் குழல்களாக மாற்றியிருந் தது. அந்த ஆட்கள் மலைக்கரி எரிப்பவர்கள்தாம் என்று

எனக்கு உறுதிபடத் தெரியும்வரை, நான் அவற்றை மீண்டும் பார்க்கவேயில்லை.

ஃப்ரெடி தன்னுடைய நிர்வாகத் திறனாலும், மேன்மையான வாகன வசதிகளாலும் சுல்தானாவுக்கு நெருக்கடி தரத் தொடங்கினார். இதற்குள் ஆட்கள் விலகிப் போனதாலும், பிடிபட்டதாலும் சுல்தானாவின் கும்பல் எண்ணிக்கையில் மிகவும் குறைந்திருந்தது. ஃப்ரெடி கொடுக்கும் நெருக்கடியிலிருந்து காத்துக்கொள்வதற்காக அந்த ஜில்லாவின் கிழக்கு எல்லையில் இருந்த பிலிபிட்டுக்குத் தன் கும்பலை நகர்த்திச் சென்றான் சுல்தானா. இங்கே சில மாதங்கள் தங்கியிருந்தான். தொலைவிலிருந்த கோரக்பூர் வரை சென்று கொள்ளையடித்து தன்னிடமிருந்த தங்கத்தின் இருப்பை அதிகரித்துக்கொண்டான். எங்கள் வட்டாரக் காடுகளுக்குத் திரும்பி வந்தபோது, ராம்பூர் சமஸ்தானத்தைச் சேர்ந்த பெரும் பணக்காரியான நடனமாது ஒருத்தி லாமாச்சூர் கிராமத் தலைவனின் ஆசை நாயகியாக வசிக்க மிக அண்மையில்தான் வந்து சேர்ந்திருந்தாள் என்று அவனுக்குத் தகவல் கிடைத்தது.

லாமாச்சூர் கிராமம் எங்கள் வசிப்பிடத்திலிருந்து ஏழு மைல்கள் தள்ளி இருந்தது. கொள்ளையடிக்க வருவார்கள் என்று எதிர்பார்த்து, தன் கிராமவாசிகள் முப்பதுபேரைக் கொண்ட காவல் அரண் உருவாக்கியிருந்தான் கிராமத் தலைவன். இவர்களிடம் ஆயுதங்கள் இல்லை. சுல்தானா வந்தபோது, இவர்கள் அந்த வீட்டைச் சூழ்ந்துகொள்வதற்கு முன்னரே நாட்டியக்காரி தன்னுடைய ஆபரணங்கள் அவ்வளவையும் எடுத்துக்கொண்டு பின்வாசல் வழியாக இருட்டுக்குள் தப்பிச் சென்றுவிட்டாள். கிராமத்தலைவனும், அவனது காவலாள்களும் அவைமுற்றத்தில் வைத்து சுற்றி வளைக்கப்பட்டனர். அந்தப் பெண்ணைப்பற்றி எதுவுமே தெரியாது என்று அவர்கள் கூறியதால், அவர்களைக் கட்டிப்போட்டு, அவர்களுடைய ஞாபகங்கள் தெளிவடையும்வரை உதைக்குமாறு கட்டளை பிறந்தது.

கிராமவாசிகளில் ஒருவன் இந்தக் கட்டளையை ஆட்சேபித்தான். தன்னையும் தன்னைப் போன்றவர்களையும் சுல்தானா தன்னிஷ்டம் போல எதுவும் செய்துகொள்ளலாம். ஆனால், கிராமத்தலைவனைக் கட்டி வைத்து அடித்து அவமதிக்க சுல்தானாவுக்கு உரிமை கிடையாது என்றான் அவன். வாயை மூடும்படி அவனுக்கு ஆணையிடப்பட்டது. கொள்ளையர்களில் ஒருவன் கயிறை எடுத்துக்கொண்டு கிராமத்தலை

வனை நோக்கிச் சென்றான். இந்தத் துணிச்சல்காரன், சார்த்தி யிருந்த மூங்கில் கழி ஒன்றை உருவிக் கொள்ளையனைத் தாக்கினான். கொள்ளைக் கும்பலைச் சேர்ந்த ஒருவன் இவனை மார்பில் சுட்டான். துப்பாக்கி வேட்டுச் சத்தம் அக்கம்பக்க கிராமங்களில் உள்ள ஆயுதமேந்திய காவலர்களை உசுப்பிவிடும் என்று பயந்த சுல்தானா அவசரமாகப் பின் வாங்கி ஓடினான். போகும்போது, கிராமத்தலைவன் புதிதாக வாங்கியிருந்த குதிரையைக் கவர்ந்துகொண்டு சென்றான்.

துணிவுமிக்க அந்த கிராமத்தான் கொலையுண்டதைப் பற்றி மறுநாள் காலையில் நான் கேள்விப்பட்டேன். என்னு டைய ஆட்களில் ஒருவனை லாமாச்சூர் கிராமத்துக்கு அனுப்பினேன், கொலையுண்டவன் விட்டுச் சென்ற குடும்பம் பற்றி விசாரித்து வர. மற்றொரு ஆளை, இறந்தவனின் குடும் பத்துக்கு உதவுவதற்காகத் திரட்டப்படும் நிதியில் அவர்களும் பங்களிக்க முடியுமா என்று கேட்டு ஒரு சுற்றறிக்கையுடன் சுற்றுப்புற கிராமங்களின் தலைவர்கள் அனைவரிடமும் அனுப்பினேன். என்னுடைய வேண்டுகோளுக்குக் கிடைத்த எதிர்வினை, நான் எதிர்பார்த்தபடியே, அமோகமாக இருந்தது. காரணம், ஏழைகள் எப்போதுமே பெருந்தன்மையானவர்கள். ஆனால், அந்த நிதிதான் திரட்டப்படவேயில்லை. தன் எஜமானனுக்காக உயிர்நீத்த அந்த மனிதன் இருபது வருடங் களுக்கு முன்னால் நேபாளத்திலிருந்து வந்தவன். அவனுடைய நண்பர்கள் வட்டாரத்திலும், நேபாளத்தில் நான் விசாரித்த வகையிலும், அவனுக்கு மனைவியோ குழந்தைகளோ இருந்த தாகத் தகவல் கிடைக்கவில்லை.

மேற்சொன்ன சம்பவத்துக்குப் பிறகுதான், சுல்தானாவை வளைத்துப் பிடிக்கக் கைகொடுக்கும்படி ஃப்ரெடி எனக்கு விடுத்த அழைப்பை நான் ஏற்றுக்கொண்டேன். ஒரு மாதம் கழித்து, ஹரித்வாரிலுள்ள அவரது தலைமையகத்தில் சென்று இணைந்தேன். மிர்ஸாப்பூரின் ஆட்சியராகத் தாம் இருந்த பதினெட்டு வருடங்களில், மிர்ஸாப்பூர் காடுகளின் பழங்குடிக ளான கோல் இனத்தைச் சேர்ந்த பத்துப் பேரையும், பூண்யா இனத்தைச் சேர்ந்த பத்துப் பேரையும் புலிவேட்டையில் தமக்கு உதவுவதற்காக விந்தாம் நியமித்திருந்தார். இவர்களில் மிகச் சிறந்த நால்வரை இப்போது ஃப்ரெடிக்கு உதவுவதற்காக அனுப்பியிருந்தார். இவர்கள் என்னுடைய பழைய நண்பர்கள். ஹரித்வாரில் எனக்காகக் காத்திருந்தனர். ஃப்ரெடியின் திட் டம் இதுதான்: எனது நண்பர்கள் நால்வரும் நானும் சேர்ந்து சுல்தானா இருக்கும் இடத்தைத் தேடி அறிய வேண்டும். நாங்கள் இதைச் செய்து முடித்ததும், ஃப்ரெடி தன் படையை

ஒரு வாகான இடத்துக்கு நடத்தி வருவார். பிறகு அங்கிருந்து தாக்குதலைத் தொடங்குவார். இந்த இரண்டு நடவடிக்கை களுமே, முன்னமே சொன்ன காரணங்களினால், இரவில் நடத்தி முடிக்கப்பட வேண்டியவை. ஆனால், சுல்தானா அமைதியற்று இருந்தான். அது வெறும் பதட்டமாக இருக் கலாம்; அல்லது ஃப்ரெடியின் திட்டத்தைப் பற்றி அவனுக்கு முன்னெச்சரிக்கையாகத் தகவல் கிடைத்திருக்கலாம். எப்ப டியோ, அவன் ஒரு இடத்திலும் ஒரு தினத்துக்கு மேல் தங்க வில்லை. தன்னுடைய படையை இரவு நேரங்களில் நெடுந் தொலைவுகளுக்கு நகர்த்திச் சென்றான்.

பருவநிலை மிகவும் உக்கிரமாக இருந்தது. கடும் வெப்பம். கடைசியில், சும்மாயிருப்பதன் சுமை தாங்காமல், அந்த நான்கு பேரும் நானும் ஒரு யுத்தகாலக் கலந்துரையாடலை நிகழ்த்தி னோம். அதன் பெறுபலனாக, அன்று இரவு உணவுக்குப் பிறகு ஃப்ரெடியுடன் தனியாகப் பேசப் போனேன். வராந்தா வின் குளுமையான பகுதியில் அவர் சாவகாசமாக உட்கார்ந் திருந்தார். நாங்கள் பேசுவதை யாரும் கேட்க வாய்ப்பில்லை என்பதை உறுதி செய்துகொண்ட பிறகு, பின்வரும் திட்டத்தை அவரிடம் சொன்னேன்: புலிவேட்டைக்காக விந்தாம் தன் ஆட்களைத் திருப்பி அழைத்துக்கொண்டுவிட்டார் என்று ஃப்ரெடி செய்தி பரப்பவேண்டும். அதே வேட்டைக்காக நானும் அழைக்கப்பட்டிருக்கிறேன். ஹல்த்வானிக்குச் செல்ல எங்களுக்குப் பயணச்சீட்டுகள் வாங்கப்பட வேண்டும். ஹரித் வார் நிலையத்தில் எங்களை ரயிலேற்றி வழியனுப்பிவைக்க வேண்டும். அடுத்ததாக ரயில் நிற்கும் இடத்தில், நான் என்னுடைய சொந்த ரைஃபிளோடும், மற்றவர்கள் ஃப்ரெடி கொடுத்த துப்பாக்கிகளோடும் ரயிலை விட்டு இறங்கிவிட வேண்டும். அதற்குப் பிறகு சுல்தானாவைத் தேடிப்பிடித்துக் கொண்டுவருவதில் எங்களுக்கு முழு சுதந்திரம் வழங்கப்பட வேண்டும் – சந்தர்ப்பம் அமைவதைப் பொறுத்து, அவனை உயிருடனோ பிணமாகவோ நாங்கள் பிடித்து வரலாம் என.

என்னுடைய திட்டத்தைக் கேட்டுவிட்டு, வெகுநேரம் கண்களை மூடி அமர்ந்திருந்தார் ஃப்ரெடி. இருநூற்று எண் பத்து நான்கு பவுண்டு எடை உள்ளவர் அவர். சாப்பாட் டுக்குப் பிறகு ஒரு குட்டித் தூக்கம் போடுவதற்கேற்ற எடை தான். ஆனால், அவர் தூங்கவில்லை. ஏனென்றால், சடா ரென்று நிமிர்ந்து, தீர்மானமான குரலில் சொன்னார்: 'முடி யாது உங்கள் உயிர்களுக்கு நான்தான் பொறுப்பு. இந்தக் கிறுக்குத்தனமான திட்டத்தை நான் அனுமதிக்க மாட்டேன்.' அவருடன் வாதம் பண்ணிப் பிரயோசனம் இல்லை. ஆகவே,

மறுநாள் காலையில் அந்த நான்கு பேரும் நானும் அவரவர் வசிப்பிடங்களுக்குத் திரும்பினோம். என்னுடைய திட்டம் தவறான ஒன்று; ஃப்ரெடி அதை நிராகரித்தது சரிதான். அந்த நான்கு பேருக்கும் எனக்கும் அதிகார பூர்வமான ஸ்திதி எதுவும் கிடையாது. சுல்தானாவைப் பிடிக்கும் எங்களது முயற்சியில் அசம்பாவிதமாக ஏதாவது நடத்திருந்தால், எங்கள் நடவடிக்கை எந்த விதத்திலும் நியாயம் கற்பிக்க முடியாது. மற்றபடி, சுல்தானாவின் உயிருக்கும் சரி, எங்களது உயிர்களுக்கும் சரி, எந்த விதத்திலும் ஆபத்தில்லை. காரணம், சுல்தானாவை உயிருடன் பிடிப்பது; அது முடியாத பட்சத்தில், அவனைப் பிடித்துக் கொண்டுவர முயற்சிப்பதில்லை என்று நாங்கள் ஒத்துக்கொண்டிருந்தோம். எங்களைப் பாதுகாத்துக் கொள்ளும் திராணி எங்களுக்கு உண்டு.

மூன்று மாதங்களுக்குப் பிறகு, பருவமழை அடித்து முழக்கிக்கொண்டிருக்கும்போது, ஹரித்வாருக்கு வந்து தன்னுடன் இணைந்துகொள்ளுமாறு ஃப்ரெடி என்னை அழைத்தார். வன இலாகாவைச் சேர்ந்த ஹெர்பெர்ட்டையும் தெராய் மற்றும் பாபர் பகுதிகளின் சூப்பரின்ட்டென்டென்ட் ஃப்ரெட் ஆண்டர்ஸனையும்கூட அழைத்திருந்தார். வந்து சேர்ந்தவுடன் எங்களுக்குத் தெரிய வந்தது – நஜிபாபாத் காடுகளின் உட்பகுதியில் சுல்தானாவின் நிரந்தர இருப்பிடத்தை ஃப்ரெடி கண்டறிந்துவிட்டார் என்று. அந்த முகாமைச் சுற்றி வளைப்பதில் நாங்கள் அவருக்கு ஒத்தாசை புரிய வேண்டும் என்று அவர் விரும்பினார். முற்றுகை வளையத்தை விட்டு அவன் பின்வாங்கித் தப்பினால் அதைத் தடுக்கவும் நாங்கள் உதவ வேண்டும். ஹெர்பெர்ட் புகழ்பெற்ற போலோ விளையாட்டு வீரர். சுல்தானா தப்பிப்பதைத் தடுக்கவிருந்த ஐம்பது குதிரை வீரர்களுக்கு அவர் தலைமையேற்கவிருந்தார். நானும் ஆண்டர்ஸனும் முற்றுகை வளையத்தை நிர்மாணிக்க ஃப்ரெடியுடன் தோள்நிற்க வேண்டும்.

இந்தக் காலகட்டத்தில், சுல்தானாவுடைய உளவுத் துறையின் திறமை பற்றி ஃப்ரெடி மிகவும் தெளிவாய் இருந்தார். நடத்தப்படவிருக்கும் தாக்குதல் பற்றி ஃப்ரெடியின் இரண்டு உதவியாளர்களையும் எங்கள் மூவரையும் மூவர் தவிர வேறு யாருக்குமே தெரியாது. ஒவ்வொரு நாள் மாலையிலும் ஆயுதந்தாங்கிய காவல் படை நீண்ட தூரம் அணிவகுத்து நடத்தப்பட்டது. நாங்கள் நால்வரும் அதே அளவு தூரம் நடக்கச் சென்றோம். இருட்டியபின், நாங்கள் தங்கியிருந்த அணைக்கட்டு மாளிகைக்கு திரும்பினோம். குறிக்கப்பட்ட அந்த இரவில், எப்போதும்போல ரயில் பாதையின் குறுக்காகச் செல்வதற்குப் பதிலாக, ஹரித்வாரின் சரக்கு ரயில் தளத்துக்கு

அணிவகுத்துச் சென்றனர் வீரர்கள். அங்கே ஒரு ரயில்பெட்டி வரிசை நின்றிருந்தது. அவற்றுடன் என்ஜினும் பிரேக் வேனும் இணைக்கப்பட்டிருந்தன. அந்த ரயிலில் நிலையக் கட்டடங் களுக்கு எதிர்ப்புறம் இருந்த கதவுகள் திறந்திருந்தன. நாங்கள் வந்து சேர்ந்தபோது, கடைசிப் பெட்டியின் கதவுகள் மூடப் பட்டன. கார்டு வேனில் நாங்கள் ஏறிக்கொண்டதும், எச்ச ரிக்கை ஒலியேதும் கிளப்பாமல் ரயில் கிளம்பியது.

சந்தேகத்தைத் தவிர்ப்பதற்கு அவசியமான அனைத்தும் செய்யப்பட்டு விட்டன; வீரர்களின் பாசறைகளில் உணவு தயாரிப்பது முதல், அமர்ந்து சாப்பிடுவதற்காக மேஜை தயார் செய்யப்படுவது வரை. இருட்டி ஒரு மணிநேரம் கழிந்த பிறகு நாங்கள் கிளம்பினோம். ஒன்பது மணிக்கு, காட்டின் உட் பகுதியில் இரண்டு நிலையங்களுக்கு நடுவே ரயில் வந்து சேர்ந்தது. படையை ரயிலிலிருந்து இறங்கச் சொல்வதற்கான ஆணை ஒரு பெட்டியிலிருந்து அடுத்த பெட்டிக்குக் கைமாற்றிக் கொண்டுசெல்லப்பட்டது. எல்லாரும் இறங்கியபின் ரயில் தொடர்ந்து சென்றது.

ஃப்ரெடியின் படையில் முன்னூறு பேர் இருந்தார்கள். முதலாம் உலக யுத்தத்தின்போது, ஃபிரான்ஸில் இந்தியக் குதிரைப்படையில் பணிபுரிந்தவர் ஹெர்பர்ட். அவர் தலை மையில் சென்ற ஐம்பது வீரர்களும் முந்தின இரவே அனுப்பப் பட்டிருந்தார்கள். தங்களுக்காகக் குதிரைகள் காத்திருந்த இடத்துக்கு வெகுதூரம் சுற்றுவழியில் செல்லும்படி அவர்க ளுக்கு உத்தரவு. ஃப்ரெடியும் ஆண்டர்ஸனும் முன்னணியிலும் நான் பின்பகுதியிலும் இருந்து நடத்திச் சென்ற இருநூற்றைம் பது பேர் கொண்ட பிரதானப் படை இருபத்தைந்து மைலுக்கு அப்பாலிருந்த ஒரு இடம் நோக்கிச் சென்றது. அன்று பகல் முழுவதும் கனத்த மேகங்கள் திரண்டவாறிருந்தன.

நாங்கள் ரயிலை விட்டு இறங்கியபோது அடைமழை பெய்துகொண்டிருந்தது. நாங்கள் ஒரு மைல் தூரம் வடக்கு நோக்கிச் சென்றோம். பிறகு கிழக்கு நோக்கி இரண்டு மைல் கள். மீண்டும் வடக்காக ஒரு மைல். பின்னர் மேற்குத் திசை யில் இரண்டு மைல்கள். இறுதியில் மீண்டும் வடக்கு நோக்கி. திசைகளை இப்படி மாற்றிக்கொண்டு செல்வது வழியிலுள்ள கிராமங்களைத் தவிர்ப்பதற்காகவே என்பது எனக்குத் தெரியும். அந்த கிராமங்களில் சுல்தானாவிடமிருந்து சம்பளம் வாங்கும் ஆட்கள் இருந்தனர். உலகின் தலைசிறந்த காவல்நாய்களான கிராமத் தெருநாய்கள் ஒன்றுகூட எங்களைப் பார்த்துக் குரைக்கவில்லை என்றால், அந்தப் பிரயாணம் எவ்வளவு கவனமாக மேற்கொள்ளப்பட்டது என்பது தெரியும்.

இருநூற்றைம்பது கனத்த நபர்கள் மிருதுவான தரையில் குழிகளை உருவாக்கி நடந்தனர். அவர்களைத் தொடர்ந்து மணிக்கணக்காக நடந்து கொண்டிருந்தேன், மழையில் சொட்டச் சொட்ட நனைந்தபடி. நான் ஒவ்வொரு முறை கால்மாற்றி வைத்தபோதும் முழங்கால் வரை புதைந்தது. என் தலைக்கு மேலே வளர்ந்திருந்த யானைக்கோரைப் புல்லி னூடாக நாங்கள் பல மைல்கள் நடந்தோம். கூர்மையான விளிம்புகள் கொண்ட கோரைப்புற்களிடமிருந்து கண்களைக் காத்துக் கொள்ள ஒரு கையைப் பயன்படுத்த வேண்டியிருந் ததால், குழிகள் மலிந்தும் வழுக்கலாகவும் இருந்த நிலத்தில் தடுமாறாமல் நடப்பது போகப்போகச் சிரமமாகிக் கொண்டே வந்தது. ஃப்ரெடியின் இருநூற்று எண்பத்து நான்கு பவுண்டு சக்தியை நான் பலமுறை வியந்ததுண்டு. ஆனால், அன்று இரவு வியந்ததுபோல வேறெப்போதும் வியந்ததில்லை. உண் மையில், நான் சகதியில் நடந்தபோது, அவர் திடமான தரையில் நடப்பவர்போல நடந்து வந்தார். இத்தனைக்கும் அவர் என்னைவிட நூற்றியிருபத்தாறு பவுண்டுகள் அதிக எடை கொண்டவர். எங்கும் நிற்காமல் போய்க்கொண்டே இருந்தது படை.

இரவு ஒன்பது மணிக்கு நாங்கள் கிளம்பியிருந்தோம். அதிகாலை இரண்டு மணிக்கு, முன்னணியில் இருந்த ஃப்ரெ டிக்கு நான் வாய்மொழியாக ஒரு செய்தி அனுப்பிக் கேட் டேன் – நாங்கள் சரியான திசையில்தான் போய்க்கொண் டிருக்கிறோமா என்று. இப்படி நான் கேட்டனுப்பக் காரணம், கடந்த ஒரு மணி நேரமாக நாங்கள் முதலில் சென்றுகொண் டிருந்த வடக்குத் திசையை விட்டு கிழக்குமுகமாகப் போய்க் கொண்டிருந்தோம். நீண்ட இடைவெளிக்குப் பின், கேப்டன் ஸாஹேபிடமிருந்து பதில் வந்தது – சரியான திசைதான் என்று. இன்னுமொரு இரண்டு மணி நேரம் கழித்து, அடர்ந்த மரங்களும் புதர்களும் நிறைந்த காடு அல்லது ஓங்கி உயர்ந்த கோரைப்புற்கள் என்று சென்றுகொண்டேயிருந்த பிறகு, ஃப்ரெடிக்கு இரண்டாவது செய்தி அனுப்பினேன்; அணி வகுப்பை நிறுத்தும்படியும், நான் அவரிடம் பேசுவதற்காக மேலேறி வந்துகொண்டிருக்கிறேன் என்றும். புறப்பட்டதி லிருந்தே அனைவரும் பேசாமல் நடந்து வந்தார்கள். முன் னணி நோக்கி நான் சென்றபோது, மிகவும் அமைதியாகவும் தளர்ந்தும் இருந்த மனித வரிசையைக் கடந்து சென்றேன். அவர்களில் சிலர் ஈரத் தரையில் உட்கார்ந்திருந்தார்கள். சிலர் மரங்களின் மீது சாய்ந்திருந்தார்கள்.

வரிசையின் தலைப்பகுதியில் ஃப்ரெடியும் ஆண்டர்ஸ னும் வழிகாட்டிகள் நால்வரும் இருந்தார்கள். ஏதாவது

பிசகு நேர்ந்துவிட்டதா என்று ஃப்ரெடி கேட்டார். யாராவது வழிதவறிவிட்டார்களா என்றுதான் அவர் கேட்கிறார் என்பது எனக்குப் புரிந்தது. ஆட்களெல்லாம் சரியாகத்தான் இருக்கிறார்கள், மற்றபடி எல்லாமே பிசகாக இருக்கிறது என்று பதில் சொன்னேன். காரணம், நாங்கள் வட்டப் பாதையில் சுற்றிச் சுற்றி வந்து கொண்டிருக்கிறோம். காடுகளில் வழிதவறுவது மிகச் சுலபம். எவ்வளவோ காலம் காட்டில் வசித்தவனாதலால், எனக்குள் ஒருவிதமான திசையுணர்வு உருவாகியிருந்தது. பகலில் போலவே இரவிலும் செயல்படக் கூடியது அது. புறப்பட்டபோதே நாங்கள் திசை தவறிவிட்டோம் என்பது எனக்குத் தெரிந்திருந்தது, இரண்டு மணிநேரம் முன்பாக நாங்கள் வடக்கிலிருந்து கிழக்காகத் திரும்பியபோது தெரியவந்த மாதிரியே. மேலும், ஒரு மணி நேரத்துக்கு முன்னால் நான் ஒன்றைக் கவனித்திருந்தேன். கழுகுக் கூடு இருந்த சிமூல் மரம் ஒன்றை நாங்கள் கடந்து வந்திருந்தோம். அணிவகுப்பை நிறுத்தச் சொல்லி ஃப்ரெடிக்குத் தகவல் அனுப்பியபோதும் நான் அதே மரத்தினடியில்தான் இருந்தேன்.

எங்களுடைய வழிகாட்டிகளில் இருவர், சுல்தானாவின் கும்பலைச் சேர்ந்த பன்ட்டூக்கள். ஹரித்வார் கடைவீதியில் இரண்டு நாட்களுக்கு முன்னால் பிடிபட்டவர்கள். அவர்கள் கொடுத்த தகவலின் பேரில்தான் தற்போதைய தேடுதல் வேட்டை மேற்கொள்ளப்பட்டிருக்கிறது. இந்த இருவரும் சுல்தானாவின் முகாமில் இரண்டு வருடங்களாக அவ்வப்போது வேலைபார்த்து வந்தவர்கள். இந்த இரவில் அவர்கள் புரியும் பணிக்குக் கைமாறாக அவர்களுக்கு விடுதலை கொடுத்துவிடுவதாக உறுதியளிக்கப்பட்டிருந்தது. மற்ற இரு வரும் மாடு மேய்ப்பவர்கள். தங்கள் வாழ்நாள் முழுவதும் இந்தக் காடுகளில் தங்கள் கால்நடைகளை மேய்த்தவர்கள். சுல்தானாவுக்கு அன்றாடம் பால் வழங்கிவந்தவர்கள். தாங்கள் வழி தவறவில்லை என்று அந்த நால்வருமே உறுதியாக மறுத்தார்கள். ஆனால், அழுத்திக் கேட்டபோது, அவர்கள் தயங்கினார்கள். கடைசியில் ஒத்துக்கொண்டார்கள் – மலைகளைக் காணமுடிந்தால் மட்டுமே நாங்கள் செல்லும் திசையைத் தங்களால் நிர்ணயமாகச் சொல்ல முடியும் என்று. மரங்களின் உச்சிவரை அடர்த்தியான மஞ்சு மூட்டம் இறங்கி இருண்டிருந்த இரவில், சுமார் முப்பது மைல் தொலைவில் இருந்த மலைகளைக் காண்பது சற்றும் இயலாத காரியம். ஆக, ஃப்ரெடியின் தீர்க்கமான திட்டத்துக்கு இந்த இடத்தில் தடை உருவாகிவிட்டது. இதைவிடவும் மோசமானது என்ன வென்றால், சுல்தானா எங்களைப் பார்த்து நகைக்கும்படி ஆகிவிட்டது.

சுல்தானாவின் முகாம் மீது திடீர்த்தாக்குதல் நடத்துவது தான் எங்கள் உத்தேசம். அதை நடத்தி முடிப்பதற்கு, இருள் விலகுவதற்கு முன்பாக தாக்கும் தொலைவுக்குள் நாங்கள் சென்றடைவது அவசியம். நாங்கள் தேர்வு செய்திருந்த திசை வழியாக பகல்பொழுதில் அந்த முகாமை அணுகுவது சாத்தியமில்லை என்று எங்கள் வழிகாட்டிகள் தெரிவித்திருந் தனர்; நாங்கள் தாக்குதலை நடத்தத் திட்டமிட்ட முகாமின் தெற்குப்புறத்தில் இருந்த அகண்ட புல்தரையை நோக்கி, உயரமான மரமொன்றில் பரண் அமைத்து இரண்டு காவலர் கள் இடைவிடாமல் கண்காணித்து வந்தனராம்.

வழிகாட்டிகள் தாங்கள் வழிதவறிவிட்டதை வெளிப்படை யாக ஒத்துக்கொண்டனர். விடிவதற்கு இன்னும் ஒருமணி நேரம்தான் இருந்தது. இவற்றைவிட மோசமான விஷயமும் இருந்தது. அந்த முகாமிலிருந்து எவ்வளவு தொலைவில் இருக் கிறோம் என்பது தெரியவில்லை. அது எந்தத் திசையில் இருக் கிறது என்பதுகூடத் தெரியவில்லை. அதிரடித் தாக்குதல் நடத்துவதற்கான வாய்ப்பு நிமிஷத்துக்கு நிமிஷம் தேய்ந்து கொண்டே வந்தது. இந்தக் குழப்பத்திலிருந்து விடுபடுவதற் கான ஒரு மார்க்கம் எனக்குத் தென்பட்டது. தவறிய வழியை மீண்டும் சென்றடையும் விதமாக, ஏதாவது ஓடையோ அல் லது நன்கு புழங்கிய வண்டித்தடமோ நாங்கள் முதன்முத லாகப் புறப்பட்ட திசையின் புறமாக இருக்கிறதா என்று வழிகாட்டிகளிடம் கேட்டேன். முகாமுக்குத் தெற்கே ஒரு மைல் தூரத்தில் நல்ல வண்டிப் பாதையொன்று இருக்கிறது என்று அவர்கள் பதிலளித்தார்கள். படையை அந்த வழியில் நடத்திச் செல்வதற்கு ஃப்ரெடியின் அனுமதியைப் பெற்றேன். விரைவாக நடக்கத் தொடங்கினேன். அந்த நடை, ஏழு மணி நேரத்துக்கு முன்னால் நாங்கள் கிளம்பி வந்த ரயில் பாதையை நோக்கிச் செல்கிறது என்றுதான் என்னைப் பின்தொடர்ந்து வந்தவர்கள் நிச்சயம் நம்பியிருப்பார்கள்.

மழை நின்றுவிட்டது. திரண்டிருந்த மேகங்களைப் புதிய காற்று வந்து கலைத்துச் சென்றுவிட்டது. கிழக்கு வெளுக்கத் தொடங்கியபோது, ஆழமான சக்கரத் தடத்தில் என் கால் இடறியது. வழிகாட்டிகள் குறிப்பிட்ட, பயனிழந்த வண்டித் தடம் இதுதான். அதைப் பார்த்தவுடன் வழிகாட்டிகளின் முகத்தில் பொங்கிய மகிழ்ச்சி ஏற்கனவே எனக்குள் உருவாகி யிருந்த அபிப்பிராயத்தை உறுதி செய்தது – அவர்கள் வேண்டு மென்றே வழியைத் தவறவிடவில்லை. மீண்டும் அவர்கள் வழிநடத்தத் தொடங்கினார்கள். அந்தத் தடத்தின் வழியாக எங்களை ஒரு மைல் தொலைவு நடத்திச் சென்றார்கள்.

மிகவும் புழங்கிய காட்டுத் தடமொன்று குறுக்கிட்டது. அதன்வழியே அரைமைல் தொலைவு மேலேறிச் சென்றதும், ஆழமான ஓடை தென்பட்டது. மந்தமான நீரோட்டத்துடன், சுமார் முப்பது அடி அகலம் கொண்டது. எங்கள் பாதை ஓடையைக் கடந்து செல்லவில்லை என்பதில் நான் மகிழ்ச்சி யுற்றேன் – ஏனென்றால் இந்தத் தெராய் ஓடைகளைப் பற்றி எனக்கு மிரட்சி உண்டு. இவற்றின் கரைகளிலும் ஆழங்களி லும் மிகப் பெரிய மலைப்பாம்புகள் பதுங்கியிருப்பதைப் பார்த்திருக்கிறேன்.

எங்கள் பாதை ஓடையையொட்டி வலது கரையில் தோளுயரம் வளர்ந்த கோரைப்புற்களினூடாகச் சென்றது. சில நூறு கஜம் சென்ற பிறகு, வழிகாட்டிகளின் வேகம் மெல்லக் குறைந்தது. இடது புறம் அவர்கள் தொடர்ந்து பார்த்துக்கொண்டேயிருந்ததை வைத்து, பரணின் பார்வை வட்டத்தை நெருங்குகிறோம் என்று அனுமானித்தேன். பகல் பொழுது நன்கு முற்றிவிட்டது. சூரியன் மர உச்சியைத் தொட்டிருந்தது. எங்களை நடத்திச் சென்றவன் இப்போது குனிந்து நடக்க ஆரம்பித்தான். அவனுடைய தோழர்களும் அவ்விதமே செய்தார்கள். அவன் எங்களை நெருங்கி வரும்படி சைகை செய்தான்.

பின்னால் வந்த வரிசையை அப்படியே உட்காரும்படி சைகை செய்துவிட்டு ஃப்ரெடி, ஆண்டர்ஸன், நான் ஆகிய மூவரும் முன்னணியிலிருந்த வழிகாட்டியை நோக்கித் தவழ்ந்து சென்றோம். அவனுக்கருகில் படுத்து அவன் சுட்டிக்காட்டிய திசையில் கோரைகளினூடாகப் பார்த்தபோது, ஒரு பெரிய மரத்தின் மேற்கிளைகளில் அமைக்கப்பட்டிருந்த பரண் தெரிந் தது. தரையிலிருந்து முப்பது முதல் நாற்பது அடி உயரத்தில் இருந்தது அது. பரணில் இரண்டுபேர் இருந்தனர். அவர் களுக்குச் சம உயரத்தில் இருந்த சூரியனின் ஒளி அவர்கள் மீது பிரகாசித்தது. ஒருவன் உட்கார்ந்திருந்தான். அவனுடைய தோள்புறம் எங்களை நோக்கியிருந்தது. ஹுக்கா புகைத்துக் கொண்டிருந்தான். மற்றவன், முழங்கால்களையுயர்த்தி மல்லாந்து படுத்திருந்தான். மரங்களும் கோரைப்புற்களும் அடர்ந்த காட்டின் விளிம்பில் வளர்ந்திருந்த அந்த மரத்தில் அமைந்த பரண் மிகப் பரந்த திறந்தவெளியைப் பார்த்து அமைத்திருந்தது. சுல்தானாவின் முகாம் மரக் காட்டில் முன்னூறு கஜங்கள் உட்புறமாக அமைந்திருக்கிறது என்று வழிகாட்டிகள் சொன்னார்கள்.

நாங்கள் படுத்திருந்த இடத்திலிருந்து சில அடிகள் தொலைவில் குட்டைப்புல் வளர்ந்த திட்டு ஒன்று இருந்தது.

இருபது கஜ அகலம் உள்ள அது, எங்களுக்கு வலது புறம் இருந்த ஓடைக்கும் திறந்த வெளிக்கும் இடையில் இருந்தது. நாங்கள் சற்றுப் பின்வாங்கி, ஓடையைக் கடந்து, சுல்தானா வின் முகாமுக்கு நேர் எதிரே ஓடைக் கடக்கவேண்டும். ஆனால் இது சாத்தியமில்லை என்று வழிகாட்டிகள் சொன் னார்கள். நடந்து கடக்கமுடியாத அளவு ஆழமானது அந்த ஓடை; மேலும், ஓடையின் மறுகரையில் புதைமணற் குழிகள் இருந்தன. அந்தக் காவல்காரர்களின் பார்வையில் படாதபடி எங்கள் படை முழுவதும் குட்டைப் புற்திட்டைக் கடந்து செல்வதும் சந்தேகம்தான். அவர்கள் இருவரில் யாராவது ஒருவன் எந்த நிமிஷத்திலும் எங்கள் திசையில் திரும்பிப் பார்க்கக்கூடும்.

ஃப்ரெடியிடம், சர்வீஸ் ரிவால்வர் இருந்தது. ஆண்டர்ஸ னிடம் ஆயுதம் எதுவும் இல்லை. ஒட்டுமொத்தப் படையிலும் ரைஃபிள் வைத்திருந்த ஒரே ஆள் நான்தான். காவலர்கள் அனைவரும் இடிகுழாய்த் துப்பாக்கிகள் வைத்திருந்தனர். அவை அறுபது முதல் எண்பது கஜ தூரம்வரை மட்டுமே சுடக்கூடியவை. ஆகவே, தற்போது நாங்கள் இருந்த இடத்தி லிருந்து பரணிலிருந்த காவல்காரர்களைச் சமாளிக்கக் கூடிய வன் நான் மட்டுமே. துப்பாக்கிச் சத்தம் முகாம் வரை கேட்கத்தான் செய்யும். ஆனால், அதன் காரணத்தை அறிவிக்க இந்தக் காவல்காரர்கள் முகாமுக்குச் செல்லாவிட்டால், விசாரிப்பதற்காக முகாமிலிருந்து ஆட்கள் வருவார்கள் என்று எங்களுடனிருந்த பன்ட்டூக்கள் இருவரும் அபிப்பிராயப்பட் டார்கள். இதெல்லாம் நடந்து கொண்டிருக்கும்போது, நாங்கள் முகாமைச் சுற்றிவளைத்துவிட முடியும்.

பரணிலிருந்த இருவரும் சட்டத்தின் பார்வையில் குற்ற வாளிகள்தாம். கொள்ளையடிப்பதற்காகக் கொலையும் செய் யக்கூடியவர்கள். என் கையிலிருந்த ரைஃபிளால், புகைத்துக் கொண்டிருந்தவனின் ஹுக்காவையும், மற்றவனுடைய கால ணியின் குதிகால் பகுதியையும் சுட்டிருக்க முடியும் – அவர் களுக்குக் காயம் எதுவும் ஏற்படுத்தாமலே. ஆனால், மனிதர் களை – அவர்கள் எத்தகையவர்களாய் இருந்தாலும் – சுடுவ தற்கு எனக்கு அதிகாரமில்லை. ஆகவே, நான் பின்வரும் மாற்று யோசனையைச் சொன்னேன்: அந்தக் காவல்காரர் களை நான் பதுங்கிச் சென்று தாக்குவதற்கு ஃப்ரெடி என்னை அனுமதிக்க வேண்டும். இது மிகவும் சுலபம்தான் – உயர்ந்த கோரைப்புற்களும் மரங்களும் உள்ள காடு பரண் இருந்த மரம் வரை நீண்டிருந்தது. இரவு முழுவதும் பெய்திருந்த மழை யின் காரணமாக ஈரமாகியிருந்தது. ஃப்ரெடியும் அவருடைய

ஆட்களும் தங்கள் வேலையைக் கவனிக்கும்போது, நான் அந்தக் காவலர்களையும் அவர்கள் இருந்த பரணையும் கைப்பற்றிவிடுவேன். முதலில் ஃப்ரெடி தயங்கினார்; பரணில் இருந்தவர்களின் கைக்கெட்டும் தூரத்தில் இரண்டு துப்பாக்கிகள் இருந்தன என்பதால். ஆனால், கடைசியில் சம்மதித்துவிட்டார். நானும் அரவமில்லாமல் உடனடியாக திறந்தவெளியின் குறுக்காகச் செல்ல ஆரம்பித்தேன். ஏனென்றால், காவல்காரர்களை முறை மாற்றும் வேளை நெருங்கிக் கொண்டிருக்கிறது என்று பன்ட்டூக்கள் சொன்னார்கள்.

அந்த மரத்தை நோக்கி மூன்றிலொரு பங்கு தூரம் சென்றிருப்பேன் – பின்னால் ஒரு ஓசை கேட்டது. ஆண்டர்ஸன் என்னை நோக்கி விரைந்து வந்துகொண்டிருந்தார். ஆண்டர்ஸன் ஃப்ரெடியிடம் என்ன சொன்னார் என்பதோ, ஃப்ரெடி ஆண்டர்ஸனிடம் என்ன சொன்னார் என்பதோ எனக்குத் தெரியாது. அவர்கள் இருவருமே என்னுடைய மிக நல்ல நண்பர்கள். எப்படியோ, ஆண்டர்ஸன் எனக்குத் துணையாய் வருவதென்று உறுதியாய் இருந்தார். காட்டினுள் ஓசையெழுப்பாமல் நடந்து வருவதற்குத் தம்மால் இயலாதென்று அவர் ஒத்துக்கொண்டார்; பரணிலிருந்தவர்களுக்கு நாங்கள் வரும் சத்தம் கேட்பதற்கும் அவர்கள் எங்களைப் பார்த்து விடுவதற்கும் வாய்ப்பு அதிகம். முறைமாற்ற வரும் காவல்காரர்களை நாங்கள் எதிர்கொள்ள நேரலாம்; அல்லது மரத்தின் அடியில் மேலும் காவல்காரர்கள் இருக்கலாம்; கையில் ஆயுதம் இல்லாததால், ஆண்டர்ஸனால் தன்னைக் காத்துக்கொள்ள இயலாது போகலாம். எது எப்படியிருந்தாலும் அவர் என்னைத் தனியாய்ச் செல்ல விடப்போவதில்லை. ஸ்காட்லாந்தின் க்ளைட் நதிக்கரையைச் சேர்ந்த ஒருவர் தன் காலை ஊன்றிவிட்டார் என்றால், பிடித்தபிடியை விடமாட்டார்.

விரக்தியுற்று நான் பின்னோக்கித் திரும்பினேன் – ஃப்ரெடியின் உதவியைக் கோருவதற்கு. இதற்கிடையில், தான் அனுமதி அளித்தது தவறோ என்று ஃப்ரெடி வருந்தத் தொடங்கியிருந்தார். (பரணிலிருந்தவர்கள் நன்கு குறிபார்த்துச் சுடக் கூடியவர்கள் என்று பன்ட்டூக்கள் அவரிடம் தெரிவித்ததாகப் பிற்பாடு அறிந்துகொண்டேன்) நாங்கள் திரும்பி வருவதைப் பார்த்தவுடன், வீரர்கள் வரிசையை முன்னேறும்படி அவர் சமிக்ஞை கொடுத்தார்.

கிட்டத்தட்ட ஐம்பது வீரர்கள் அந்தத் திறந்தவெளித் திட்டைக் கடந்தனர். முன்னணியிலிருந்த நாங்கள் அந்த முகாமுக்கு இருநூறடி தொலைவுக்குள் வந்து சேர்ந்திருந்தோம். ஆர்வக்கோளாறு காரணமாக, இளம் வீரன் ஒருவன் தன்னிட

மிருந்த துப்பாக்கியால் பரணை நோக்கிச் சுட்டான். பரணிலிருந்த இருவரும் மின்னல் போல ஏணிவழியே இறங்கினார்கள். மரத்தின் அடியில் கட்டப்பட்டிருந்த குதிரைகளில் தாவி ஏறி, முகாமை நோக்கி விரைந்தார்கள். சத்தமெழுப்பாமல் இருப்பதற்கான அவசியம் இனி இல்லை. ஒலிபெருக்கி தேவைப்படாத உரத்த குரலில், தாக்குதல் உத்தரவைப் பிறப்பித்தார் ஃப்ரெடி. திடகாத்திரமான ஒரு வரிசையாக நாங்கள் அந்த முகாமின் மேல் பாய்ந்தோம். அது வெறிச்சோடியிருந்தது.

சிறு மேட்டின் மேல் இருந்தது முகாம். மூன்று கூடாரங்களும் சமையலறையாகப் பயன்பட்ட கூரைக்குடிசையும் கொண்டது. ஒரு கூடாரம் சாமான்கள் அறையாகப் பயன்பட்டது. அதில் கோதுமை மாவு, அரிசி, பருப்பு, சர்க்கரை ஆகியவை கொண்ட கோணிச் சாக்குகளும், தகர டின்களில் நெய்யும் இருந்தன. இடிகுழல் துப்பாக்கிகளுக்கான சில ஆயிரம் தோட்டாக்கள் கொண்ட பெட்டிகள் குன்றுகள் போலக் குவிந்துகிடந்தன. மற்ற இரண்டு கூடாரங்களும் தூங்குவதற்குரியவை. அங்கே துப்பட்டிகளும், விதவிதமான ஆடைகளும் இறைந்து கிடந்தன. சமையலறைக்கு அருகிலிருந்த கிளைகளில் மூன்று ஆட்டுடல்கள் தோலுரிக்கப்பட்டுத் தொங்கின.

காவல்காரர்கள் இருவரும் முகாமுக்கு வந்து சேர்ந்தவுடன் ஏற்பட்ட அமளியின் காரணமாக, அரை குறையாக உடையணிந்திருந்த கொள்ளையர்கள் சிலரேனும் முகாமைச் சுற்றிலுமிருந்த உயரமான கோரைப் புற்களுக்குள் சென்று ஒண்டியிருக்கக் கூடும். எனவே, எங்கள் படைவீரர்களை நீண்ட வரிசையாக அணிவகுக்கச் செய்தோம். ஹெர்பர்ட்டும் அவரது குதிரைவீரர்களும் காவலிருந்த திசையை நோக்கி அகலவசமாகக் காட்டைச் சலித்தவாறு செல்வதுதான் எங்கள் உத்தேசம். அணிவகுப்பு வரிசை உருவாகிக் கொண்டிருந்த போது, அந்த மேட்டைச் சுற்றிப் பார்த்தேன். முகாமுக்கு அருகிலிருந்த ஓடைக்கரையில் பத்துப் பன்னிரண்டு வெறுங்கால் தடங்களைக் கண்டேன். தொடர்ந்து சென்று அந்தத் தடங்கள் எங்கே இட்டுச் செல்கின்றன என்று பார்க்கலாமா என ஃப்ரெடியிடம் கேட்டேன்.

நீரோடை பதினைந்தடி அகலமும் ஐந்தடி ஆழமும் கொண்டது. ஃப்ரெடி, ஆண்டர்ஸன், நான் ஆகிய மூவரும் அதன் கரையோடு இருநூறு கஜ தூரம் சென்றோம். செம்மண் திட்டு ஒன்று எதிர்ப்பட்டதால், காலடித்தடங்களை என்னால் தொடரமுடியாமல் போனது. செம்மண் திட்டுக்கு அப்பால், ஓடை விரிந்தது. அதன் இடது கரையில், நாங்கள் நின்றிருந்த இடத்துக்கு அருகில் ராட்சத ஆலமரமொன்று நின்றிருந்தது;

ஏகப்பட்ட விழுதுகளோடு. காடுபோல விழுதுகளும், தரையை உரசும் கிளைகளும் இருந்ததால், அந்த ஆலமரம் யாரும் ஒளிந்துகொள்வதற்கு உசிதமான இடம் என்று எனக்குத் தோன்றியது. எனவே, கரைவரை நடந்து சென்றேன். இந்த இடத்தில் கரை என் மோவாய் அளவு உயர்ந்திருந்தது. அதில் ஏற முயற்சி செய்தேன். கரையின் மேலே பற்றிக்கொள்வதற்கு எதுவும் இல்லை. மிருதுவான தரையில் என் கால்களைப் பதித்து ஊன்றப் பலதடவை முயற்சி செய்தேன். ஒவ்வொரு முறையும் கால் வழுக்கியது. நான் முன்னேறிச் செல்வதிலேயே கவனமாக இருந்தேன்; ஓடைக்கரை சமதளமாகும் இடத்துக்கு ஏறிவிடவேண்டும் என்று.

அப்போது, முகாமிருந்த திசையில் தொடர்ந்து துப்பாக்கி வெடிக்கும் ஓசையும் உரத்த குரல்களும் கேட்டன. நாங்கள் வந்த வழியே பாய்ந்து திரும்பினோம். முகாமுக்கருகில் ஹவில் தார் ஒருவர் மார்பில் குண்டு பாய்ந்து கிடந்தார். அவருக்கு அருகில் ஒரு கொள்ளையன் கிடந்தான். கோவணம் கட்டியி ருந்த அவனது இரண்டு கால்களிலும் குண்டு பாய்ந்திருந்தது. ஹவில்தார் தரையில் உட்கார்ந்து மரத்தில் சாய்ந்திருந்தார்; அவரது சட்டை திறந்திருந்தது. இடது மார்புக் காம்பில் ஒரு ரத்தப் புள்ளி இருந்தது. ஃப்ரெடி ஃப்ளாஸ்கைத் திறந்து ஹவில்தாரின் உதட்டருகே கொண்டு சென்றார். ஹவில்தார் தலையை ஆட்டி ஃப்ளாஸ்கை விலக்கினார். ‘அது ஒயின். நான் அதைக் குடிக்க மாட்டேன்’ என்றார். வற்புறுத்திய போது, அவர் சொன்னார்: ‘இத்தனை வருஷமும் குடிக்காமெ இருந்தவன் நான். படைச்சவன்கிட்டெப் போய்ச்சேரும்போது வாயிலே ஒயினோடெ போகமாட்டேன். எனக்கு தாகமா இருக்கு. கொஞ்சம் தண்ணி கொடுங்க.’ அவருடைய சகோதரன் அருகில் நின்று கொண்டிருந்தான். அவனிடம் யாரோ ஒரு தொப்பியைக் கொடுத்தார். எங்கள் நடமாட்டத்தைக் கெடுத்த ஓடையை நோக்கி அவன் ஓடினான். சில நிமிடங்களில் அழுக்குத் தண்ணீருடன் திரும்பினான். காயம்பட்ட நபர் அந்தத் தண்ணீரை ஆவலாய் அருந்தினார். துப்பாக்கி ரவையால் ஏற்பட்ட காயம் அது. தோலுக்கடியில் ரவையை என்னால் உணர முடியவில்லை. அவரிடம் சொன்னேன். ‘தைரியமாய் இருங்கள் ஹவில்தார் ஸாஹேப். நஜிபாபாதிலுள்ள டாக்டர் உங்களைக் குணப்படுத்தி விடுவார்.’ என்னைப் பார்த்துப் புன்னகைத்துவிட்டு அவர் சொன்னார். ‘நான் தைரியமாய்த்தான் இருப்பேன் ஸாஹேப். ஆனா எந்த டாக்டராலேயும் என்னை சொஸ்தப்படுத்த முடியாது.’

கொள்ளையனுக்கு ‘ஒயின்’ சம்பந்தமாக மனத்தடை எதுவும் இருக்கவில்லை. சில மிடறுகளில் ஃப்ளாஸ்கிலிருந்த

மொத்த ஒயினையும் குடித்துத் தீர்த்துவிட்டான். அது அவனுக்கு மிகவும் அவசியமாயிருந்தது. காரணம், இடிகுழல் துப்பாக்கியால் மிகமிக அருகிலிருந்து சுடப்பட்டிருந்தான் அவன்.

சுல்தானாவின் முகாமிலிருந்து எடுத்த பொருட்களைக் கொண்டு இரண்டு தூக்குபடுக்கைகள் தயார் செய்யப்பட்டன. சிலர் தாமாகவே முன்வந்து அவற்றைத் தூககிககொண்டனர் – மேல்ஜாதியைச் சேர்ந்த காவலர் என்றோ, கீழ்ஜாதியைச் சேர்ந்த கொள்ளையன் என்றோ பாகுபாடு இல்லாமல். மாற்று ஓட்டக்காரர்கள் பக்கத்தில் வர, பன்னிரண்டு மைல்களுக்கு அப்பாலிருந்து நஜிபாபாத் ஆஸ்பத்திரியை நோக்கி தூக்குபடுக்கைகளைக் காட்டுக்குள்ளே சுமந்து சென்றார்கள். அதிர்ச்சியினாலும், ரத்த சேதத்தினாலும் கொள்ளையன் வழியிலேயே இறந்து போனான். ஹவில்தார் ஆஸ்பத்திரியில் அனுமதிக்கப்பட்ட சில நிமிடங்களில் இறந்தார்.

தாக்குதல் முயற்சி கைவிடப்பட்டது. ஹெர்பர்ட்டுக்கு வேலையே இருக்கவில்லை. குதிரைப்படை குவிக்கப்பட்டிருந்தது என்ற எச்சரிக்கை கிடைத்துவிட்டபடியால், ஹெர்பர்ட் காவலிருந்த எல்லையைக் கடக்க சுல்தானாவின் ஆட்கள் யாருமே யத்தனிக்கவில்லை. மிகக் கவனமாகத் திட்டமிடப்பட்ட எங்கள் தாக்குதல், யார் மீதும் பழிசொல்ல இடமின்றித் தவறாக நடத்தி முடிக்கப்பட்டது. நிகர லாபம், சுல்தானாவின் முகாம் – அதிலிருந்த சில துப்பாக்கிகள் தவிர – ஒட்டுமொத்தமாகக் கைப்பற்றப்பட்டது; இரண்டு மனிதர்கள் உயிரிழந்தார்கள். அதில் ஒருவன், ஏழை. சிறைப்படுத்தப்பட்டதால் சீற்றமுற்று விடுதலையைத் தேடிப் போனவன். உயிர்வாழ்வதற்கு அவனுக்கிருந்த ஒரே மார்க்கத்தை ஏற்றுக்கொண்டவன். அவனது மரணத்துக்காகத் துக்கம் அனுஷ்டிப்பதற்கு, நஜிபாபாத் கோட்டைக்குள் ஒரு கைம்பெண் இருந்தாள். இன்னொருத்தர், தமது மேலதிகாரிகளால் மதிக்கப்பட்டவர். தம்முடைய ஆட்களால் நேசிக்கப்பட்டவர். அவருடைய விதவை அக்கறையாகக் கவனித்துக்கொள்ளப்படுவார். துணிச்சலாக இவர் இறந்தது, தமது கொள்கையின் பொருட்டு – தமது உதடுகளின் ஆசாரத்தைக் கெடுத்துவிடும் என்று அவர் புறக்கணித்த ‘ஒயின்’, அறுவை சிகிச்சை மேஜைக்கு வந்து சேருகிறவரைக்கும் அவருடைய உயிரைக் காப்பாற்றி வைத்திருந்திருக்கும்.

இந்தத் தாக்குதலுக்கு மூன்று நாட்கள் கழித்து ஃப்ரெடிக்கு கொள்ளையர் தலைவனிடமிருந்து ஒரு கடிதம் வந்தது. காவல்துறைக்கு ஏற்பட்ட ஆயுதங்கள் மற்றும் வெடிமருந்துப்

பற்றாக்குறையால் இந்தத் தாக்குதல் அவசியமாகிவிட்டதே என்று அவன் வருத்தப்பட்டிருந்தான். வரும் காலங்களில், தமக்குத் தேவையானவற்றை ஃப்ரெடி தெரிவித்தாரானால் தானே, அதாவது சுல்தானா, அவற்றை சந்தோஷமாக வழங்குவான் என்றும் தெரிவித்திருந்தான்.

ஆயுதங்களும் வெடிமருந்துகளும் சுல்தானாவுக்குத் தடையின்றிக் கிடைத்துவந்தது ஃப்ரெடியை மிகவும் வருத்தியது. இது விஷயமாக கடும் ஆணைகள் பிறப்பிக்கப்பட்டிருந்தன. ஆனால், சுல்தானா நடமாடிய பகுதியில் இருந்த உரிமம் பெற்ற ஆயுத விற்பனையாளர் ஒவ்வொருவரும், துப்பாக்கி உரிமம் பெற்றிருந்த ஒவ்வொரு தனிநபரும், இந்த விஷயத்தில் அரசாங்கத்தின் அதிருப்தியை எதிர்கொள்ளத் தயாராகவே இருந்தனர். ஏனென்றால், சுல்தானாவின் கோரிக்கையை நிறைவேற்றாதவருடைய வீடு சூறையாடப்படுவது நிச்சயம். அவருடைய குரல்வளை அறுக்கப்படலாம். ஆக, ஆயுதங்களும் வெடிமருந்துகளும் நான் வழங்குகிறேன் என்று கொள்ளையர் எதிர்ப்பு சிறப்புக் காவல்படைத் தலைவரை நோக்கி ஒரு கொள்ளையர் தலைவன் கூறுவது சாமானிய விஷயமில்லை. அவன் இழைக்கக் கூடிய உச்சபட்ச அவமானம் அது.

அவனுடைய பதுங்குமிடம் பறிபோன பிறகு, தெராய் மற்றும் பாபர் பகுதியில் எல்லைக்கு எல்லை துரத்தப்பட்ட பிறகு, அவனுடைய கும்பலில் வெறும் நாற்பது பேர் மாத்திரமே எஞ்சிய பிறகு – ஆனால் அவர்களிடம் ஆயுதங்களுக்குக் குறைவில்லை. பறிக்கப்பட்ட ஆயுதங்களை விரைவிலேயே ஈடு செய்துகொண்டுவிட்டனர் – சுல்தானா சரணடைவதற்கான வேளை நெருங்கிவிட்டது என்று ஃப்ரெடி எண்ணினார். ஆகவே, அரசாங்கத்திடம் அனுமதி பெற்று, சுல்தானாவுக்கு அழைப்பு விடுத்தார் – தம்மைச் சந்திக்க வருமாறு. இடத்தையும் நேரத்தையும் தன்னுடைய வசதிக்கேற்ப சுல்தானா முடிவுசெய்துகொள்ளலாம்.

இந்தச் சந்திப்பின் முழுப் பொறுப்பும் ஃப்ரெடியையே சாரும் என்ற ஒப்பந்தத்தின்பேரில்தான் அரசாங்கம் அனுமதி வழங்கியிருந்தது. ஃப்ரெடியின் அழைப்பை சுல்தானா ஏற்றான். சந்திப்பு நடக்கவேண்டிய நேரம், தேதி, இடம் ஆகியவற்றைக் குறித்தான். இரண்டுபேருமே தனியாக வரவேண்டும், ஆயுதம் தரிக்காமல் வரவேண்டும் என்று வலியுறுத்தினான். குறிப்பிட்ட தினத்தில், காட்டினுள் இருந்த அகண்ட திறந்த வெளியின் – அதன் மையத்தில் ஒற்றை மரமொன்று வளர்ந்திருந்தது – ஒருபுறம் ஃப்ரெடி வெளிப்பட்டார். மறுபுறத்தி

லிருந்து சுல்தானா வெளிப்பட்டான். அவர்களுடைய சந்திப்பு சுமுகமாக நடந்தது. கீழைத் தேசங்களில் வசித்த யாருமே எதிர்பார்க்கக் கூடியதுதான் இது.

மர நிழலில் அவர்கள் அமர்ந்தனர். ஒருவர், ஆற்றல் நிரம்பிய குன்று. நகைச்சுவையுணர்வு மிக்கவர். அரசாங்க அதிகாரம் அவருக்குப் பின்பலமாக இருந்தது. மற்றவன், மிடுக்கான, சிறிய உருவம் கொண்டவன். அவனுடைய தலைக்கு அரசாங்கம் விலை அறிவித்திருந்தது. சுல்தானா ஃப்ரெடிக்கு தர்ப்பூசனி ஒன்றை வழங்கினான். அவர் அதைத் தயக்கமின்றிப் பெற்றுக்கொள்ளலாம் என்று சிரித்துக் கொண்டே சொன்னான். சந்திப்பில் சமரசம் எதுவும் ஏற்படா மல் போனது. காரணம், நிபந்தனையின்றிச் சரணடைய வேண்டும் என்று ஃப்ரெடி சொன்னார். சுல்தானா அதை ஏற்றுக்கொள்ள மறுத்துவிட்டான்.

இந்தச் சந்திப்பில்தான், தேவையில்லாமல் அபாயங்களில் இறங்க வேண்டாம் வேண்டாம் என்று சுல்தானா ஃப்ரெ டியைக் கேட்டுக்கொண்டான். நாங்கள் திடீர்த் தாக்குதல் நடத்திய தினத்தில், ஆயுதம் தாங்கிய தன் ஆட்கள் பத்துப் பேருடன் ஒரு ஆலமரத்தின் அடியில் அவன் ஒளிந்திருந் தானாம். ஃப்ரெடியும் இன்னும் இரண்டு ஸாஹேபுகளும் ஓடைக்கரையில் இறங்கி அந்த மரத்தை நோக்கி வருவதைப் பார்த்துக்கொண்டு இருந்திருக்கிறான். 'கரையிலே ஏறப் பாத்தாரே, அந்த ஸாஹேப் மட்டும் ஏறியிருந்தாருன்னா, ஒங்க மூணுபேரையும் சுட வேண்டி வந்திருக்கும்' என்றும் சொன் னான் அவன்.

சமபலமற்ற இருவருடைய குத்துச்சண்டைப் போட்டியின் கடைசிச் சுற்றுக்கான தருணம் இப்போது வந்தாயிற்று. அதைக் காணவும், அதில் பங்கேற்கவும் என்னையும் விந்தாமையும் ஹரித்வாருக்கு அழைத்தார் ஃப்ரெடி. சுல்தானாவும் அவனு டைய கும்பலில் எஞ்சியிருந்தவர்களும், இடம்பெயர்வதில் சோர்வுற்றிருந்தனர். நஜிபாபாத் காடுகளின் உட்புறம் ஒரு கால்நடைப் பண்ணையில் அவர்கள் தங்கியிருந்தனர். தன்னு டைய படை முழுவதையும் படகுகளில் ஏற்றி கங்கையில் அழைத்துச் செல்ல ஃப்ரெடி திட்டமிட்டார். வாகான ஒரு இடத்தில் தரையிறங்கி, அந்தக் கால்நடைப் பண்ணையைச் சூழ்ந்துவிட வேண்டும். ஏற்கனவே விவரிக்கப்பட்ட தாக்குதல் போலவே, இந்தத் தாக்குதலும் இரவில்தான் நடைபெறவிருந் தது. ஆனால், இந்தத் தடவை பௌர்ணமியன்று தாக்கத் திட்டம்.

குறித்த நாளில், முன்னூறு வீரர்களடங்கிய படையும், விந்தாமும் நானும், உபரியாக ஃப்ரெடியின் உறவினர் ஒருவரும், பத்துப் படகுகளில் ஏறிக் கிளம்பினோம். நாட்டுப் படகுகள். இரவு கவிந்து கொண்டிருந்தது. ஹரித்வாருக்கு சில மைல்கள் கீழ்முகமாக, கங்கையின் வலது கரையில் ஒதுக்குப் புறமாக இருந்த இடத்தில் ஒன்றுகூடி நின்றன அந்தப் படகு கள். முகப்பில் சென்ற படகில் நான் இருந்தேன். எல்லாமே சரியாகத்தான் நடந்தது – நாங்கள் இடது கரையைக் கடந்து கிளைக் கால்வாய் ஒன்றில் நுழையும்வரை. அந்தக் கால்வா யில் சென்றது, எனக்கு நேர்ந்த அதிபயங்கரமான அனுபவங் களில் ஒன்று. நிலவொளி மின்னிய பரந்த நீர்ப்பரப்பில் சில நூறு கஜ தூரம் படகு வழுக்கிச் சென்றது. நீர்ப்பரப்பில் சிற்றலைகளே இல்லை – கரையோர மரங்களின் பிம்பங்கள் சிதைவுறாமல் நீரில் பிரதிபலித்தன. சிறுகச் சிறுக அந்தக் கால்வாய் குறுகி வந்தது. படகின் வேகம் அதிகரித்தது. அதே சமயத்தில், நீர் விரையும் சத்தம் தொலைவிலிருந்து எங்களுக்குக் கேட்டது.

கங்கையின் இத்தகைய கிளைக் கால்வாய்களில் அநேகத் தடவைகள் நான் மீன் பிடிக்கச் சென்றிருக்கிறேன். காரணம், பிரதான நதியை விட, இவை மீன் பிடிக்க உகந்தவை. நீரின் விசை அதிகமாக உள்ள இடத்தை நாங்கள் வேகமாக நெருங்கிக் கொண்டிருந்தோம். தங்கள் உயிரைத் துச்சமாகக் கருதிப் படகோட்டுபவர்களின் திறமையை நான் வியந்தேன். மற்ற ஒன்பது படகுகளைப் போலவே, நான் இருந்த படகும் திறந்த படகுதான். சரக்குப் படகு. கங்கையின் திறந்த பரப்பில் செல்வதற்கு ஏற்றது. ஆனால், இந்தக் குறுகிய, கடுமையான வேகம் கொண்ட கால்வாயில் சமாளிக்க முடியாத பளு உள்ளதாகத் தென்பட்டது அது. நீரின் அடியில் இருந்த பாறைகளில் படகின் அடித்தளம் மோதிய ஒவ்வொரு முறையும் படகு சிதறிவிடுமோ என்ற அச்சம் ஏற்பட்டது. பாறைகள் மலிந்த கரையை விட்டு விலகி, கால்வாயின் மத்தியப் பகுதியில் செல்லும்படியும், இல்லாவிட்டால் படகு சிதறிவிடும் என்றும் படகுத் தலைவன் தன் குழுவின ருக்கு அவசர எச்சரிக்கை விடுத்தான். என்றாலும் என் அச்சம் கொஞ்சமும் குறையவில்லை. காரணம், அந்த எச்ச ரிக்கை விடுக்கப்பட்ட சமயத்தில் பக்கவாட்டில் கடுமையாக ஆடியது படகு. அதன் அடிப்புறம் எதிலாவது தடுக்கும்போ தெல்லாம் படகு நொறுங்கிவிடும் அல்லது கவிழ்ந்துவிடும் என்ற அச்சுறுத்தல் உண்டானது.

துர்க்கனவுகள் நிரந்தரமாய் நீடிப்பதில்லை. நாங்கள் இருபது மைல்கள் செல்ல வேண்டியிருந்ததால், அன்றைய இரவின் துர்க்கனவு மிக நீளமாகத்தான் இருந்தது. என்றாலும், அது ஒரு முடிவுக்கு வந்தது. படகுக்காரர்களில் ஒருவன் நீளமான கயிற்றின் ஒரு முனையுடன் இடது கரையில் தாவிக் குதித்து எங்கள் படகை ஒரு மரத்தோடு இறுக்கிக் கட்டி னான். அடுத்தடுத்துப் படகுகள் எங்களைத் தாண்டிக் கீழ்ப் புறம் சென்றன. பத்துப் படகுகளையும் கட்டியாகி விட்டது.

மணற்பாங்கான கரையில் படை தரையிறங்கியது. படகு களின் முரட்டுப் பலகைகளில் உரசியதால் உண்டான வெட்டு களுக்கும் கீறல்களுக்கும் மருந்திடப்பட்டது. படகுக்காரர்கள் கால்வாயின் கீழோட்டத்தில் இன்னும் ஐந்து மைல்களுக்கு அப்பால் படகுகளைக் கொண்டுசென்று, அடுத்த உத்தரவுக் காகக் காத்திருக்குமாறு பணிக்கப்பட்டனர். நாங்கள் ஒருவர் பின் ஒருவராகக் காட்டுக்குள் நுழைந்தோம். அடர்த்தியான யானைக்கோரைப் புற்களினூடாக அரை மைல் தூரம் கடந்தாகவேண்டும். நான் கடந்து சென்றவற்றிலேயே உச்ச மான அடர்த்தி கொண்ட புற்பரப்பு அதுதான். பத்து முதல் பன்னிரண்டு அடிவரை உயரம். ஆற்றோரப் பனி மூட்டம் மற்றும் வீழ்பனியின் கனம் காரணமாகத் தலை சாய்ந்திருந் தது. நூறு கஜ தூரம் செல்வதற்குள்ளாகவே நாங்கள் சொட்டச் சொட்ட நனைந்துவிட்டோம். ஒருவழியாக, மறுபுறம் சென்று சேர்ந்தபோது, பரந்ததொரு நீர்ப்பரப்பை எதிர்கொண்டோம். கங்கையின் பழைய படுகைகளில் ஒன்று அது என்று நினைத் தோம்.

வழிகாணும் குழுக்கள் இடது திசையிலும் வலது திசை யிலும் அனுப்பப்பட்டன, இந்தத் தடையைக் கடப்பதற்குக் குறைந்தபட்சத் தொலைவு கொண்ட பாதையைக் கண்டு வருவதற்காக. வலது புறம் சென்ற குழு முதலில் திரும்பி வந்தது. நாங்கள் நின்றுகொண்டிருந்த இடத்திலிருந்து கால் மைல் தொலைவில் அந்த 'ஏரி' குறுகலாய் இருக்கிறது என்றும், அந்த இடத்திலிருந்து நாங்கள் வந்த கால்வாய் சந்திக்கும் இடம் வரை மிக விரைவாகப் பாயும் ஆறு ஒன்று இருக்கிறது என்றும் அறிவித்தது. அடுத்த குழுவும் சீக்கிரமே வந்து சேர்ந்தது. கடக்கமுடியாத ஆறு ஒன்று ஏரியின் மேல் முனைக்குள் பாய்கிறது என்று தெரிவித்தது. எங்கள் படகுக் காரர்கள் வேண்டுமென்றேவோ அல்லது அகஸ்மாத்தாகவோ எங்களை ஒரு தீவாந்தரத்தில் கொண்டுவந்து இறக்கி விட்டிருக் கிறார்கள் என்பது இப்போது வெளிப்படையாகத் தெரிந்தது.

எங்கள் படகுகள் போய்விட்டன. பகல்வெளிச்சம் சீக்கிரமே வந்துவிடும். நாங்கள் ஏதாவது செய்தே ஆக வேண்டிய நிலை. எனவே, இரண்டு கால்வாய்களும் சந்திக்கும் இடத்துக்கும் நீர்வெளிக்கும் இடைப்பட்ட பகுதியில் எங்காவது ஓர் இடத்தில் நாங்கள் இறங்கிக் கடக்க முடியுமா என்று பார்ப்பதற்காக அந்த அகண்ட நீர்ப்பரப்பின் கீழ்ப்புற முனை நோக்கி நகர்ந்தோம். நீர்ப்பரப்பு குறுகலாகி, இழுவை துவங்கும் இடத்தில் கடப்பதற்கு வாகான ஒரு இடம் தென்பட்டது. இந்த இடத்துக்கு மேற்புறம், தண்ணீரின் ஆழம் இருபது அடி. கீழ்ப்புறமோ, சீறிப் பாய்ந்தது.

விசைகொண்டு பாயும் தண்ணீரை நாங்களெல்லாம் பார்த்துக்கொண்டு நின்றோம். யாராலும் இதைக் கடந்து செல்ல முடியுமா என்று நாங்கள் விவாதித்துக்கொண்டிருந்த போது, விந்தாம் தம்முடைய உடைகளைக் கழற்றினார். ஏற்கனவே மிகவும் நனைந்திருந்தபடியால் உடைகளைக் களையத் தேவையில்லையே என்று நான் குறிப்பிட்டேன். உடைகளைப் பற்றித் தாம் யோசிக்கவில்லை என்றும், தம்முடைய உயிரைப் பற்றித்தான் யோசிப்பதாகவும் அவர் பதிலளித்தார். உடைகள் அனைத்தையும் கழற்றியபிறகு, அவற்றை மூட்டையாகத் தம்முடைய சட்டையில் வைத்துக் கட்டினார். அதைத் தன் தலையில் உறுதியாக வைத்துக் கொண்ட பின்னர், தன் அருகில் நின்றிருந்த தாட்டியமான இளம் போலீஸ்காரனின் தோளைப் பற்றி, 'வா என்னுடன்' என்றார். கமிஷனர் ஸாஹேபுடன் நீரில் மூழ்கிச் சாகும் கௌரவத்திற்குரியவனாகத் தான் தேர்ந்தெடுக்கப்பட்டதில் அந்த இளைஞன் பெரும் அதிர்ச்சியில் ஆழ்ந்தான். எதுவும் பேசவில்லை அவன். கைகளைக் கோத்துக்கொண்டு இருவரும் சேர்ந்து தண்ணீரில் இறங்கினார்கள்.

அவர்கள் கடப்பதைப் பார்த்தபடி மூச்சைப் பிடித்துக் கொண்டு நின்றோம். தண்ணீர் சில சமயம் அவர்களது இடுப்பு வரை இருந்தது. சில சமயம் அவர்களது அக்குள்வரை. சீறிப் பாயும் நீர்ப்போக்கினுள் கால் பிறழ்ந்து இழுத்துச் செல்லப்படாமல் தங்களைக் காத்துக்கொள்ள அவர்கள் பிரம்மப் பிரயத்தனப்பட்டார்கள் என்றே தோன்றியது. எவ்வளவு பெரிய நீச்சல் வீரனாய் இருந்தாலும் அந்த நீர்ப் போக்கில் சிக்கினால் உயிர் மிஞ்சாது. அந்த தைரியசாலிகள் இருவரும் நிதானமாகத் தங்கள் வழியில் முன்னேறிச் சென்றார்கள். ஒருவர், குழுவில் இருந்தவர்களில் அனைவரிலும் வயதில் முதிர்ந்தவர். மற்றவன், மிகவும் இளையவன். அநேகமாக, குழுவினரில் ஆகக் குறைந்த வயதுடையவனாக இருக்க

லாம் அவன். இறுதியில், பெரும் சிரமத்துடன் மறுகரையில் அவர்கள் ஏறியதும், பார்வையாளர்களிடமிருந்து ஆசுவாசப் பெருமூச்சு எழுந்தது. இருபது மைல் தொலைவிலிருந்த ஹரித்வார் வரை கேட்டிருக்கக் கூடிய ஆரவாரக் கூச்சலாக இருந்திருக்கும் அது – ஆனால், நாங்கள் ஓசையெழுப்பாமல் இருக்க வேண்டியவர்களாக இருந்தோம்.

இரண்டு பேர் போக முடியுமானால், முன்னூறு பேர் பின்தொடரவும் முடியும். ஆகவே, ஒரு சங்கிலி உருவாக்கப் பட்டது. தனிநபர்களுக்கு ஒருவேளை கால் சறுக்கினாலும், இணைப்புச் சங்கிலி பிணைத்திருந்தது. படை முழுவதும் மறுகரைக்கு பத்திரமாகப் போய்ச் சேர்ந்தது. இந்த இடத்தில், ஃப்ரெடியின் பெரும் நம்பிக்கைக்குரிய தகவலாள் ஒருவனைச் சந்தித்தோம். உயர்ந்துகொண்டிருக்கும் சூரியனைச் சுட்டிக் காட்டினான் அவன். நாங்கள் மிகமிகக் காலம் தாழ்த்தி வந்துசேர்ந்திருக்கிறோம் என்றான். மேய்ச்சல்காரர்களின் பார்வையில் படாமல் இவ்வளவு பெரிய படை, எங்களுக்கும் காட்டுக்கும் இடையிலிருந்த வெட்டவெளியைக் கடந்து செல்வது சாத்தியமில்லை என்றும், நாங்கள் செய்வதற்கிருந்த ஒரே காரியம் அந்தத் தீவுக்கே திரும்பிச் செல்வதுதான் என்றும் தெரிவித்தான். ஆகவே, தீவுக்குத் திரும்பினோம். இந்தக் கரையிலிருந்து மறுகரைக்குச் செல்வது முன்புபோல அவ்வளவு கடினமாய் இல்லை.

பழையபடி யானைக்கோரைப் பரப்புக்குத் திரும்பியதும் எங்களுக்கு இருந்த முதல் கவலை, எங்கள் உடைகளை உலர வைப்பதுதான். விரைவிலேயே அதைச் செய்து முடித்தோம். காரணம், வெய்யில் இப்போது நன்கு அதிகரித்துவிட்டது. எங்கள் உடைகள் உலர்ந்த பிறகு, ஃப்ரெடி தம்முடைய அகலமான உணவுப் பையிலிருந்து கோழிக்கறியையும் ரொட்டியையும் எடுத்தார். கங்கையின் குளிர்ந்த நீரில் நனைந்து வந்ததற்கு மிகச் சிறந்த பரிகாரமாக அது அமைந்தது. என் னால் எந்த இடத்திலும் எந்த நேரத்திலும் உறங்கிவிட முடியும். மணற்பாங்கான ஒரு பள்ளத்தைக் கண்டறிந்து பகல்பொழுதின் பெரும்பகுதியைக் கழித்த பின்னர், கடூர மான தும்மல் ஓசை என்னை எழுப்பியது. என்னுடைய சகாக் களிடம் சென்று சேர்ந்தேன். அவர்கள் மூவரும் சளிக்காய்ச் சலால் அவதிப்படுவது தெரியவந்தது. ஒவ்வொருவருடைய காய்ச்சலும் வெவ்வேறு நிலைகளில் உக்கிரமாக இருந்தது.

நாங்கள் இருந்த இடத்தின் புல், குஞ்சம் உள்ள வகையைச் சேர்ந்தது. அதிகாலையில் அதன் ஊடாக நாங்கள் சென்ற போது குஞ்சங்கள் ஈரமாக இருந்தன. இப்போது, வெய்யில்

ஏறிய பிறகு, அந்தக் குஞ்சங்கள் உலர்ந்து விரிந்துவிட்டன. ஓய்வெடுக்க குளிர்ந்த இடம் தேடி இங்குமங்கும் என் சகாக்கள் திரிந்தபோது அவற்றின் மகரந்தக் குச்சங்களை உலுப்பி விட்டனர். விளைவு, அவர்களைச் சளிக்காய்ச்சல் தொற்றி விட்டது. இந்தியர்களுக்குச் சளிக்காய்ச்சல் பற்றுவதில்லை. எனக்கும் அது தொற்றியதே கிடையாது. ஒருவர் அந்தக் காய்ச்சலால் அவதிப்படுவதை நான் காண்பது இதுதான் முதல் தடவை. நான் கண்ட காட்சி, என்னுடைய எச்சரிக்கையுணர்வைத் தூண்டியது. மூவரிலும், ஃப்ரெடியின் உறவினர் தான் மிக அதிகமாக பாதிக்கப்பட்டிருந்தார். பண்ணையாரான அவர், விடுமுறையைக் கழிப்பதற்காக வங்காளத்திலிருந்து வந்திருந்தார். பார்வை மறையும் அளவுக்கு அவருடைய கண்கள் வீங்கியிருந்தன. கண்ணீர் பெருக்கெடுத்தோடியது. அவருடைய மூக்கு ஒழுகிக்கொண்டிருந்தது. ஃப்ரெடியால் ஓரளவு பார்க்க முடிந்தது. ஆனால், தொடர்ந்து தும்மிக் கொண்டிருந்தார். அவர் தும்மியபோது பூமி குலுங்கியது. மிகவும் உறுதியானவரான விந்தாம், தமக்கு ஒன்றுமே ஆக வில்லையென்று சாதித்தார். ஆனாலும், மூக்கிலிருந்தும் கண்களிலிருந்தும் கைக்குட்டையை அகற்ற அவரால் முடிய வில்லை.

திறந்த படகில் சுற்றியலைவதும், ஆளற்ற தீவில் இறக்கி விடப்படுவதும், விரையும் நீர்ப் பிரவாகத்தைக் கடந்து செல்வதும் மிகக் கடினமான விஷயங்கள்தாம். ஆனால், உச்சகட்டம் இனிமேல்தான் இருக்கிறது – கிட்டத்தட்டக் குருடாகிவிடும் நிலையில் உள்ள மூன்று பேரையும் ஹரித்வாருக்குத் திரும்பக் கொண்டு செல்ல வேண்டும்; முன்னூறு காவலர்களைத் தலைமையேற்று நடத்திச் செல்ல வேண்டும். உறைபனிபோலக் குளிர்ந்த கங்கை நீரைக் கடந்தபோது உணர்ந்ததைவிட அதிகமாக என்னைச் சில்லிட வைத்தது இந்தப் பணி. மாலைப்பொழுது நெருங்கிய வேளையில் இந்த மூவரின் நிலைமையும் சற்றுத் தேறியது. நான் சற்று ஆசுவாசமுற்றேன். மூன்றாவது தடவையாக நாங்கள் நீரோட்டத்தைக் கடந்த சமயத்தில் ஃப்ரெடியும் விந்தாமும் முழுக்கவே குணமடைந்திருந்தனர். ஃப்ரெடியின் உறவினருக்குப் பார்வை மீண்டிருந்தது. இனிமேலும் அவருக்கு எடுத்துச் சொல்லவேண்டிய அவசியமில்லை – கல் எதிர்ப்படும் இடங்களில் காலை உயர்த்தி அடியெடுத்து வைக்கும்படி.

ஃப்ரெடியின் தகவலாளரும், ஒரு வழிகாட்டியும் எங்களுக்காகக் காத்திருந்தனர். வெட்டவெளியில் எங்களை அவர்கள் நடத்திச் சென்றார்கள். சுமார் நூறு கஜம் அகலமுள்ள

வறண்ட நீர்ப்படுகை ஒன்றின் முகப்பகுதிக்கு எங்களைக் கூட்டிச் சென்றனர். நிலவு அப்போதுதான் உதயமாகியிருந்தது. பகல்வெளிச்சம் போலவே பார்வைக்குத் தெளிவான ஒளி இருந்தது. ஒரு வளைவில் நாங்கள் திரும்பியபோது, நேருக்கு நேராக நின்றிருந்தது ஒரு யானை. இந்தப் பிரதேசத்தில் ஒரு முரட்டு யானை திரிகிறது என்று நாங்கள் கேள்விப்பட்டிருந் தோம். இதோ எங்கள் முன் அது இருக்கிறது. நிலவொளியில் தந்தங்கள் மின்ன, காதுகளை விடைத்துக்கொண்டு, உரத்துப் பிளிறியது. நிலைமையைச் சமாளிக்க எதுவுமே செய்யவில்லை அந்த வழிகாட்டி; அந்த யானை மிகவும் மூர்க்கமான சுபாவம் கொண்டது என்று மாத்திரம் சொன்னான். பல பேரைக் கொன்றிருக்கிறதாம். எங்களில் பலரையும் நிச்சயம் கொன்றுவிடும் என்றான். முதலில், அந்த முரட்டு யானை எங்கள் வழிகாட்டியின் கணிப்புகளை மெய்யாக்கிவிடும் என்றுதான் தோன்றியது. காரணம், உயர்த்திய தும்பிக்கை யுடன் சில கஜங்கள் முன்னேறி வந்தது. பிறகு வேகமாகத் திரும்பி ஆற்றின் கரையில் ஏறி வேகமாகச் சென்றது. கானகத் தின் புகலிடத்திற்குள் நுழையும்போது உரத்துப் பிளிறித் தன் எதிர்ப்பைத் தெரிவித்தபடி போயிற்று.

நீர்த்தடத்தின் வழியாக மேலும் ஒருமைல் தொலைவு மேலேறிச் சென்றதும், காட்டுப் பாதை என்று எங்கள் வழி காட்டி குறிப்பிட்ட ஒரு தடத்தை அடைந்தோம். இந்த இடத் தில் நடந்து செல்வது மிகவும் இதமாக இருந்தது. பாதத்தடியில் பசுமையான குறும் புற்கள். ஒவ்வொரு இலையிலும், தாளிலும் நிலா வெளிச்சம் பட்டு மினுங்கியது. எங்கள் குற்றேவல்களைச் சற்று மறந்து கானகத்தின் சௌந்தரியத்தில் மனம் தோய்ந் தது. எரிந்த புற்பாட்டையொன்றை நாங்கள் அணுகியபோது, மொட்டை மரமொன்றின் உச்சியில் அமர்ந்திருந்த கிழட்டு மயில் தன் எச்சரிக்கைக் கூவலை இரவினூடே எழுப்பியது. இரண்டு சிறுத்தைகள் காட்டுத்தடத்தில் வெளியேறி வந்தன. எங்களைப் பார்த்தன. பெருந்தன்மையாக விலகிச் சென்றன. பார்வையிலிருந்து விலகி, இருளுக்குள் சென்று மறைந்தன. கிளைக்கால்வாயில் மேற்கொண்ட நீண்ட பயணத்தின்போது, என்னுடைய வழக்கமான இயல்பிலிருந்து நான் பிறழ்ந்திருந் தேன். இப்போதோ, அந்த யானை – எனக்குத் தெரியும், எங் களைத் தாக்குவதல்ல அதன் உத்தேசம்; வெறுமனே வேடிக்கை பார்க்கத்தான் வந்தது – அப்புறம், அபாயம் வந்திருக்கிறது என்று தன் கானகத் தோழர்களை எச்சரித்த அந்த மயிலின் அகவல், இறுதியாக, இருளில் சென்று மறைந்த சிறுத்தைகள் என எனக்குப் பரிச்சயமான பூமிக்கு வந்து சேர்ந்துவிட்டேன்;

எனக்கு மிகவும் பிடித்ததும், நான் எளிதாகப் புரிந்துகொள்ளக் கூடியதுமான பூமிக்கு.

கிழக்கிலிருந்து மேற்காகச் சென்ற அந்தத் தடத்தை விட்டு விலகி, வட திசையில் சுமார் ஒரு மைல் தொலைவுக்கு மேல் எங்களை நடத்திச் சென்றான் அந்த வழிகாட்டி. புதர்களும் மரங்களும் மண்டிய காட்டுப்பாதை அது. பிரம்மாண்டமான ஆலமரத்தின் அடிப்பகுதியை ஒட்டிச் செல்லும் ஓடையின் கரையில் கொண்டு சேர்த்தது. இங்கே உட்கார்ந்து காத்திருக்கும்படி நாங்கள் பணிக்கப்பட்டோம். கால்நடைப் பண்ணையில் இருந்த தன் சகோதரனுடன் கலந்துபேசுவதற்காக முன்னோக்கிச் சென்றான் அந்த வழிகாட்டி. நீண்ட நேரம் காத்திருந்தோம். மிகவும் சோர்ந்து போயிருந்தோம். பசியின் வேதனையிலிருந்து விடுபட வழியில்லை. முன்னர் கிடைத்த ரொட்டித்துண்டும் கோழிக்கறியும் தவிர, வேறெதுவுமே நாங்கள் சாப்பிடவில்லை. இப்போது நள்ளிரவு தாண்டிவிட்டது. இதிலும் மோசமான விஷயம், அந்தக் குழுவில் நான் மட்டுமே புகை பிடிப்பவன்; சிகரெட் இருப்பு தீர்ந்துவிட்டது. வழிகாட்டி விடிகாலையில் திரும்பி வந்தான். சுல்தானாவும், அவனுடைய குழுவில் எஞ்சியிருந்த ஒன்பதுபேரும் கால்நடைப் பண்ணையை விட்டு முந்தைய நாள் சாயங்காலம் வெளியேறிவிட்டனர் என்று தெரிவித்தான். ஹரித்வார் செல்லும் வழியில் உள்ள ஒரு கிராமத்தில் கொள்ளையடிக்க அவர்கள் சென்றிருக்கிறார்கள். அன்று இரவோ அல்லது மறுநாளோ திரும்பி வருவதற்கு வாய்ப்பிருக்கிறது.

அப்போதைக்கு எங்களுக்கு இருந்த ஒரே நெருக்கடி பசிதான். சாப்பிடுவதற்கு ஏதாவது கிடைக்குமா என்று பார்ப்பதற்காக வழிகாட்டியும் தகவலாளும் புறப்பட்டனர். போவதற்கு முன்னால், எங்களை எச்சரித்தனர்: நாங்கள் இருப்பது சுல்தானாவின் பிராந்தியத்தில், ஆலமரத்தடியை விட்டு யாரும் வெளியேறிச் செல்வது புத்திசாலித்தனமில்லை.

அலுப்பாக இன்னொரு நாள் கழிந்தது. விந்தாம் எங்களுடன் இருக்க முடிந்த கடைசி நாள்; குமாவும் பகுதியின் ஆணையராக இருந்ததோடு, தெஹ்ரி ராஜ்யத்தின் அரசியல் முகவராகவும் இருந்தார் விந்தாம். அடுத்த இரண்டு நாட்களுக்குள் தெஹ்ரியின் ராஜாவை நரீந்திர நகரில் அவர் சந்திக்க வேண்டியிருந்தது. இரவு கவிந்ததும் புல் நிரப்பிய வண்டி ஒன்று வந்து சேர்ந்தது. புல்லை அகற்றியதும், வறுத்த பயிறு சில மூட்டைகளும் நாற்பது பவுண்டு வெல்லமும் வெளிப்பட்டன. அனைவருக்கும் விநியோகமாயின. குறைந்த அளவுதான்

என்றாலும் அவற்றுக்குப் பெரும் வரவேற்பு இருந்தது. துரை மாரை வழிகாட்டி மறந்து விடவில்லை; வண்டியை ஓட்டிச் செல்லுமுன், கந்தைத் துணியில் சுற்றப்பட்டிருந்த சில சப்பாத் திகளை ஃப்ரெடியிடம் கொடுத்துவிட்டுப் போனான்.

நாங்கள் மல்லாந்து படுத்திருந்தோம். பேசுவதற்கு எதுவு மேயில்லை; இருந்த விஷயங்கள் எல்லாம் தீர்ந்துவிட்டன. வெகு தொலைவிலிருந்த ஹரித்வாரில் கிடைக்கும் சூடான சாப்பாட்டையும், மிருதுவான படுக்கைகளையும் நினைத்த வாறு படுத்திருந்தோம். நாங்கள் இருந்த மரத்தடியிலிருந்து சிலநூறு கஜ தொலைவில், புள்ளிமான் ஒன்றைச் சிறுத்தை தாக்கும் ஓசையைக் கேட்டேன். ஒரு முழுச் சாப்பாடு கிடைப்பதற்கான வாய்ப்பு. காரணம், சப்பாத்தியில் எனக்குக் கிடைத்த பங்கு, பசியை அடக்குவதற்குப் பதிலாக அதிகமாக்கி விட்டது. ஆகவே, நான் குதித்தெழுந்தேன். ஃப்ரெடியிடம் அவருடைய குறுங்கத்தியைத் தரும்படி கேட்டேன். எனக்கு எதற்கு அது என்று அவர் கேட்டார். சிறுத்தை அப்போதுதான் கொன்றிருந்த மானின் பின்னங்கால் இறைச்சியை வெட்டி யெடுப்பதற்கு என்று பதிலளித்தேன். ‘எந்த மான், எந்த சிறுத்தை?’ என்று அவர் கேட்டார்: ‘எதைப் பற்றி நீங்கள் பேசுகிறீர்கள்?’ மான் போட்ட சத்தம் அவருக்கும் கேட்டது. ஆனால், வேவு பார்ப்பதற்காக எங்களைச் சுற்றிவரும் சுல்தா னாவின் ஆட்களைப் பார்த்து எச்சரிக்கை அடைந்ததால் அது எழுப்பிய அச்சக் குரலாகவும் இருக்கலாமல்லவா? சரி, சிறுத்தை மானைக் கொன்றிருக்கிறது என்றே வைத்துக் கொண்டாலும் – அவருக்கு இதில் சந்தேகம்தான் – சிறுத்தை யிடமிருந்து மானை நான் எப்படிக் கைப்பற்றப் போகிறேன்? கால்நடைப் பண்ணைக்கு சமீபத்தில் என்னால் துப்பாக் கியைப் பயன்படுத்தமுடியாதே? (நான் என்னுடைய ரைஃ பிளைக் கொண்டுவந்திருக்கவில்லை – இந்தச் சந்தர்ப்பத்தில் அதைப் பயன்படுத்த முடியுமா என்று தெரியாததால்) இல்லை, இந்த யோசனையே அபத்தமானதுதான் என்று அவர் சொல்லி முடித்தார். மிகுந்த வருத்தத்துடன் மறுபடியும் படுத்துக்கொண்டேன், பசியோடு. காட்டு உயிர்களைப் பற்றி யும் அவற்றின் பாஷைகளைப் பற்றியும் அறியாத ஒருவருக்கு நான் எப்படிப் புரிய வைப்பேன் – அந்த மான்கள் ஒலியெழுப் பியது மனிதர்களைப் பார்த்து அல்ல; தங்கள் கூட்டத்தில் ஒன்று சிறுத்தையால் கொல்லப்படுவதைப் பார்த்து; சிறுத்தை யின் இரையிலிருந்து எனக்குத் தேவையான அளவு எடுத்து வருவதில் ஆபத்து எதுவும் இல்லை; என்றெல்லாம்?

மேற்கொண்டு சம்பவங்கள் எதுவுமின்றி அந்த இரவு கழிந்தது. பொழுது புலரும் வேளையில் நானும் விந்தாமும்

ஹரித்வார் நோக்கி நீண்ட நடையைத் தொடங்கினோம். பீம்கோடா அணையின் வழியாக கங்கையைக் கடந்தோம். அணை பங்களாவில் அவசரமாகச் சாப்பிட்டுவிட்டு, அணைக்கு மேற்புறம் இருந்த விஸ்தாரமான நீர்ப்பரப்பில் சாயங்காலம் மீன் பிடித்தோம். என் நினைவிலிருந்து அகலாத அனுபவம் அது.

மறுநாள் காலையில் நரீந்திர நகரில் தமக்கு இருந்த சந்திப்புக்காக விந்தாம் புறப்பட்டார். பசியுடன் இருக்கும் எனது சகாக்களுக்காக நான் உணவுப் பொருட்களைத் திரட்டிக் கொண்டிருந்தேன். அப்போது ஓட்டத் தூதுவன் வந்தான். சுல்தானாவை ஃப்ரெடி பிடித்துவிட்டதாகத் தகவல் கொண்டு வந்திருந்தான்.

முந்தின நாள் சாயங்காலம் சுல்தானா கால்நடைப் பண்ணைக்குத் திரும்பினான். தம்முடைய ஆட்கள் பண்ணையைச் சூழ்ந்துகொண்ட பிறகு, கால்நடை மேய்ப்பவர்கள் பயன்படுத்திய பெரிய குடிசை வரை தவழ்ந்து மேலேறிச் சென்றார் ஃப்ரெடி. குடிசையில் இருந்த ஒரே ஒரு தார்ப் பாயைப் போர்த்திக் கொண்டு ஒரு உருவம் உறங்கிக்கொண் டிருப்பதைக் கண்டார். அதன்மீது உட்கார்ந்துகொண்டார். இருநூற்று எண்பத்து நான்கு பவுண்டு எடையினால் அழுத்தப் பட்டதும் சுல்தானாவால் எதிர்த்து எதுவும் செய்ய முடிய வில்லை; உயிரோடு பிடிபடுவதில்லை என்ற தன் சங்கல்பத் தையும் நிறைவேற்றிக்கொள்ள இயலவில்லை. தேடுதல் வேட் டையின்போது அந்தக் குடிசையில் இருந்த ஆறு கொள்ளையர் களில் நால்வர் பிடிபட்டனர் – சுல்தானா உள்பட. அவனு டைய தளபதிகளான பாபுவும் பயில்வானும் காவலர்களால் சுடப்பட்டபோதிலும், காவல் அரணைத் தாண்டித் தப்பி விட்டனர்.

சுல்தானா செய்த கொலைகள் எத்தனை என்று எனக்குத் தெரியாது. ஆனால், விசாரணைக்குக் கொண்டுவரப்பட்ட போது, அவன் மீது சுமத்தப்பட்ட பிரதான குற்றம் லாமாச் சூர் கிராமத் தலைவனின் ஆட்களில் ஒருவனை சுல்தானா வின் கூட்டத்தைச் சேர்ந்த ஒருவன் கொன்றான் என்பதுதான். தனிமைச் சிறையில் இருந்த சமயத்தில் சுல்தானா ஃப்ரெடியை வரச் சொல்லியனுப்பினான். நஜிபாபாத் கோட்டைக்குள் இருந்த தனது மனைவியையும், மகனையும், தனக்குப் பிரிய மான நாயையும் ஃப்ரெடியின் பொறுப்பில் ஒப்படைத்தான். ஃப்ரெடி அந்த நாயை சுவீகாரம் எடுத்துக்கொண்டார். சுல்தா னாவின் குடும்பத்தைக் கவனித்துக் கொள்வதாக அளித்த வாக்குறுதியை நேர்மையாக நிறைவேற்றினார் என்று அவரைத் தெரிந்தவர்களுக்கு எடுத்துச் சொல்ல வேண்டியதில்லை.

சில மாதங்களுக்குப் பிறகு, மொராதாபாதில் வருடந் தோறும் நடக்கும் காவல்துறை வார நிகழ்ச்சிகளில் ஃப்ரெடி பங்கேற்றார். அவர் இப்போது பதவி உயர்வு பெற்றிருந்தார். இந்தியக் காவல் பணியில் இருந்த அதிகாரிகளில், மாட்சிமை தங்கிய மன்னரால் ஸி.ஐ.ஈ விருது வழங்கிக் கௌரவிக்கப்பட்ட மிக இளைய அதிகாரி ஃப்ரெடிதான். விழா நிகழ்ச்சிகளில் ஒன்றாக, அந்தப் பிராந்தியத்தில் உள்ள காவல்துறை அதிகாரிகள் அனைவரும் கலந்துகொள்ளும் விருந்து நடைபெறும். விருந்து நடந்துகொண்டிருந்தபோது, ஃப்ரெடியின் உதவியாள் அவரிடம் பேச விரும்புவதாக, உணவு பரிமாறுபவர்களில் ஒருவன் ரகசியமாகத் தெரிவித்தான்.

சுல்தானாவை ஃப்ரெடி தேடி அலைந்த காலத்தில் அவருடன் இருந்தவன் இந்த உதவியாள். இன்று, சாயங்காலம் விடுமுறை என்பதால், மொராதாபாத் ரயில் நிலையம் வரை நடந்து சென்றிருக்கிறான். நிலையத்தில் இவன் இருந்தபோது, ஒரு ரயில் உள்ளே வந்திருக்கிறது. பயணிகள் இறங்கி வருவதை இவன் வேடிக்கை பார்த்துக்கொண்டிருந்தான். இவனுக்கு அருகில் இருந்த ரயில்பெட்டியிலிருந்து இரண்டு பேர் இறங்கி வந்திருக்கிறார்கள். ஒருவன் மற்றவனிடம் ஏதோ சொன்னான். அவன் அவசரமாக கைக்குட்டையால் முகத்தை மறைத்துக் கொண்டான். அதற்குள்ளாக, அவன் மூக்கில் ஒரு பஞ்சுத் துண்டு ஒட்டியிருந்ததை உதவியாள் பார்த்துவிட்டான். ஏகப் பட்ட சாமான்களுடன் வந்த அந்த ஆசாமியைக் கண்காணிக்க ஆரம்பித்தான். ரயில் நிலைய ஓய்வறையின் ஒரு மூலையில் அவர்கள் இருவரும் சென்று அமரும்வரை காத்திருந்துவிட்டு, ஒரு குதிரைவண்டியை அமர்த்திக்கொண்டு, ஃப்ரெடியிடம் தகவல் சொல்ல விரைந்து வந்து விட்டான்.

சுல்தானாவின் தளபதிகளான பாபுவும் பயில்வானும் கால்நடைப் பண்ணையைச் சூழ்ந்திருந்த காவல் அரணை உடைத்துக்கொண்டு தப்பியபோது சுடப்பட்டார்கள். இது நடந்த கொஞ்சகாலத்தில், நஜிபாபாத் மருத்துவமனைக்கு ஒரு ஆள் வந்தான். தன் மூக்கில் இருந்த காயத்துக்கு சிகிச்சை வேண்டி வந்திருந்தான் அவன். நாய் கடித்ததால் ஏற்பட்ட காயம் அது என்று சொன்னான். காயத்துக்கு மருந்திட்டுக் கட்டுப் போட்ட மருத்துவ உதவியாளர் காவல்துறைக்குத் தகவல் சொன்னார். அந்தக் காயம் துப்பாக்கிக் குண்டின் ரவைச்சிதறலால் ஏற்பட்டது எனத் தான் சந்தேகப்படுவதாகத் தெரிவித்தார். அந்தப் பிராந்தியத்தின் ஒட்டு மொத்தக் காவல்படையும் மூக்கில் காயம்பட்ட ஒரு நபரைத் தேடிக் கொண்டிருந்தது. ஏனெனில், சுல்தானாவின் கும்பல் நிகழ்த்

திய பெரும்பான்மையான கொலைகளை பாபுவும் பயில்வானுமே செய்ததாகச் சொல்லப்பட்டது.

உதவியாள் கூறிய கதையைக் கேட்டதும் ஃப்ரெடி தம்முடைய காரில் தாவி ஏறினார். ரயில் நிலையம் நோக்கிப் பாய்ந்தார். பாய்ந்தார் என்று சொல்வதுதான் சரி. ஏனெனில், ஃப்ரெடி அவசரத்தில் இருக்கும்போது அவருக்கு முன்பாக சாலை மட்டுமே இருக்கும். போக்குவரத்தும் திருப்பங்களும் இருக்கவே செய்யாது. ரயில் நிலையத்தில், ஓய்வறையிலிருந்து வெளியேறும் வழிகள் அனைத்திலும் காவலர்களை நிறுத்தினார் ஃப்ரெடி. பிறகு அந்த இருவரிடமும் சென்று அவர்கள் யார் என்று கேட்டார். வியாபாரிகள், பரெய்லியிலிருந்து பஞ்சாபுக்குச் செல்கிறோம் என்று அவர்கள் பதிலளித்தார்கள். அப்படியானால், மொராதாபாத் வரை மட்டுமே செல்லும் ரயிலில் ஏன் ஏறினார்கள் என்று ஃப்ரெடி கேட்டார். பரெய்லி நிலையத்தில் இரண்டு ரயில்கள் நின்று கொண்டிருந்ததாகவும், தவறான ரயிலைத் தங்களுக்குக் காட்டிவிட்டார்கள் என்றும் அவர்கள் சொன்னார்கள். பஞ்சாப் செல்லும் வண்டிக்காக மறுநாள் காலைவரை காத்திருக்க வேண்டும். அவர்கள் எதுவும் சாப்பிடவில்லை என்று அறிந்ததும், தம்முடைய விருந்தினர்களாக வருமாறு ஃப்ரெடி அழைத்தார். ஒருகணம் தயங்கினார்கள். பிறகு, 'ஒங்க இஷ்டப்படியே செய்யலாம் ஸாஹேப்' என்று கூறினார்கள்.

இருவரையும் பின் இருக்கையில் அமர்த்திக்கொண்டு, நிதானமாகக் காரை ஓட்டினார் ஃப்ரெடி. அவர்களைக் கேள்விகள் கேட்டவாறு வந்தார். எல்லாக் கேள்விகளுக்கும் பொருத்தமான பதில்கள் வந்தன. இரவு நேரங்களில் ரயில் நிலையங்களுக்கு விஜயம் செய்வதும், பயணிகளின் சாமான்களை யாரும் களவாடும்படி விட்டுவிட்டு அவர்களை அழைத்துச் செல்வதும் ஸாஹேப்களின் நடைமுறை வழக்கமோ? என்று அவர்கள் ஃப்ரெடியைக் கேட்டார்கள். உரிய கைது ஆணை இல்லாமல் அவர்களை அழைத்துச் செல்வது அதிகார துஷ்பிரயோகம் என்று அர்த்தமாகும் என்பது ஃப்ரெடிக்குத் தெரியும். மொராதாபாத் சிறையிலிருக்கும் சுல்தானா கும்பலின் உறுப்பினர்கள், தங்கள் பழைய கூட்டாளிகளை அடையாளம் காட்டாது போனால், அவருக்குப் பெரும் சங்கடம் வந்து சேரும். ஃப்ரெடியின் மனத்தினுள் இதுபோன்ற உவப்பற்ற எண்ணங்கள் ஒன்றையொன்று துரத்திக்கொண்டு திரிந்தபோது, காவல்துறை வாரம் கொண்டாடப்பட்ட பங்களாவுக்குக் கார் வந்து சேர்ந்தது.

பொதுவாக, ஃப்ரெடியை நாய்களுக்குப் பிடிக்கும். சுல்தானாவின் நாயும் விதிவிலக்கல்ல. டெர்ரியர் இனத்தைச் சேர்ந்த அந்த ஆதரவற்ற நாய், கடந்த மாதங்களில் ஃப்ரெடி யிடம் அளவற்ற அன்பு செலுத்தி வந்தது. இப்போது, கார் வந்து நின்று இவர்கள் மூவரும் இறங்கியதும் பங்களாவிலிருந்து விரைந்தோடி வந்தது. திகைத்து நின்றது. பிறகு பிரயாணிகள் இருவரின் மேலும் பாய்ந்து கொண்டாடியது ஒரு நாய் எவ்வளவு ஆனந்தத்தை வெளிப்படுத்த முடியுமோ அவ்வள வையும் காட்டியது. பதற்றமான ஒரு நிமிடம், ஃப்ரெடியும் மற்ற இருவரும் ஒருவரையொருவர் மௌனமாகப் பார்த்துக் கொண்டு நின்றனர். பிறகு, தன் தலைவிதியை உணர்ந்தவ னாக, பயில்வான் குனிந்தான். நாயின் தலையில் பிரியமாகத் தட்டியபடி, ஃப்ரெடியிடம் சொன்னான்: 'கள்ளமில்லாத இந்த சாட்சி இருக்கும்போது, நாங்க என்னத்தெ மறுக்கறது ஸாஹேப்? நீங்க நினைக்கிற அதே ஆட்கள்தான் நாங்க.'

குற்றவாளிகளிடமிருந்து தாங்கள் பாதுகாக்கப்பட வேண்டும் என்று சமூகம் கோருகிறது. சுல்தானா ஒரு குற்ற வாளி. ராஜ்யத்தின் சட்டப்படி அவன் மீது விசாரணை நடந்தது. அவன் குற்றமிழைத்தவன் என்று தீர்ப்பளிக்கப்பட் டான். மரணதண்டனை விதிக்கப்பட்டான். என்றாலும், அரசாங்கத்தின் வலிமையை ஒரு மூன்று வருட காலத்துக்கு ஒன்றுமில்லாமல் செய்த அந்தச் சிறிய மனிதனின் மேல் எனக்கு உண்டான பாராட்டுணர்வை என்னால் கட்டுப்படுத் திக்கொள்ள முடியவில்லை. தன்னுடைய தைரியமான நடத் தையால், தனிமைச் சிறையின் காவலர்களின் மரியாதையை யும் சம்பாதித்தான் அவன்.

கைவிலங்குகளும், கால் தளைகளும் பூட்டப்பட்டு பொதுக்காட்சிக்கு அவன் நிறுத்தப்பட்டிருக்க வேண்டாம் என்று எனக்குப் பட்டது. அவன் சுதந்திரமாய் இருந்த காலத்தில் அவன் பெயரைக் கேட்டாலே குலைநடுங்கியவர் களெல்லாம் ஏளனம் செய்யும்படியாக அவனை நிறுத்தியி ருக்க வேண்டாம். அவனுக்கு இன்னும் சற்றுக் குறைவான தண்டனை வழங்கப்பட்டிருக்க வேண்டும் என்றும் விரும்பி னேன். ஏனெனில், பிறப்பாலேயே குற்றவாளி என்று முத்திரை யிடப்பட்டவன் அவன்; நியாயமான வாய்ப்பு கிடைக்கப் பெறாதவன்; தன் கையில் அதிகாரம் இருந்த காலங்களில், எளியவர்களை அடக்கி ஆளாதவன்; அந்த ஆலமரத்தடிக்கு அவனைப் பின்தொடர்ந்து சென்றபோது, என்னுடைய உயிரையும் என் நண்பர்களின் உயிரையும் விட்டுக்கொடுத்த

வன். எல்லாவற்றுக்கும் மேலாக, ஃப்ரெடியைச் சந்திக்க அவன் வந்தபோது, கத்தியையோ ரிவால்வரையோ கொண்டுவர வில்லை. ஒரு தர்ப்பூசனிப் பழத்தைத்தான் கையில் வைத்தி ருந்தான்.

விசுவாசம்

மணிக்கு முப்பது மைல் வேகத்தில் ஓடிக் கொண்டிருந்தது மெயில் வண்டி. அதனுடைய அதிக பட்ச வேகம் அது. எனக்குப் பரிச்சயமான பிரதேசம் தான். கங்கைச் சமவெளி. இந்தியாவின் மிகச் செழுமையான நிலம். வயல்களின் மேல் உதயசூரிய னின் பிரகாசம். பொன்னிறக் கோதுமையை அறு வடை செய்கிறார்கள். ஏப்ரல் மாதம். சென்ற வருடத்தில் இந்தியா மிகக் கடுமையான பஞ்சத்தைச் சந்தித்திருந்தது. எத்தனையோ கிராமங்களில், மரப் பட்டைகளைத் தின்றும்; வெய்யில் எரிக்கும் தரை யில் சிதறிக் கிடக்கும் தானியமணிகளைக் கடும் பிரயாசையுடன் பெருக்கிச் சேகரித்தும்; விவசாயத் துக்கு லாயக்கற்ற தரிசு நிலங்களில் வளரும் காட்டுச் செடிகளின் பழங்களைத் தின்றும் ஜனங்கள் உயிர் வாழ்வதைக் காணநேர்ந்தது.

நல்லவேளை, சீதோஷ்ணம் மாறிவிட்டது. குளிர்காலத்தில் பெய்த நல்ல மழையின் காரண மாக, நிலம் மீண்டும் வளம் பெற்றுவிட்டது. ஒரு

வருடம் பட்டினி கிடந்த மக்கள் அமோகமான மகசூலை இப்போது ஆர்வமாய் அறுவடை செய்கிறார்கள். அதிகாலை நேரம். எனினும், வேலை சுறுசுறுப்பாக நடந்துகொண்டிருக் கிறது. ஆணோ பெண்ணோ, சமுதாயத்தில் ஒவ்வொருவருக் கும் அவர்களுக்குரிய வேலை ஒதுக்கப்பட்டிருக்கிறது. கதிரறுப் பது பெண்களின் வேலை. அவர்களில் பெரும்பாலானோர், நிலமற்ற தொழிலாளர்கள். பயிர் முற்றும் காலங்களில், ஊர் ஊராய்ச் சென்று உழைக்கிறவர்கள். பொழுது விடிந்தது முதல் வெளிச்சம் மங்கும் வேளை வரை உழைப்பார்கள். அன்றைய தினம் நடந்த அறுவடையில் பன்னிரண்டில் ஒரு பங்கு அல்லது பதினாறில் ஒரு பங்கு கூலியாகப் பெறுவார்கள்.

பார்வையை மறைக்கும் வேலிகள் எதுவும் இல்லை. ரயில் ஜன்னலின் வழி தெரியும் காட்சியில் யந்திர சாதனங்கள் எதுவுமே தென்படவில்லை. உழுவதற்கு எருதுகள் பயன்படு கின்றன; ஒரு கலப்பைக்கு ஒரு ஜோடி. அறுவடை செய்வதற்கு பதினெட்டு அங்குல நீளம் கொண்ட கதிரறுவாள்களை உப யோகிக்கிறார்கள். அறுக்கப்பட்ட தாள்கள், கோதுமை வைக் கோல் பிரிகளால் கட்டப்படுகின்றன. மரச் சக்கரம் கொண்ட காளைமாட்டு வண்டிகளில் ஏற்றப்படுகின்றன. கதிரடிக்கும் களத்திற்குக் கொண்டுசெல்லப்படுகின்றன. பசுஞ்சாணம் மெழுகிய களத்தில் பரப்பப்படுகின்றன. தரையில் ஊன்றிய கழியில் நீளமான கயிற்றால் கட்டப்பட்டிருக்கும் காளைகள் தானியக் கதிர்களின் மேல் சுற்றி நடந்து சூடடிக்கின்றன.

கதிர்த் தாள்கள் களத்திலிருந்து அகற்றப்பட்ட பிறகு, கால்நடைகளை வைக்கோலில் மேயவிடுகின்றனர் குழந்தை கள். கால்நடைகளுக்கு ஊடே, உடல் தளர்ந்த மூதாட்டிகள் களத்தைக் கூட்டுகிறார்கள் – எஞ்சிக் கிடக்கும் கோதுமை மணிகளை அள்ளுவதற்காக. கஷ்டப்பட்டுச் சேகரிக்கும் தானியத்தில் பாதி, நிலத்தின் உரிமையாளருக்கு. மறுபாதியை இவர்கள் வைத்துக்கொள்ளலாம். நிலத்தில் வெடிப்புகள் அதிகம் இல்லாதிருக்கும் பட்சத்தில், இவர்களுக்கு ஓரிரண்டு பவுண்டுகள் தேறும்.

என்னுடைய பிரயாணம் முப்பத்தாறு மணிநேரம் நீடித் தது. ரயில் பெட்டியில் நான் மட்டுமே இருந்தேன். காலை மதியம் இரவு என மூன்றுவேளையும் சாப்பாட்டுக்காக ரயில் நிற்கும். அது கடந்து சென்ற பிரதேசம் முழுவதுமே சுவாரசியமானதுதான். ஆனாலும், நான் உற்சாகமாக இல்லை. காரணம், என் இருக்கைக்கு அடியில் இருந்த ட்ரங்க்குப் பெட்டிக்குள் இருந்த சுருக்குப்பை. அதில் இருநூறு ருபாய் இருந்தது. என்னுடைய பணம் அல்ல அது.

பதினெட்டு மாதங்களுக்கு முன்னால், இப்போது நான் பயணம் செய்யும் இதே ரயில்வேயில் எரிபொருள் ஆய்வாளராக வேலைக்குச் சேர்ந்தேன். படிப்பு முடிந்ததும் நேரே வேலையில் சென்று சேர்ந்து விட்டேன். பதினெட்டு மாத காலமும் காட்டில் வசித்தேன். நீராவி என்ஜின்களின் எரிபொருள் தேவைக்காக ஐந்து லட்சம் கன அடி மரம் வெட்டினேன். வீழ்த்தப்பட்ட மரங்கள் துண்டுகளாக்கப்படும். ஒவ்வொரு துண்டும் முப்பத்தாறு அங்குல நீளம் இருக்கவேண்டும். கூடவோ குறையவோ இருக்கக்கூடாது. மரத்துண்டுகள் பத்துமைல் தொலைவில் இருக்கும் ஓர் இடத்துக்கு வண்டியில் கொண்டு சென்று குவித்து நிறுக்கப்படும். பிறகு சரக்கு ரயிலில் ஏற்றி எரிபொருள் தேவை உள்ள நிலையங்களுக்கு அனுப்பப்படும்.

காட்டில் தனியாக இருக்க நேர்ந்த அந்தப் பதினெட்டு மாதங்களும் வேலைப் பளு அதிகமாக இருந்தது. ஆனால், நான் ஆரோக்கியமாகவும், உற்சாகமாகவும் பணிபுரிந்தேன். வேட்டையாடுவதற்குப் புள்ளிமான், கலைமான், பன்றி, பெண் மயில் என்று எவ்வளவோ இருந்தன. காட்டின் ஒரு எல்லையாக அமைந்த ஆற்றில் பல தினுசு மீன்களும், முதலைகளும், மலைப்பாம்பும் இருந்தன. பகலில் வேட்டைக்குச் செல்ல என் வேலை இடமளிக்காது. உணவுத் தேவைக்காக நான் வேட்டையாடுவது, மீன்பிடிப்பது எல்லாமே இரவில்தான். பகல் பொழுதில் துப்பாக்கியால் சுடுவதற்கும், நிலா வெளிச்சத்தில் சுடுவதற்கும் ஏகப்பட்ட வித்தியாசம் உண்டு. இரவில் மானையோ பன்றியையோ குறிவைப்பது சுலபம். ஆனால், குறியின் மீது நிலாவெளிச்சம் விழுந்தாலொழிய, குறிதவறாது சுடுவது கடினம். பெண் மயிலை அது தூங்கும்போதுதான் சுடவேண்டும். அவ்வப்போது இதுபோன்ற கொலைகளைச் செய்தேன் என்று சொல்லிக்கொள்வதில் எனக்கு வெட்கமில்லை. ஏனென்றால், நிலா ஒளிரும் இரவுகளில் நான் சுட்டவைதாம் அந்த ஒன்றரை வருடகாலத்தில் எனக்குக் கிடைத்த புலால் உணவு. தேய்பிறை நாட்களில் சாகபட்சிணியாக இருக்கவேண்டிய நிர்ப்பந்தம் இருந்தது.

காட்டு மரங்களை வெட்டும் பணியினால், காட்டுயிர்களின் நிம்மதியான வாழ்க்கை ஒழுங்கு குலைந்தது. நிர்க்கதியான, அனாதையாகிய பிராணிகளுக்கு என்னுடைய சிறிய கூடாரத்தில் அடைக்கலம் தர வேண்டி வந்தது. இரண்டு கவுதாரிகள் – கறுப்பு ஒன்று, சாம்பல் நிறம் ஒன்று – நான்கு பெண் மயில் குஞ்சுகள், இரண்டு முயல்குட்டிகள், குச்சிக்கால்கள் கொண்டு நிற்கப் பழகும் கலைமான் குட்டிகள் இரண்டு

என்று என் கூடாரத்தின் ஜனத்தொகை அதிகமாகிவிட்ட சமயத்தில், ரெக்ஸ் என்னும் மலைப்பாம்பு என் கூடாரத்தில் வந்து குடியேறியது.

இரவு கவிந்து ஒரு மணிநேரம் கழித்துக் கூடாரத்துக்கு வந்தேன். நான்கு கால் பிராணிகளுக்குப் பாலூட்டிக்கொண் டிருந்தபோது, கூடாரத்தின் மூலையில் ஏதோவொன்றின்மேல் லாந்தர் ஒளி பட்டுப் பளபளத்தது. அருகில் சென்று பார்த்த போது, மான்குட்டியின் படுக்கையாக இருந்த வைக்கோல் மீது ரெக்ஸ் சுருண்டு கிடந்தது. கூடாரத்தின் இளம் உறுப் பினர்களை அவசரமாக எண்ணிப் பார்த்தேன். எண்ணிக்கை சரியாக இருந்தது. எனவே, ரெக்ஸை அது தேர்ந்துகொண்ட மூலையில் இருக்குமாறு விட்டுவிட்டேன். தினந்தோறும், வெயில் காய்வதற்குக் கூடாரத்தைவிட்டு வெளியேறும். சூரியன் மறைந்ததும் தன்னுடைய மூலைக்குத் திரும்பிவிடும். இவ்வாறு கழிந்த இரண்டு மாதங்களில், கூடாரத்தில் தன்னு டன் வசித்த இளம் குருத்துகளுக்கு அது ஒரு தீங்கும் இழைத்த தில்லை.

கூடாரத்தில் வளர்ந்த அபலைகளை, அவை தம்மைத் தாமே கவனித்துக்கொள்ளும் அளவு வளர்ந்தவுடன் காட்டுக் குள் திருப்பியனுப்பிவிட்டேன். டிட்லி – டீ – விங்க்ஸ் என்ற கலைமான் மாத்திரம் என்னை விட்டுப் பிரிய மறுத்துவிட்டது. எரிபொருள் ஏற்றுவதை மேற்பார்வை செய்ய வசதியாக ரயில்பாதைக்கு அருகில் என்னுடைய கூடாரத்தை இடம் மாற்றிக்கொண்டபோதும், அது என்னைப் பின்தொடர்ந்து வந்தது. அப்போது கிட்டத்தட்டச் செத்துப் பிழைத்தது.

மனிதக் கரங்களால் வளர்க்கப்பட்டதால், மனிதர்களிடம் அந்தப் பெண்மானுக்கு அச்சம் கிடையாது. நாங்கள் இடம் மாறிய மறுநாள், ஒரு ஆளின் அருகில் சென்றது. காட்டுமான் என்று நினைத்து அவன் அதைக் கொல்ல முயன்றிருக்கிறான். மாலையில் நான் கூடாரத்துக்குத் திரும்பியபோது, என்னு டைய மடக்குக் கட்டிலுக்கு அருகில் அந்த மான் படுத்துக் கிடந்ததைக் கண்டேன். தூக்கிப் பார்த்தேன். முன்னங்கால்கள் இரண்டும் ஒடிந்திருந்தன. உடைந்த எலும்புகளின் முனைகள் தோலைக் கிழித்துத் துருத்திக் கொண்டிருந்தன. அதன் தொண்டைக்குள் கொஞ்சம் பாலைச் செலுத்தினேன்.

அடுத்து என்ன செய்யவேண்டும் என்று எனக்குத் தெரியும். அதற்கான தைரியத்தை வரவழைத்துக் கொள்ள முயன்றேன். அப்போது ஒரு ஆசாமியை என்னுடைய வேலை யாள் கூடாரத்துக்குள் கூட்டிவந்தான். வந்தவன், அந்த

அப்பிராணியைக் கொல்ல முயன்றது தான்தான் என்று ஒத்துக்கொண்டான். இந்த ஆள் தன்னுடைய வயலில் வேலை செய்துகொண்டிருந்திருக்கிறான். டிட்லி – டீ – விங்க்ஸ் அவன ருகில் சென்றிருக்கிறது. அருகிலுள்ள காட்டிலிருந்து வழிதவறி வந்த மான் என்று நினைத்து ஒரு கழியால் அடித்துத் துரத்தியிருக்கிறான். என்னுடைய கூடாரத்துக்குள் அது நுழைந்தவுடன்தான், அது ஒரு வளர்ப்புப் பிராணி என்று அவனுக்குத் தெரிந்திருக்கிறது. நான் வருவதற்குள் அந்த இடத்தை விட்டு ஓடிப்போய்விடும்படி என்னுடைய வேலை யாள் அவனுக்கு அறிவுறுத்தியிருக்கிறான். அவன் மறுத்து விட்டான்.

இந்தக் கதையை என்னிடம் கூறிவிட்டு, மறுநாள் அதி காலையில் தன்னுடைய கிராமத்திலுள்ள எலும்புவைத்தியன் ஒருவனை அழைத்துவருவதாகச் சொல்லிச் சென்றான். காயம்பட்ட பிராணிக்கு மிருதுவான ஒரு படுக்கை தயார் செய்து தந்தேன். சிறு இடைவெளிகளில் பால் கொடுத்தேன். இதைத் தவிர, நான் செய்யக்கூடியது எதுவுமில்லை. மறுநாள் அதிகாலையில் எலும்புவைத்தியருடன் அந்த ஆள் வந்து விட்டான்.

இந்தியாவில், தோற்றத்தைப் பார்த்து மதிப்பிடுவது விவேகம் இல்லை. எலும்புவைத்தியர் பலவீனமான ஒரு கிழவர். அவருடைய தோற்றத்தையும், கந்தலான ஆடையை யும் பார்த்தால் பரம ஏழையாகத் தோன்றினார். ஆனாலும் அவர் நிபுணர்தான். மிகக் குறைவாகவே பேசினார். காயம் பட்ட பிராணியைத் தூக்கச் சொன்னார். சில நிமிடங்கள் பார்த்துக்கொண்டு நின்றார். பிறகு கூடாரத்தை விட்டு வெளியேறினார். இரண்டு மணிநேரத்தில் திரும்பிவருவதாகக் கூறியவாறு போய்விட்டார். பலமாதங்களாக வாரம் முழுக்க வேலை பார்த்துக்கொண்டு இருந்திருந்தேன். அதனால், அன்று ஒரு நாள் காலையில் விடுப்பு எடுத்துக்கொள்வதில் தவ றில்லை என்று முடிவெடுத்தேன்.

வைத்தியர் திரும்பி வருவதற்குள், காட்டில் சென்று சில கொம்புகளை வெட்டிவந்தேன். கூடாரத்தின் மூலையில் சிறு தொழுவம் ஒன்று தயார் செய்தேன். பட்டை உரிக்கப் பட்ட சணல்தட்டைகள் ஏராளமாகச் சேகரித்துக் கொண்டு வந்தார் வைத்தியர். பச்சிலைக் கூழ், தட்டு அகல ஆமணக்குத் துளிர் இலைகள், மெல்லிய சணல் பந்து ஒன்று ஆகியவற்றை யும் கொண்டு வந்திருந்தார். டிட்லி – டீ – விங்க்ஸை மடியில் கிடத்தியபடி, மடக்குக் கட்டில் விளிம்பில் உட்கார்ந்துகொண் டேன். பின்னங்கால்களைத் தரையில் ஊன்றியிருந்த அதன்

எடையில் பாதி என் முழங்காலில் பதிந்திருந்தது. கிழவர் அதன் முன்னால் தரையில் அமர்ந்தார். தன்னுடைய சாமக் கிரியைகளைக் கைக்கெட்டும் தூரத்தில் வைத்துக்கொண்டார். முழங்காலுக்கும் மென்குளம்புகளுக்கும் இடைப்பட்ட பகுதி யில் ஒடிந்திருந்த கால்கள் இரண்டும் தொங்கி ஊசலாடி சுற்றிச் சுற்றி முறுக்கியிருந்தன. மிகப் பாந்தமாக அவற்றை நேர்செய்தார். முழங்காலிலிருந்து குளம்புகள்வரை பச்சிலைக் கூழை அடர்த்தியாகப் பூசினார். ஆமணக்கு இலைகளைக் கூழ் கலையாத வண்ணம் போர்த்தி மூடினார். இலைகளுக்கு மேலே சணல்தட்டைகளைக் கிடத்திச் சணலால் காலுடன் சேர்த்துக் கட்டினார்.

மறுநாள் காலையில், சணல்தட்டைகளை இணைத்து உருவாக்கிய பிளாச்சுகளைக் கொண்டுவந்தார். டிட்லி – டீ – விங்க்ஸின் கால்களுடன் அவற்றைப் பொருத்தியதும், அது முழங்கால்களை மடக்கியது. பிளாச்சுகளுக்குக் கீழே ஓர் அங்குலம் வெளியில் இருந்த குளம்புகளை ஊன்றியது.

எலும்புவைத்தியரின் கட்டணம் ஒரு ரூபாய். பச்சிலைக் கூழின் சேர்மானங்களுக்காககவும், கடைவீதியில் வாங்கிய சணல்பந்துக்காகவும் மேலும் இரண்டணா. ஆனால், பிளாச்சு கள் அகற்றப்பட்டு அந்தக் குட்டி மான் மீண்டும் குதித்தோடத் தொடங்கும்வரை, தன்னுடைய கட்டணத்தையோ, நன்றியு டன் நான் வழங்கிய சிறு அன்பளிப்பையோ வாங்கிக்கொள்ள மறுத்துவிட்டார்.

அனுதினமும் நான் ஆனந்தமாய்ச் செய்துவந்த வேலை இப்போது முடிந்துவிட்டது. நான் செலவழித்த பணத்துக்கான கணக்குகளை ஒப்படைக்க தலைமையகத்துக்குச் சென்று கொண்டிருக்கிறேன். வேறு வேலை தேடவேண்டி வரும் என்றுதான் எண்ணுகிறேன். காரணம், நீராவி என்ஜின்கள் கரி என்ஜினாக மாற்றப்பட்டு விட்டன. இனி விறகு எரிபொரு ளாக இருக்காது. என்னுடைய கணக்குப் புத்தகங்கள் ஒழுங்கா கவும் கச்சிதமாகவும் இருந்தன. நல்லமுறையில் நான் பணி புரிந்திருந்ததாகவே உணர்ந்தேன். காரணம், இரண்டு வருடங் கள் எடுக்கும் என்று மதிப்பிடப்பட்ட வேலையைப் பதி னெட்டு மாதங்களில் முடித்திருந்தேன். என்றாலும், சற்று அசௌகரியமாகவே உணர்கிறேன். என்னுடைய ட்ரங்க்குப் பெட்டியில் இருக்கும் பணப்பைதான் காரணம்.

நான் சென்றுசேரவேண்டிய இடம் ஸமஸ்டிபூர். காலை ஒன்பது மணிக்குப் போய்ச்சேர்ந்தேன். பயணிகளுக்கான ஓய்வறையில் என் சாமான்களை ஒப்படைத்துவிட்டு, நான்

பணிபுரிந்த இலாகாவின் தலைமை அலுவலகத்துக்குப் புறப்பட்டேன். கணக்குப் புத்தகங்களையும் இருநூறு ரூபாய் இருந்த பையையும் கையில் எடுத்துக்கொண்டேன். அலுவலக வாயிற்காவலன், எஜமான் வேலையாய் இருக்கிறார் என்றும் நான் காத்திருக்கத்தான் வேண்டும் என்றும் அடமாய்ச் சொன்னான். கூரையற்ற வராந்தாவில் வெப்பமாக இருந்தது. நேரமாக ஆக, என்னுடைய பதட்டம் அதிகரித்தது. காரணம், சமனமாகிவிட்ட கணக்குகளை ஒப்படைத்துவிட்டு, இருநூறு ரூபாய் உபரியாக இருக்கிறது என்று ஒத்துக்கொள்வது என உத்தேசித்திருந்தேன். கணக்குப் புத்தகங்களைப் பராமரிப்பதில் எனக்கு உதவிய மூத்த ரயில்வே ஊழியர், இவ்வாறு ஒத்துக் கொள்வது எனக்கு மிகப் பெரிய சிக்கலை உண்டாக்கிவிடும் என்று எச்சரித்திருந்தார்.

ஒருவழியாக, கதவு திறந்தது. வதைபட்டு மீண்டவர் போலத் தோற்றமளித்த ஒருவர் வெளிப்பட்டார். வாயிற்காவலன் கதவை மீண்டும் சாத்துவதற்குள்ளாக, உள்ளேயிருந்து ஒரு குரல் ஒலித்தது. என்னை உள்ளே வரச் சொல்லி அடித் தொண்டையில் உறுமியது.

வங்காளம் மற்றும் வடமேற்கு ரயில்வேயின் நீராவி என்ஜின் இலாகாத் தலைவரான ரைல்ஸ் மிகவும் பருமனானவர். அவருக்குக் கீழே வேலைபார்க்கும் அனைவரையும் பயமுறுத்தக் கூடிய குரல் கொண்டவர். ஆனால், தங்கமான மனம். என்னை உட்காரச் சொல்லிவிட்டு, கணக்குப் புத்தகங்களைத் தன்னை நோக்கி இழுத்துக்கொண்டார். குமாஸ்தா ஒருவரை வரச் சொல்லி, எரிபொருள் அனுப்பப்பட்ட நிலையங்களிலிருந்து வந்திருந்த புள்ளி விபரங்களுடன், நான் கொண்டுவந்தவற்றைக் கவனமாகச் சரிபார்த்தார். பிறகு, இனிமேலும் என்னுடைய சேவை தேவைப்படாது என்பதை வருத்தத்துடன் தெரிவித்தார். வேலையிலிருந்து விடுவிப்பதற்கான உத்தரவு அன்று பிற்பகலில் கிடைக்கும் என்றார். சந்திப்பு முடிந்தது என்பதை சூசகமாகத் தெரிவித்தார்.

கீழே வைத்திருந்த தொப்பியை எடுத்துக்கொண்டு கிளம்பினேன். அவர் மீண்டும் என்னை அழைத்து, மேஜையில் வைத்த பையை – பணப்பை மாதிரி தெரிகிறதே அது – எடுத்துக்கொள்ளுமாறு நினைவூட்டினார். சும்மா அந்த இருநூறு ரூபாயை மேஜையில் வைத்துவிட்டுப் போய்விடலாம் என்று நான் நினைத்திருந்தால் அது முட்டாள்தனம். ஆனால், அப்படிச் செய்வதுதான் என் திட்டம். மேஜைக்குத் திரும்பிப் போனேன். அந்தப் பணம் ரயில்வேக்குச் சொந்தமானது என்று ரைல்ஸிடம் சொன்னேன். அதை என்னுடைய

கணக்குப் புத்தகங்களில் எப்படி ஏற்றுவது என்று தெரியாத தால், அவரிடம் கொண்டுவந்து சேர்த்திருக்கிறேன் என்று தெரிவித்தேன்.

'உங்கள் கணக்குகள் சரியாக இருக்கின்றன.' என்றார் ரைல்ஸ். 'நீங்கள் பொய்க் கணக்கு எழுதவில்லை என்றால், உரிய விளக்கம் தரவேண்டும்.'

தலைமைக் குமாஸ்தாவான திவாரி, காகிதங்கள் அடுக்கிய ஒரு ட்ரேயுடன் அறைக்குள் வந்தார். ரைல்ஸின் நாற்காலிக்குப் பின்புறம் நின்றுகொண்டார். கனிவு ததும்பும் வயோதிகக் கண்களால், எனக்குத் தைரியமூட்டினார். ரைல்ஸிடம் பின்வரும் விளக்கத்தைக் கூறினேன்:

என்னுடைய வேலை முடியும் தறுவாயிலிருந்தது. ஒரு நாள் இரவு, வண்டிக்காரர்கள் பதினைந்து பேர் என்னிடம் வந்தார்கள். காட்டிலிருந்து ரயில் பாதைக்கு எரிபொருள் கட்டைகளை எடுத்துவர அமர்த்தப்பட்டவர்கள். அறுவடைக் காகக் கிராமத்துக்குத் திரும்பிவருமாறு தங்களுக்கு அவசர அழைப்பு வந்திருக்கிறதென்று தெரிவித்தார்கள். அவர்கள் வண்டியில் ஏற்றிவந்திருந்த மரங்கள் தாறுமாறாகச் சிதறிக் கிடந்தன. அவற்றை அடுக்கி நிறுப்பதற்குப் பல நாட்கள் ஆகும். தாங்கள் அன்றிரவே புறப்பட்டாக வேண்டும் என்பதால், தங்களுக்குச் சேரவேண்டிய தொகையைத் தோராயமாகக் கணக்கிட்டுச் சொல்லுமாறு வேண்டினார்கள்.

இருள் அடர்ந்த இரவு. மரக்கட்டைகளின் கன அளவைகளைக் கணக்கிடுவது சாத்தியமே இல்லை. எனவே, அவர்கள் சொல்லும் கணக்கை நான் ஏற்றுக்கொள்கிறேன் என்று தெரிவித்தேன். இரண்டு மணி நேரம் கழித்துத் திரும்பி வந்தார்கள். அவர்களுக்குப் பணம் பட்டுவாடா செய்த சில நிமிடங்களில், இரவுக்குள் வண்டிகள் கிறீச்சிட்டுச் செல்லும் ஓசை கேட்டது. முகவரி எதையும் அவர்கள் தந்து செல்லவில்லை. பல வாரங்கள் கழித்து, அந்த மரக்கட்டைகளை அடுக்கி அளந்து பார்த்த போது, தங்களுக்குச் சேரவேண்டிய தொகையைக் குறைத்து மதிப்பிட்டிருக்கிறார்கள் என்று தெரியவந்தது – இருநூறு ரூபாய் குறைவாக.

நான் சொல்லி முடித்ததும், மறுநாள் காலையில் ஏஜென்ட் இஸாத் சமஸ்டிபூருக்கு வரவிருக்கிறார் என்றும், இந்த விவகாரத்தை அவரிடம் விட்டுவிடப் போவதாகவும் தெரிவித்தார் ரைல்ஸ். இந்தியாவின் மூன்று முன்னணி ரயில்வேக்களுக்கு ஏஜென்ட்டாக இருந்தவர் இஸாத். மறுநாள் காலையில் வந்துசேர்ந்தார். நண்பகலில் ரைல்ஸின் அலுவல

கத்துக்கு வருமாறு எனக்கு அழைப்பு வந்தது. இஸாத் மிடுக்கான தோற்றமும் துளைக்கும் பார்வையும் உடையவர். நான் அலுவலகத்துக்குள் நுழைந்தபோது, தனியாக இருந்தார். ஆறு மாதங்கள் முன்னதாகவே நான் வேலையை முடித்ததற்குப் பாராட்டு தெரிவித்தார். என்னுடைய கணக்குகளை ரைல்ஸ் தம்மிடம் காட்டினார் என்றும், அறிக்கையொன்றும் அளித்திருப்பதாகவும் சொன்னார்.

என்னிடம் ஒன்று கேட்க விரும்புவதாகத் தெரிவித்தார்! நானே அந்தத் தொகையை எடுத்துக் கொண்டிருக்கலாமே. யாருக்கும் சொல்லாமல் மறைத்திருக்கலாமே? நான் கூறிய பதில் திருப்திகரமானதாக இருந்திருக்க வேண்டும். ஏனென்றால், நிச்சயமற்ற மனநிலையுடன் அன்று மாலை ரயில் நிலையத்தில் காத்திருந்தபோது, இரண்டு கடிதங்கள் என் கைக்குக் கிடைத்தன. ஒன்று, திவாரியிடமிருந்து. ரயில்வே ஊழியர்களின் விதவைகள் மற்றும் அனாதைகள் நல நிதிக்காக இருநூறு ரூபாய் நான் வழங்கியதற்கு நன்றி தெரிவித்திருந்தார். மேற்படி நிதியின் கௌரவச் செயலாளர் அவர்தான். மற்றொரு கடிதம், இஸாத்திடமிருந்து வந்தது. என்னுடைய சேவையைத் தக்கவைத்துக் கொள்வதாகவும், ரைல்ஸிடம் சென்று வேலையை ஒப்புக்கொள்ளுமாறும் கூறியது.

அதற்குப் பிறகு ஒருவருட காலம், ரயில்வே இலாகாவில் பலவிதமான பணிகள் ஆற்றினேன். சிலசமயங்களில், நீராவி என்ஜின்களின் பக்கவாட்டு மேடையில் நின்று பணிபுரிந்தேன் – நிலக்கரி உபயோகத்தை அளக்கும் பொருட்டு. இந்த வேலை எனக்கு மிகவும் உவப்பானது. காரணம், நீராவி என்ஜின்களை ஓட்டுவதற்கு எனக்கு அனுமதி வழங்கப்பட்டிருந்தது. ரயில்வே இலாகாவில் ஊழியர் பற்றாக்குறை இருந்தபடியால், சில வேளைகளில், சரக்கு ரயிலில் கார்டாகப் பணிபுரிந்தேன். மிகவும் அலுப்பூட்டும் வேலை. பல சந்தர்ப்பங்களில், ஒரே மூச்சில் நாற்பத்தெட்டு மணிநேரம் பணிபுரிய நேர்ந்தது. சில வேளைகளில், சரக்கக உதவியாளனாக வேலைபார்த்தேன். அல்லது உதவி நிலைய அதிகாரியாக.

ஒருநாள் எனக்கு ஒரு ஆணை வந்துசேர்ந்தது – மொக்கமெ காட்டுக்குச் செல்லுமாறும், படகுக் கண்காணிப்பாளரான ஸ்டாரரைச் சந்திக்கும்படியும். கங்கைச் சமவெளியில், கங்கை நதியிலிருந்து பல்வேறு தூரங்களுக்கு, வங்காளம் மற்றும் வடமேற்கு ரயில்வேயின் பாதைகள் ஓடின. பல இடங்களில், பிரதான பாதையிலிருந்து கிளைப்பாதைகள் கிளம்பி நதியை நோக்கிச் சென்றன. வலது கரையில் இருந்த அகல ரயில் பாதையுடன் படகுகள் மூலமாக இணைந்தன. இந்த இணைப்

புகளில், கங்கையின் வலது கரையில் இருந்த மொக்கமெ காட் மிகமிக முக்கியமானது.

ஸமஸ்டிபூரிலிருந்து அதிகாலையில் புறப்பட்டுச் சென்றேன். கிளைப்பாதை சென்று சேருமிடமான ஸமாரியா காட்டில் எஸ்.எஸ். கோரக்பூர் என்னும் படகில் ஏறினேன். ஸ்டாரருக்கு என் வருகைபற்றித் தெரிவிக்கப்பட்டிருந்தது; நான் வருவதன் காரணம் தெரிவிக்கப்படவில்லை. மொக்கமெ காட்டுக்கு ஏன் அனுப்பப்படுகிறேன் என்பது எனக்கும் சொல்லப்படவில்லை. ஆகவே, பகல்பொழுதை அவருடைய வீட்டிலும், பரவலான சரக்குக் கிடங்குகளைச் சுற்றி நடந்தும் கழித்தோம். கிடங்குகளில் சரக்கு ஏராளமாகத் தேங்கிக் கிடந்தது தெரிந்தது.

இரண்டு நாள் கழித்து, ரயில்வேயின் தலைமையகமான கோரக்பூருக்கு அழைக்கப்பட்டேன். மொக்கமெ காட்டின் சரக்குப் போக்குவரத்து ஆய்வாளராக என்னை நியமித்திருப்பதாகச் சொன்னார்கள். என் சம்பளம் மாதம் நூறு ரூபாயிலிருந்து நூற்றைம்பது ரூபாயாக உயர்த்தப்பட்டிருந்தது. சரக்குகளைக் கையாள்வதற்கான ஒப்பந்தத்தை ஒரு வாரம் கழித்து நான் மேற்கொள்ளவேண்டும்.

மொக்கமே காட்டுக்குத் திரும்பிப் போனேன். இந்தத் தடவை, இரவில் வந்து சேர்ந்தேன். எனக்கு ஒன்றுமே தெரியாத வேலையை ஏற்றுக்கொள்ள வந்திருக்கிறேன். வேலைக்கு ஆளை எங்கே தேடுவது என்று தெரியாமலே, ஒரு ஒப்பந்தத்தை மேற்கொள்ளப்போகிறேன். இவையெல்லாவற்றையும் விட மிக முக்கியமானது, என் கையிலிருந்த முதலீடு, வெறும் நூற்றைம்பது ரூபாய்கள் மட்டுமே. என்னுடைய இரண்டரை வருட சம்பாத்தியத்தின் சேமிப்பு.

இந்தமுறை, ஸ்டாரர் என்னை எதிர்பார்த்திருக்கவில்லை. ஆனால், எனக்கு இரவு உணவு அளித்தார். வராந்தாவில் நாற்காலிகளைப் போட்டு உட்கார்ந்திருந்தபோது, நான் வந்திருக்கும் காரணத்தைச் சொன்னேன். நதியிலிருந்து குளிர்ந்த காற்று வீசியது. இரவு வெகுநேரம் பேசிக்கொண்டிருந்தோம். ஸ்டாரரின் வயதில் பாதிதான் எனக்கு. பல வருடங்கள் மொக்கமெ காட்டில் இருந்தவர் அவர். வங்காளம் மற்றும் வடமேற்கு ரயில்வே (மீட்டர் கேஜ்)யினால் படகுப் போக்குவரத்துக் கண்காணிப்பாளராக நியமிக்கப்பட்டவர். மொக்கமெ காட்டுக்கும் ஸமாரியா காட்டுக்கும் இடையே பயணிகளையும், மீட்டர் கேஜ் ரயில்பெட்டிகளையும் சுமந்து சென்ற நீராவிப்படகுகள் மற்றும் விசைப்படகுகளின் தொகுதிக்குப் பொறுப்பாளராக இருந்தார்.

வங்காளம் மற்றும் வடமேற்கு ரயில்வேயின் நீண்டதூரப் போக்குவரத்தில் எண்பது சதவீதம் மொக்கமெ காட் வழியாக நடைபெறுகிறது என்று தெரிவித்தார். ஒவ்வொரு வருடமும், மார்ச் மாதம் முதல் செப்டம்பர் வரை மொக்கமெ காட்டில் சரக்குகள் குவிந்து விடுகின்றன, இதனால் ரயில்வே இலாகா வுக்குப் பெரும் நஷ்டம் ஏற்படுகிறது என்றும் சொன்னார்.

மொக்கமெ காட்டில் இரண்டு ரயில்வேக்களினிடையே சரக்குகளை மீட்டர்கேஜிலிருந்து அகல ரயில் பாதைக்கு இடம் மாற்றித் தரும் பணியை லேபர் கம்பெனி மேற்கொண்டி ருந்தது. அகல ரயில்பாதை முழுவதுக்குமாக சரக்குகளைக் கையாளும் பொறுப்பு அந்த நிறுவனத்திடம் இருந்தது. ஆண்டு தோறும் சரக்குகள் தேங்குவதற்கு இரண்டு காரணங்கள் இருப்பதாக ஸ்டாரர் அபிப்பிராயப்பட்டார். ஒன்று, மீட்டர் கேஜ் ரயில்வேயின் மீது மேற்சொன்ன நிறுவனத்துக்கு அக்கறையில்லை. இரண்டாவது, கங்கைச் சமவெளியில் அறுவடைக் காலத்தில் தொழிலாளர் பற்றாக்குறை ஏற்பட்டு விடுகிறது. இந்தத் தகவல்களைத் தெரிவித்துவிட்டு, மிகப் பொருத்தமாக அவர் கேட்டார். ஏராளமான வசதிகள் கொண்ட லேபர் கம்பெனி செய்து முடிக்க முடியாத வேலையை நான் எப்படிச் செய்ய முடியும்? இந்தப் பிரதேசத் துக்கு நான் முழுக்க முழுக்க அந்நியன். மிகவும் சொற்பமான முதல் வைத்திருக்கிறவன். பெரும்பாடுபட்டு நான் சேர்த்து வைத்திருந்த சேமிப்பை அவர் கணக்கிலேயே எடுத்துக்கொள் ளவில்லை.

மொக்கமெ காட்டில் உள்ள கிடங்குகளில் கூரைவரை சரக்குகள் அடைந்து கிடக்கின்றன என்றார் அவர். நானூறு ரயில்பெட்டிகள் நிறைய சரக்குகள் இறக்கப்படுவதற்காகக் காத்திருக்கின்றன. ஆற்றின் மறுகரைக்குக் கொண்டு செல்லப் படுவதற்காக ஆயிரம் ரயில்பெட்டிகள் காத்திருக்கின்றன. 'என்னுடைய ஆலோசனை என்னவென்றால், நாளைக்கு முதல் படகில் ஏறி ஸமாரியா காட்டுக்குச் செல்லுங்கள். அங்கிருந்து நேரே கோரக்பூருக்குத் திரும்பிப் போய்விடுங்கள். சரக்குகளைக் கையாளும் ஒப்பந்தத்துக்கும் உங்களுக்கும் எவ்வித சம்பந்தமுமில்லை என்று ரயில்வே துறைக்குத் தெரிவித்துவிடுங்கள்.'

மறுநாள் அதிகாலையில் எழுந்துவிட்டேன். ஆனால், ஸமாரியா காட்டுக்குப் படகேறவில்லை. மாறாக, சரக்குத் தளத்தையும் சரக்குக் கிடங்குகளையும் ஆய்வு செய்யச் சென் றேன். உண்மை நிலையை ஸ்டாரர் மிகைப்படுத்திச் சொல்ல வில்லை. வாஸ்தவத்தில், அவர் கூறியதைவிட நிலைமை

இன்னும் மோசமாய் இருந்தது. ஏனென்றால், மீட்டர் கேஜ் ரயில்பெட்டிகள் மாதிரியே, நானூறு அகல ரயில் பெட்டி களும் சரக்கு இறக்கக் காத்திருந்தன. மொக்கமெ காட்டில், தோராயமாக நான் கணக்கிட்டபடி, பதினைந்தாயிரம் டன் சரக்குகள் காத்திருந்தன. இந்தக் குளறுபடியைச் சரிசெய் வதற்காகவே நான் அனுப்பப்பட்டிருக்கிறேன். சரிதான், இருபத்தோரு வயதுகூட ஆகியிராத இளைஞன் நான். கோடை வேறு ஆரம்பித்துவிட்டது. யாருக்குமே சற்றுக் கிறுக்குப் பிடிக்கும் பருவம்.

ராம் சரணைச் சந்தித்தபோது, வருவது வரட்டும், இந்த வேலையை மேற்கொள்வது என்ற முடிவுக்கு வந்திருந்தேன். ராம் சரண் கடந்த இரண்டு வருடங்களாக மொக்கமெ காட் ரயில் நிலைய அதிகாரியாக இருந்தார். என்னை விட இருபது வயது மூத்தவர். அடர்ந்த கருந்தாடி உடையவர். ஐந்து குழந்தைகளுக்குத் தகப்பன். நான் வருவது குறித்து அவருக்குத் தந்தி வந்திருந்தது. ஆனால், சரக்குகளைக் கையா ளும் பொறுப்பை நான் மேற்கொள்ளப்போகிறேன் என்பது அவருக்குத் தெரிவிக்கப்படவில்லை. அவரிடம் நான் செய் தியைச் சொன்னபோது, அவருடைய முகம் பிரகாசமுற்றது. 'நல்லது ஸார். ரொம்ப நல்லது. நாம சமாளிச்சிடலாம்.' என்று சொன்னார். 'நாம்' என்று அவர் கூறியதில், என் மனம் குளிர்ந்தது. முப்பத்தைந்து வருடங்கள் கழித்து அவர் மரண முறும்வரை அந்தக் குளுமை தொடர்ந்தது.

காலை உணவின்போது, நான் ஒப்பந்தத்தை மேற்கொள் வதாகத் தீர்மானித்திருக்கிறேன் என்று ஸ்டாரரிடம் தெரி வித்தேன். முட்டாள்களுக்கு நல்ல புத்தி சொன்னால் ஏறாது என்று பதிலளித்தார். ஆனாலும், தன்னால் முடிந்தவரை உதவுவதாகச் சொன்னார். இந்த வாக்குறுதியை நேர்மையாகக் கடைப்பிடிக்கவும் செய்தார். அடுத்து வந்த மாதங்களில், எனக்கு ரயில் பெட்டிகள் தொடர்ந்து கிடைப்பதற்காக, இரவுபகலாகப் படகுகளை ஓட்டினார்.

கோரக்பூரிலிருந்து இரண்டு நாட்கள் பயணம். மொக்கமெ காட் வந்துசேர்ந்தபோது, என்னுடைய வேலைகள் இன்ன தென்று கற்றுக்கொள்வதற்கும் ஒப்பந்தத்தைப் பொறுப்பேற்க ஏற்பாடுகள் செய்வதற்கும் எனக்கு ஐந்து நாட்கள் அவகாசம் இருந்தது. முதல் இரண்டு நாட்கள் என்னுடைய அலுவலர் களுடன் பரிச்சயம் உண்டாக்கிக்கொள்வதில் செலவழிந்தது. ராம் சரணைத் தவிர, அறுபத்தைந்து குமாஸ்தாக்கள், ரயில் ஓட்டுநர்கள், பாய்ண்ட்ஸ்மேன்கள், காவல்காரர்கள் என்று நூறு பேர். உதவி நிலைய அதிகாரி ஒருவரும் இருந்தார். இவரது பெயர் சாட்டர்ஜி. என் பாட்டனார் வயது அவருக்கு.

ஆற்றின் மறுகரையில் ஸமாரியா காட் வரை என்னுடைய பணிகள் நீண்டன. ஸமாரியா காட்டில், அலுவலர்களும் சில்லறை வேலையாட்களுமாக நூறு பணியாட்கள் இருந்தனர். இந்த இருவகைப் பணியாளர்களையும் மேற்பார்வையிடுவதும், இடம் மாற்றப்படும் சரக்குகளைக் கவனிப்பதும் உண்மையிலேயே பயங்கரமான வேலைகள்தாம். இவற்றோடு, மொக்கமெ காட் வழியாக ஆண்டுதோறும் கடந்துசெல்லும் ஐந்து லட்சம் டன் சரக்குகளை சரளமாகக் கையாள்வதற்கான தொழிலாளர் பட்டாளத்தை உருவாக்கும் பொறுப்பும் சேர்ந்து கொண்டது.

அந்தப் பெரிய லேபர் கம்பெனியில் பணியாற்றியவர்களுக்கு, வேலையின் அடிப்படையில் கூலி என்று வழங்கப்பட்டுவந்தது. மொக்கமெ காட்டில் பணி கிட்டத்தட்ட நின்றேபோயிருந்தது. நூற்றுக்கணக்கான தொழிலாளர்கள் அதிருப்தியுடன் கிடங்குகளின் அருகில் உட்கார்ந்திருந்தனர். அவர்களில் பலரும், மீட்டர் கேஜ் ரயில்வே இலாகாவுக்காக சரக்குகளைக் கையாளும் ஒப்பந்தத்தை நான் ஏற்றிருக்கிறேன் என்று தெரிந்தவுடன், என்னிடம் பணிபுரிய விருப்பம் தெரிவித்தனர். லேபர் கம்பெனியின் ஊழியர்களைப் பணிக்கு அமர்த்திக்கொள்ளக் கூடாது என்று என்னுடைய ஒப்பந்தத்தில் கட்டுப்பாடு எதுவும் இல்லை. ஆனால், அவ்வாறு செய்வது நேர்மையல்ல என்று எண்ணினேன். என்றாலும், அவர்களின் உறவினர்களை வேலைக்கு எடுத்துக்கொள்வதில் தவறில்லை என்று கருதினேன்.

ஆகவே, முதல் மூன்று நாட்களில், பன்னிரண்டு பேரைத் தேர்வு செய்து தலைமைப் பணியாளர்களாக நியமித்தேன். அவர்களில் பதினோரு பேர், ஆரம்பத்தில், சரக்குகளைக் கையாள்வதற்குத் தலா பத்து ஆட்களைக் கொண்டுவருவதாக ஏற்றுக்கொண்டார்கள். பன்னிரண்டாவது ஆள், நிலக்கரியைக் கையாள்வதற்கு ஆணும் பெண்ணுமாக அறுபதுபேரைக் கொண்டுவருவதாக ஏற்றுக்கொண்டான். சரக்குப் போக்குவரத்து விதவிதமான பொருட்களை உள்ளடக்கியது. அதாவது, வெவ்வேறு விதமான பொருட்களைக் கையாள்வதற்கு வெவ்வேறு ஜாதிக்காரர்களை வேலைக்கு அமர்த்த வேண்டும். பன்னிரண்டு தலைமையாட்களில் எட்டுப்பேர் ஹிந்துக்கள். இரண்டுபேர் முகமதியர். இரண்டுபேர் தாழ்த்தப்பட்ட ஜாதிக்காரர்கள். அவர்களில் கல்வியறிவு உள்ளவர் ஒருவர் மட்டுமே என்பதால், அவர்களின் கணக்குகளைப் பராமரிப்பதற்கு இரண்டு குமாஸ்தாக்களை நியமித்தேன். ஒருவர் ஹிந்து. மற்றவர் முகமதியர்.

இரண்டு ரயில்வேக்களுக்கும் ஒரே நிறுவனம் வேலை பார்த்தபோது, சரக்குகளை ஒரு ரயில் பெட்டியிலிருந்து இன்னொரு பெட்டிக்கு இடம் மாற்றினால் போதுமானதாக இருந்தது. இப்போதோ, ஒவ்வொரு ரயில்வேயும், சரக்குகளை முதலில் கிடங்குகளில் இறக்கிவைத்து, பிறகு மீண்டும் ரயில் பெட்டிகளில் ஏற்ற வேண்டும். கனரக இயந்திரங்கள், நிலக்கரி ஆகியவற்றைத் தவிர மற்ற எல்லாவிதமான சரக்குகளுக்கும் ஆயிரம் மணங்குக்கு ரூ *1–7–0* அணா என்ற வீதத்தில் எனக்கு ஊதியம் கிடைக்கும். ரயில்பெட்டியிலிருந்து கிடங்குக்கு மாற்றுவது அல்லது கிடங்கிலிருந்து ரயில்பெட்டிக்கு மாற்றுவது என இரண்டுவிதமான வேலைகளுக்கும் ஒரே ஊதியம். கனரக இயந்திரங்களும் நிலக்கரியும் ஒரு மார்க்கத்தில் மட்டுமே செல்பவை. இவையிரண்டும் ரயில் பெட்டியிலிருந்து ரயில் பெட்டிக்கு நேரடியாக மாற்றப்படுபவை. ஆகவே, இவற்றை ஒரே ஒப்பந்ததாரர்தான் கையாள முடியும். இந்தப் பணி என்னிடம் ஒப்படைக்கப்பட்டது. ஆயிரம் மணங்கு சரக்குகளை இறக்குவதற்கு ரூ. *1–4–0* அணா ஊதியம். ஏற்றுவதற்கும் அதே ஊதியம்தான். ஒரு மணங்கு என்பது எண்பது பவுண்டு. எனவே, ஆயிரம் மணங்கு என்பது முப்பத்தைந்து டன்களுக்குச் சமம். நம்பமுடியாத ஊதிய விகிதங்களாகத் தோன்றும். இரண்டு ரயில்வேக்களினது ஆவணங்களைக் கொண்டு இவற்றின் துல்லியத்தை யாரும் அறிந்து கொள்ளலாம்.

கடைசிநாள் மாலையில் கணக்குப் பார்த்தபோது, என்னிடம் பதினோரு தலைமைப் பணியாட்கள் இருந்தனர். அவர்கள் ஒவ்வொருவரின் கீழும் பத்து வேலையாட்கள். ஒரு தலைமைப் பணியாளின் கீழ் மட்டும் ஆண்களும் பெண்களுமாக அறுபது வேலையாட்கள். இவர்களோடு, இரண்டு குமாஸ்தாக்கள். இதுவே என்னுடைய மொத்தப் பட்டாளம்.

மறுநாள் அதிகாலையில் கோரக்பூருக்குத் தந்தியடித்தேன்: சரக்குகளைக் கையாள்வதற்கான ஒப்பந்தத்தை நான் ஒப்புக் கொண்டுவிட்டேன். சரக்குப் போக்குவரத்து ஆய்வாளராகப் பொறுப்பேற்று விட்டேன்.

ராம் சரணுக்கு இணையான அந்தஸ்தில் அகல ரயில் பாதைத் துறையில் பணியில் இருந்தவர் ஒரு ஐரிஷ்காரர். டாம் கெல்லி என்று பெயர். பல வருடங்களாக மொக்கமெகாட்டில் இருந்துவருபவர். நான் வெற்றியடைவேன் என்று அவருக்கு நம்பிக்கையில்லை. என்றாலும், தன்னால் இயன்ற

வகையிலெல்லாம் தாராளமாக எனக்கு உதவுவதாகத் தெரி வித்தார்.

கிடங்குகளில் சரக்குகளின் நெரிசல். சரக்கு இறக்குவதற் காக ஒவ்வொரு ரயில்வேயிலும் தலா நானூறு ரயில்பெட்டி கள் காத்து நிற்கின்றன. கிடங்குகளைக் காலிசெய்வதற்கும், சரக்குப் போக்குவரத்து சரளமாக நடப்பதற்கும் தடாலடியாக ஏதாவது செயதாக வேண்டும். கெல்லியுடன் ஒரு ஏற்பாடு செய்துகொண்டேன். ரயில்பெட்டிகளில் இருக்கும் ஆயிரம் டன் கோதுமையைக் கிடங்குகளுக்கு வெளியே திறந்தவெளி யில் இறக்குவது; இதன் மூலம் காலியாகும் ரயில்பெட்டிகளில் கிடங்குகளில் தேங்கிக் கிடக்கும் சாமான்களை ஏற்றுவது. இப்போது கெல்லி உப்பையும் சர்க்கரையையும் இறக்கிவைப் பதற்கு ஏதுவாக கிடங்குகள் காலியாகிவிடும். இந்தத் திட்டம் பிரமாதமாக வேலை செய்தது. என்னுடைய அதிர்ஷடம், ஆயிரம் டன் கோதுமை திறந்தவெளியில் கிடந்த சமயத்தில் மழை பெய்யவில்லை. கிடங்குகளில் தேங்கிக் கிடந்த சரக்கு களைப் பத்தே நாட்களில் காலி செய்துவிட்டோம். ரயில் பெட்டிகளின் தேக்கமும் இப்போது இல்லை.

மொக்கமெ காட்டுக்குச் சரக்குகளை அனுப்புவது கிட்டத்தட்ட இரண்டு வாரங்களாக நிறுத்திவைக்கப்பட் டிருந்தது. கெல்லியும் நானும் அவரவர் தலைமையகங்களுக்குச் செய்தி அனுப்பினோம்: சரக்குகளை மீண்டும் அனுப்பத் தொடங்கலாம்.

நான் ஒப்பந்தத்தை ஏற்றுக்கொண்டது கோடையின் ஆரம்பத்தில். இந்திய ரயில்வேயின் சரக்குப் போக்குவரத்து உச்சகட்டத்தில் இருக்கும் காலம். சரக்கு அனுப்புவதை மீண்டும் தொடங்கியதும், வங்காளம் மற்றும் வடமேற்கு ரயில்வேயிலிருந்தும் அகல ரயில்பாதையிலும் சரக்குகள் தொடர்ச்சியாகவும் அதிகமாகவும் மொக்கமெ காட்டுக்கு வந்து குவிய ஆரம்பித்தன.

இந்தியாவிலேயே மிகக் குறைவான ஊதியம் பெற்ற ஒப்பந்ததாரர் நான்தான். என்னுடைய தொழிலாளர்களைத் தக்கவைத்துக் கொள்வதற்கு ஒரே ஒரு வழிதான் இருந்தது. தொழிலாளர் எண்ணிக்கையைக் குறைப்பது; அவர்களைக் கடினமாக வேலைவாங்குவது. இதன் மூலம், இதே மாதிரி யான வேலை பார்க்கும் மற்றத் தொழிலாளர்களுக்கு நிகராக, அல்லது சற்று அதிகமாகவே கூட அவர்களுக்குக் கூலி கிடைக்கும். மொக்கமெ காட்டில் பணிபுரிந்த தொழிலாளர் கள் அனைவரும் தினக்கூலி அடிப்படையில் வேலை செய்த

னர். முதல் வாரக் கடைசியில் கணக்குப் பார்த்தபோது, லேபர் கம்பெனி ஊழியர்களை விட ஐம்பது சதவீதம் அதிகமாக என்னுடைய தொழிலாளர்கள் சம்பாதித்திருந்தனர். வெறும் கணக்குதான் என்றபோதிலும், நானும் மற்றவர்களும் மிகுந்த மகிழ்ச்சியடைந்தோம்.

ஒப்பந்தத்தில் என்னை ஈடுபடுத்தியபோது, வாராவாரம் ஊதியம் வழங்குவதாக ரயில்வே இலாகா வாக்களித்திருந்தது. மறுபுறம், என்னுடைய ஊழியர்களுக்கு வாரச்சம்பளம் தருவதாக நான் வாக்களித்திருந்தேன். ஆனால், ரயில்வே இலாகா ஒரு விஷயத்தைக் கணக்கிலெடுத்துக் கொள்ள வில்லை. ஒரு ஒப்பந்ததாரரிடமிருந்து மாற்றி மற்றொருவரிடம் பணியை ஒப்படைக்கும்போது தங்களுடைய தணிக்கை இலாகாவுக்கு ஏற்படும் குழப்பங்களையும் அவற்றைச் சரிசெய் வதற்குத் தேவைப்படும் கால அவகாசத்தையும் உணராது வாக்களித்து விட்டது. ரயில்வேயைப் பொறுத்தவரை இது ஒரு சிறிய விஷயம். எனக்கு அப்படி அல்ல.

மொக்கமெ காட் வந்துசேர்ந்தபோது என் கைவசமிருந்த மொத்த முதலீடு நூற்றைம்பது ரூபாய். எனக்குக் கடன் கொடுத்து உதவக்கூடியவர்கள் என்று யாருமே இல்லை. ஆகவே, ரயில்வே எனக்கு ஊதியம் வழங்கும்வரை, என்னு டைய ஆட்களுக்கு நான் கூலி கொடுக்க முடியாது. இந்தக் கதைக்கு விசுவாசம் என்று தலைப்புக் கொடுத்திருக்கிறேன். என்னளவு விசுவாசத்தைச் சம்பாதித்தவர்கள் வேறு யாரும் இருக்க முடியாது. மொக்கமெ காட்டில் நான் இருந்த முதல் மூன்று மாதங்களில், எனது தொழிலாளிகள் மாத்திரமல்ல, ரயில்வே ஊழியர்களும் கூட என்னிடம் மிகுந்த விசுவாசத் துடன் இருந்தனர். அந்த அளவு கடின உழைப்பையும் வேறு யாரும் நல்கிவிட முடியாது என்றே நினைக்கிறேன்.

வார நாட்களிலும், ஞாயிற்றுக் கிழமைகளிலும் கூட, அதிகாலை நான்கு மணிக்கு வேலை தொடங்கும். இடை விடாது இரவு எட்டு மணிவரை தொடரும். வேலை நின்று விடக் கூடாது என்பதற்காக, குமாஸ்தாக்கள் வெவ்வேறு வேளைகளில் சாப்பிடப் போனார்கள். சரக்குகளைப் பரிசோ திப்பதும் கணக்கைச் சரிபார்ப்பதும் அவர்களுடைய பணி. தொழிலாளர்கள் தங்கள் மனைவியர், தாய்மார் அல்லது மகள்கள் கொண்டுவரும் சாப்பாட்டைக் கிடங்குகளிலேயே சாப்பிட்டுக்கொள்வார்கள். அந்த நாட்களில் தொழிற்சங்கங் கள் கிடையாது. அடிமைகளும் கங்காணிகளும் கிடையாது. ஒவ்வொரு தனிநபரும் அதிகமாகவோ குறைவாகவோ, தனக்கு விருப்பமான கால அளவுவரை வேலை பார்க்கலாம்.

அனைவருமே உற்சாகமாகவும் மகிழ்ச்சியுடனும் பணிபுரிந் தனர். அதிகபட்ச உழைப்பை வழங்கினர். அதற்கான தூண்டு தலாக நல்ல வருமானம் கிடைத்தது. அதை வைத்து நல்ல, தாராளமான உணவையும் உடைகளையும் சம்பாதித்தனர்; கிழடாகிவிட்ட காளையை விற்றுப் புதியதை வாங்கினர்; கடன் அடைத்தனர்.

தொழிலாளர்கள் பணி முடித்துப் போன மாத்திரத்தில் எனக்கும் ராம் சரணுக்கும் வேலை முடிந்து விடாது. பதில ளிக்க வேண்டிய தபால்களைப் பார்க்க வேண்டும். அடுத்த நாள் வேலையைத் திட்டமிட வேண்டும். அதற்கான ஏற்பாடு களைச் செய்ய வேண்டும். முதல் மூன்று மாதங்களில் நாங்கள் ஒவ்வொரு இரவிலும் நான்கு மணிநேரம் மட்டுமே தூங்கினோம். எனக்கு வயது இருபத்தொன்று கூட ஆகியிருக்க வில்லை. திடகாத்திரமாக இருந்தேன். ராம் சரண் என்னை விட இருபது வயது மூத்தவர். சாந்தமானவர். மூன்றாம் மாத முடிவில் பதினான்கு பவுண்டு எடை குறைந்திருந்தார். ஆனால், உற்சாகம் குறையவில்லை.

பணத்தட்டுப்பாடு இப்போது என்னுடைய நிரந்தரப் பிரச்சினையாகிவிட்டது. வாரங்கள் ஒவ்வொன்றாகக் கழிந்த போது, கொடூரமான துர்க்கனவொன்றில் மீளாது சிக்கினவன் போல ஆகிவிட்டேன். முதலில் தலைமைப் பணியாட்களும், பின்னர் தொழிலாளர்களும் தங்கள் நகைகளை அடமானம் வைத்தனர் – விலை மலிவான, பரிதாபகரமான துண்டு துணுக்கு நகைகளை. இப்போது கடன் கிடைப்பதற்கான வழிகளும் அடைபட்டுவிட்டன. நிலைமையை இன்னும் மோசமாக்குகிற விதமாக, லேபர் கம்பெனி ஆட்கள் என்னு டைய ஊழியர்களைப் பழித்துப் பேச ஆரம்பித்தார்கள் – தங்களைவிட அதிகக் கூலி பெறுகிறார்கள் என்று ஏற்கனவே அவர்களுக்குப் பொறாமை உண்டு. ஆபாசமான சம்பவங்கள் பல, மயிரிழையில் தவிர்க்கப்பட்டன. அரைப்பட்டினியாய்க் கிடந்தாலும் என்னுடைய தொழிலாளர்களின் விசுவாசம் கொஞ்சமும் குறையவில்லை. நான் அவர்களைத் தந்திரமாக வேலை வாங்குகிறேன், கடைசிவரை ஒரு தம்பிடிகூட அவர் கள் கைக்குக் கிடைக்கப் போவதில்லை என்கிற மாதிரி யாரா வது ஜாடையாகப் பேசினாலும் போதும், உடனே அவர்க ளுடன் சண்டைக்குப் போய்விடுவார்கள்.

அந்த வருடம் பருவமழை பிந்திவிட்டது. ஆகாயத்தில் இருந்த உஷ்ணப் பந்தை, கண்காணா உலைக் களத்திலிருந்து வீசும் காற்று விசிறியது. வாழ்க்கை நரகமாக ஆனது. ஒரு நாள் கடுமையான உழைப்பின் முடிவில் ஸமாரியா காட்டி

லிருந்து எனக்கு ஒரு தந்தி வந்தது. மொக்கமெ காட்டுக்கு அனுப்பப்படும் ரயில் பெட்டிகள் விசைப்படகுக்கு ஏற்றப் படும் சாய்தளத்தில் ரயில் என்ஜின் ஒன்று தடம் புரண்டு விட்டதாம். படகில் ஏறி நதியைக் கடந்து சென்றேன். கையால் இயக்கப்படும் ஜாக்கிகள் உதவியுடன், அடுத்த மூன்று மணி நேரத்திற்குள் இரண்டுமுறை என்ஜினைத் தடத்தில் ஏற்றினோம். அது மீண்டும் மீண்டும் தடம் புரண்டது.

காற்று ஓய்ந்து, தண்டவாளத்தின் தாங்குகட்டைகளுக்கு அடியில் பொடிமணலை நிரப்பிய பின்பு மூன்றாவது முறை யாக என்ஜின் தூக்கி நிறுத்தப்பட்டது; சாய்தளத்தை மறுபடி பயன்படுத்த முடிந்தது. அலுத்துச் சலித்துப் போய்விட்டேன். காற்றினாலும், மணலாலும் வீங்கிய கண்கள் எரிந்தன. அன்றைய தினத்தின் முதல் உணவுக்கு அப்போதுதான் உட்கார்ந்தேன், எனது தலைமைப் பணியாட்கள் பனிரண்டு பேரும் வரிசையாக அறைக்குள் வந்தார்கள். என்னுடைய வேலையாள் சாப்பாட்டுத் தட்டைக் கொண்டுவந்து வைப் பதைப் பார்த்தவுடன் உடனடியாக வெளியேறிவிட்டார்கள். இந்தியர்களின் உள்ளார்ந்த நாகரிகம் அது.

நான் சாப்பிடும்போது, வெளியே நிகழ்ந்த உரையாடல் என் காதில் விழுந்தது.

தலைமைப் பணியாட்களில் ஒருவன்: ஸாஹேப் முன் னாடி ஒரு தட்டு வச்சியே, அதுலே என்ன இருந்துச்சு?

எனது வேலையாள்: ஒரு சப்பாத்தி. கொஞ்சம் பருப்பு.

த. ப. ஒ : ஏன் ஒரே ஒரு சப்பாத்தி? கொஞ்சமாய்ப் பருப்பு?

எ. வே : அதுக்கு மேல வாங்கக் காசில்லே.

த. ப. ஒ : ஸாஹேப் வேற என்ன சாப்பிடுவாரு.

எ. வே : அத மட்டும்தான் சாப்பிடுவாரு.

ஒரு சிறு மௌனத்துக்குப் பிறகு, தலைமைப் பணியாட் களில் மூத்தவரின் குரல் கேட்டது. அவர் முகமதியர். அடர்ந்த தாடியில் மருதாணிச் சாயம் பூசியிருப்பார். தம்முடைய சகாக்களிடம் அவர் சொன்னார்: ‘வீட்டுக்குப் போங்கப்பா. நான் இருந்து ஸாஹேபோட பேசிட்டு வர்றேன்.’

காலித் தட்டை எனது வேலையாள் எடுத்துக்கொண்டு போனபிறகு, அந்த வயோதிகர் அறைக்குள் வரலாமா

என்று கேட்டுவிட்டு உள்ளே நுழைந்தார். என் முன்னால் நின்று, பின்வருமாறு சொன்னார்:

'ரொம்ப நாளா வயிறு காஞ்சு கிடக்கோம், நாளையிலேர்ந்து வேலைக்கு வரச் சவுகரியப்படாதுன்னு சொல்லிட்டுப் போகத்தான் வந்தோம். ஆனா, உங்க கதியும் எங்களை மாதிரியே மோசமாத்தான் இருக்குன்னு இப்போப் பாத்துட்டோம். நான போறேன ஸாஹேப். தெம்பு இருக்கிற வரைக்கும் நாங்க ஒழைக்கிறோம். அல்லாவின் பேராலே, நான் கெஞ்சிக் கேட்டுக்கிறேன், எங்களுக்காக ஏதாவது செய்யுங்க.'

பல வாரங்களாக, கோரக்பூரிலிருந்த தலைமையகத்திடம் ஒவ்வொரு நாளும் நான் நிதி கேட்டு முறையிட்டுக் கொண்டிருந்தேன். எனக்கு ஒரே பதில்தான் கிடைத்துவந்தது: சீக்கிரமே பணம் பட்டுவாடா செய்வதற்கு ஆவன செய்யப்படும்.

அன்றிரவு தாடிக்காரத் தலைமைப் பணியாளர் புறப்பட்டுச் சென்ற பிறகு, தந்தி அலுவலகத்துக்குப் போனேன். அன்றன்று நடந்த பணிகள் பற்றி அன்றாடம் நான் சமர்ப்பிக்கும் அறிக்கையை அனுப்பிக் கொண்டிருந்தார் தந்தி அலுவலர். அவருடைய மேஜையிலிருந்து ஒரு படிவத்தை எடுத்தேன். கோரக்பூருக்கு அவசரச் செய்தி ஒன்று அனுப்பவேண்டும் என்று சொன்னேன். நள்ளிரவு கடந்து ஒரு சில நிமிடங்கள் ஆகியிருந்தது. நான் அனுப்பிய செய்தி இதுதான்: 'காலை ரயிலில் பன்னிரண்டாயிரம் ரூபாய் வந்து சேரும் என்று உறுதி கிடைக்காத பட்சத்தில், மொக்கமே காட் வேலைகள் இன்று நண்பகலுடன் நிறுத்தப்படும்.'

தந்தி அலுவலர் செய்தியைப் படித்துப் பார்த்துவிட்டு, என்னை நிமிர்ந்து நோக்கினார். 'இந்த நேரத்தில் என்னுடைய சகோதரன்தான் அங்கே பணியில் இருப்பான். உங்களுக்கு ஆட்சேபணை இல்லையென்றால், அவனை உடனடியாக இந்தச் செய்தியைக் கொண்டு சேர்க்கச் சொல்கிறேன். காலையில் அலுவலகம் திறக்கும் வரை காத்திருக்கவேண்டாம்.' என்று சொன்னார்.

பத்துமணி நேரம் கழித்து, என்னுடைய கெடு முடிவதற்கு இரண்டு மணிநேரம் முன்னதாகவே, தந்திச் சேவகன் என்னை நோக்கி விரைந்து வருவதைக் கண்டேன். அவன் கையில் சாணித்தாள் உறை ஒன்று இருந்தது. வேலை பார்க்கும் குழுக்களை ஒவ்வொன்றாக அவன் தாண்டி வரும்போது, அவர்கள் வேலையை நிறுத்திவிட்டு அவனை வெறித்துப் பார்த்தனர். காரணம், நள்ளிரவில் நான் அனுப்பிய தந்தியின்

சாராம்சம் அனைவருக்கும் தெரியும். தந்திச் சேவகன் எனது அலுவலகக் கடைநிலை ஊழியரின் மகன்தான். தந்தியை நான் வாசித்து முடித்ததும், நல்ல செய்திதானே என்று கேட்டான். ஆம் என்று பதிலளித்தேன். அவன் உடனடியாக வெளியில் பாய்ந்தான். அவன் செல்லும் பாதை நெடுக ஆனந்தக் கூச்சல்கள் கேட்டன. பணம் மறுநாள் காலையில் தான் வந்துசேரும். ஆனால், மாதக்கணக்காகக் காத்திருந்தவர்களுக்கு, சில மணிநேரங்கள் எம்மாத்திரம்?

சம்பளக் குமாஸ்தா மறுநாள் என் அலுவலகத்துக்கு வந்தான். உயரமான, பருமனான ஆள். சரளமான இயல்புடைய ஹிந்து. அவனிடமிருந்து நகைச்சுவையும் வியர்வையும் சமமான விகிதத்தில் கசிந்தன. சிவப்புப் பட்டியால் நெற்றியில் கட்டிய மூக்குக் கண்ணாடி இல்லாமல் இருக்கவே மாட்டான். பணப்பெட்டகத்தை ஒரு மூங்கில் கழியில் காவடிபோலச் சுமந்துகொண்டு என்னுடைய ஆட்கள் சிலரும் அவனுடன் வந்தார்கள். எனது அலுவலகத்தின் தரையில் உட்கார்ந்து, தன் கழுத்தில் கட்டியிருந்த கயிற்றை உருவி, அவனது உடம்புக்குள் எங்கோ செருகிக் கிடந்த சாவியை எடுத்தான். பணப்பெட்டியைத் திறந்து, பன்னிரண்டு நூல் பைகளை எடுத்தான். பைகள் ஒவ்வொன்றிலும் புத்தம்புதிய நாணயங்கள் ஆயிரம் வீதம் இருந்தன. தபால்தலையை நக்கி ஒட்டி அவன் கொடுத்த ரசீதில் கையொப்பம் இட்டேன். பிறகு, இரண்டு முயல்கள் சௌகரியமாகத் தங்க இடவசதி கொண்ட தனது பாக்கெட்டினுள் கைவிட்டு, ஒரு காகித உறையை எடுத்தான். அதில் ரூபாய் நோட்டுகளாக நானூற்றைம்பது ரூபாய் இருந்தது. என்னுடைய மூன்றுமாத ஊதிய நிலுவைத் தொகை.

பன்னிரண்டு தலைமைப் பணியாட்களிடமும், ஆயிரம் ரூபாய் கொண்ட பைகளைக் கொடுத்தபோது நான் அடைந்த இன்பத்தை வேறு யாரேனும் அடைந்திருக்க முடியும் என்று நான் நினைக்கவில்லை. அவர்களை விட அதிக ஆனந்தத்துடன் வேறு யாரேனும் பணத்தை வாங்கிக்கொண்டிருப்பார்களா என்பதும் சந்தேகம்தான். தாள முடியாத அளவுக்குப் பெருகி வந்திருந்த பதற்றத்தை, குண்டுக் குமாஸ்தாவின் வருகை வெகுவாகத் தணித்துவிட்டது. கொண்டாட்டத்துக் குரிய சந்தர்ப்பம் அது. ஆகவே, அன்றைய தினத்தின் எஞ்சிய பொழுது விடுமுறையாக அறிவிக்கப்பட்டது – கடந்த தொண்ணூற்றைந்து நாட்களில் எனக்கும் என்னுடைய ஆட்களுக்கும் கிடைத்த முதல் விடுமுறை நாள். தங்களுடைய ஓய்வு நேரத்தை அவர்கள் எப்படிச் செலவிட்டார்கள் என்று தெரியவில்லை.

என் மட்டில், ஆழ்ந்து நிச்சிந்தையாகத் தூங்கிக் கழித்தேன் என்று சொல்வதில் எனக்கு வெட்கமொன்றும் இல்லை.

மொக்கமெ காட்டில் சரக்குகளைக் கையாளும் ஒப்பந் தத்தில் நானும் எனது ஆட்களும் இருபத்தோரு நெடிய வருடங்கள் பணியாற்றினோம். அந்தக் காலம் முழுவதிலும், 1914 – 18 யுத்தத்தின்போது நான் ஃபிரான்ஸிலும் வாஜிரிஸ் தானிலும் இருந்த நாட்களிலும், வங்காளம் மற்றும் வடமேற்கு ரயில்வேயின் பிரதான மார்க்கத்தின் வழி சரக்குப் போக்கு வரத்து இடையூறு எதுவுமின்றி சரளமாக நடந்து வந்தது. ஒப்பந்தத்தை நாங்கள் ஏற்றுக்கொண்ட சமயத்தில், மொக்கமெ காட் வழியாக சுமார் நாலைந்து லட்சம் டன் சரக்குகள் கடந்து சென்றன. சரக்குப் போக்குவரத்தை ராம் சரணிடம் நான் ஒப்படைத்தபோது அது பத்து லட்சம் டன்னாக அதிகரித்திருந்தது.

இன்பச் சுற்றுலாவாகவோ, லாபம் ஈட்டுவதற்காகவோ இந்தியாவுக்கு விஜயம் செய்கிறவர்கள் நிஜமான இந்தியர் களைச் சந்திக்க வாய்ப்பே கிடையாது; எண்ணற்ற மில்லியன் ஜனங்களை கிட்டத்தட்ட இருநூறு வருடங்களுக்கு மிகச் சில நபர்கள் ஆட்சி புரிவதற்குக் காரணமாய் இருந்த அர்ப் பண உணர்வையும் விசுவாசத்தையும் கொண்டிருந்த இந்தியர் களை. நான் உங்களுக்கு அறிமுகம் செய்துவைத்த இந்த மனிதர்களுக்கு, இந்தியாவின் வறியவர்களுக்கு, அந்த ஆட்சி யால் நற்பலன் எதுவும் விளைந்ததா இல்லையா என்பதைப் பதிவு செய்யும் பணியை, பாரபட்சமற்ற நோக்குள்ள வரலாற் றாசிரியர்களிடம் விட்டுவிடுகிறேன்.

■

புத்து

புத்து தாழ்த்தப்பட்ட இனத்தைச் சேர்ந்தவன். அவனை நான் அறிந்த நாள்முதலாக, அவன் சிரித்து நான் பார்த்ததேயில்லை. அவனுடைய வாழ்க்கை மிகவும் கடினமானதாக இருந்தது. அவன் ஆன்மா மரத்துப் போயிருந்தது. அவனுக்கு சுமார் முப்பத்தைந்து வயது இருக்கும். உயரமான, ஒற்றை நாடி உடம்பு. என்னிடம் வேலை கேட்டு வந்த சமயத்தில் அவனுக்கு மனைவியும், இரண்டு இளம் குழந்தைகளும் இருந்தனர். அவன் வேண்டிக்கொண் டபடி, மொக்கமெ காட்டில் அகல ரயில் பெட்டி களிலிருந்து மீட்டர் கேஜ் சரக்குப் பெட்டிகளுக்கு நிலக்கரியை எடுத்துச் செல்லும் வேலையில் அவனை அமர்த்தினேன். இந்த வேலையில் ஆண் களும் பெண்களும் சேர்ந்து வேலைசெய்ய முடியும். புத்து தன் மனைவியும் தன்னுடன் வேலை செய்ய வேண்டுமென்று விரும்பினான்.

அகல ரயில் பெட்டிகளும், மீட்டர் கேஜ் சரக்குப் பெட்டிகளும் ஒன்றுக்கொன்று எதிராக

நிற்கும். அவற்றுக்கு இடையில் நான்கு அடி அகலமுள்ள, சாய்வான நடைமேடை இருக்கும். நிலக்கரியை மண்வெட்டியால் தள்ளிச் சரிக்க வேண்டும். பிறகு கூடைகளில் அள்ளிச் செல்ல வேண்டும். கடினத்திலும் கடினமான பணி இது. காரணம், நடைமேடைக்குக் கூரை கிடையாது. குளிர்காலங்களில் ஆண்களும் பெண்களும் கடுமையான குளிரில் வேலைசெய்தனர், நாட்கணக்காக மழையில் நனைந்தபடி. கோடையில், செங்கல் நடைமேடையும், ரயில் பெட்டிகள் மற்றும் சரக்குப் பெட்டிகளின் இரும்புத் தரையும் அவர்களுடைய வெற்றுப் பாதங்களில் கொப்புளங்கள் வர வைத்தன.

தன்னுடைய மற்றும் தன் குழந்தைகளுடைய சாப்பாட்டுக்காக இந்தத் தொழிலுக்கு வந்துசேரும் புதியவனின் கையில் உள்ள மண்வெட்டி, கொடூரமானதொரு உபகரணம். முதல் நாள் வேலையில் கைகள் கன்றிச் சிவந்து புண்ணாகிவிடும். முதுகில் கடும் வலி உண்டாகும். சித்திரவதை அது. இரண்டாவது நாளில், கைகளில் கொப்புளங்கள் தோன்றும். முதுகு வலி இன்னும் கூடுதலான சித்திரவதையாக ஆகும். மூன்றாவது நாளில் கொப்புளங்கள் உடையும். சீழ் கோக்கும். முதுகை நிமிர்த்தப் பெரிதும் சிரமப்பட நேரும். அதன்பிறகு, ஒரு வாரம் அல்லது பத்து நாட்களுக்கு, அபரிமிதமான மனத் திண்மை இருந்தால் மட்டுமே அவனால் தொடர்ந்து வேலை செய்யமுடியும். என் அனுபவத்தில் நான் கண்டது இது.

இந்த நியமங்கள் அனைத்துக்கும் புத்துவும் அவன் மனைவியும் ஆட்பட்டார்கள். பதினாறு மணிநேரம் கடுமையாக உழைத்துவிட்டு, அவர்களுக்கு நான் வழங்கியிருந்த குடியிருப்புக்கு இழுத்து இழுத்து நடந்து செல்வார்கள். அப்போதெல்லாம் எனக்கு அவர்களிடம் சொல்லத் தோன்றும் - பட்டதெல்லாம் போதும், பேசாமல் இதைவிடச் சிரமம் குறைவான ஒரு வேலையைத் தேடிக்கொண்டு போய்விடுங்கள் என்று. ஆனால், அவர்களுக்கு நல்ல சம்பளம் கிடைத்தது. அவர்கள் முன்னெப்போதும் சம்பாதித்ததை விட அதிகமாகக் கிடைத்தது (என்றான் புத்து). எனவே, அவர்களை வேலையைத் தொடரும்படி விட்டுவிட்டேன். மரத்துவிட்ட கைகளோடும், உறுதிப்பட்டுவிட்ட முதுகோடும், வேலைக்கு வந்தபோது இருந்த அதே சுறுசுறுப்போடு வேலை முடித்து, அவர்கள் சரளமாக நடந்து சென்ற நாளும் வந்தது.

நிலக்கரியை இடம் மாற்றும் பணியில் என்னிடம் அப்போது சுமார் இருநூறு ஆண்களும் பெண்களும் வேலை பார்த்தனர். வழக்கம்போலவே, கோடையில் நிலக்கரிப்

போக்குவரத்து அதிகமாய் இருந்தது. அந்த நாட்களில், ஏற்றுமதி செய்யும் தேசமாய் இருந்தது இந்தியா. தானியங்கள், கஞ்சா, அவுரி, விலங்குத் தோல்கள், எலும்புகள் ஆகியவற்றைக் கல்கத்தாவுக்கு ஏற்றிச் செல்லும் சரக்குப் பெட்டிகள், வங்காளத்தின் நிலக்கரிச் சுரங்கங்களிலிருந்து நிலக்கரியைச் சுமந்து திரும்பி வந்தன. அவற்றில் ஐந்து லட்சம் டன் நிலக்கரி மொக்கமெ காட் வழியாகக் கடந்து சென்றது.

ஒருநாள் புத்துவும் அவன் மனைவியும் வேலைக்கு வரவில்லை. நிலக்கரிப் பணியாளர்களின் தலைவனான சமாரி, முந்தின நாள் புத்துவுக்கு ஒரு தபால் கார்டு வந்ததாகவும், அன்று காலை தன் குடும்பத்துடன் அவன் கிளம்பிச் சென்றுவிட்டதாகவும் தெரிவித்தான். முடிந்த அளவு சீக்கிரமாக வேலைக்குத் திரும்பி விடுவான் என்றும் கூறினான். இரண்டு மாதங்கள் கழித்து அந்தக் குடும்பம் திரும்பி வந்தது. தங்களுடைய குடியிருப்பில் குடியமர்ந்தது. புத்துவும் அவன் மனைவியும் எப்போதும்போலவே கடுமையாக உழைத்தனர். புத்து நன்கு உடல் தேறியிருந்தான். அவன் மனைவியின் அருவருப்பான தோற்றம் மாறிவிட்டது. மறு வருடமும் கிட்டத்தட்ட அதே சமயத்தில் அவர்கள் வேலைக்கு வராது காணாமல் போனார்கள். இந்த முறை அவர்கள் மூன்று மாதங்கள் கழித்துத் திரும்பி வந்தார்கள். மிகவும் சோர்ந்தும், கசங்கியும் காட்சியளித்தார்கள்.

ஆலோசனை கேட்டு வந்தாலோ அல்லது தாமாகவே தெரிவித்தாலோ அன்றி, என்னுடைய வேலையாட்களின் அந்தரங்க விஷயங்களை நான் விசாரிப்பது கிடையாது; ஏனெனில், இந்த விஷயத்தில் இந்தியர்கள் உணர்ச்சி மிகுந்தவர்கள். ஆகவே, ஒரு தபால் கார்டு கைக்குக் கிடைத்தவுடன், கிரமம் தவறாமல் புத்து வேலையை விட்டுச் சென்றுவிடுவது ஏன் என்பது எனக்குத் தெரியாமலே இருந்துவந்தது. வேலையாட்களுக்கான தபால்கள் தலைமை வேலையாட்களிடம் கொடுக்கப்படும். அவர்கள் தமக்குக் கீழே பணிபுரியும் ஆண்கள் பெண்களிடம் அவற்றைச் சேர்ப்பிப்பார்கள். எனவே, புத்துவுக்கு அடுத்தமுறை தபால்கார்டு வரும் போது, அவனை என்னை வந்து சந்திக்கச் சொல்லும்படி சமாரியிடம் கட்டளையிட்டேன்.

ஒன்பது மாதங்கள் கழிந்தன. நிலக்கரிப் போக்குவரத்து வழக்கத்தைவிடவும் அதிகமாய் இருந்தது. என்னிடம் வேலைக்கு இருந்த ஆண்களும் பெண்களும் கடுமையாய் உழைத்துக் கொண்டிருந்தார்கள். அந்தச் சமயத்தில், புத்து என் அலுவலக வாசலில் வந்து நின்றான். கையில் ஒரு தபால் கார்டு இருந்

தது. என்னால் வாசிக்க முடியாத லிபியில் எழுதப்பட்டிருந்தது அது. ஆகவே, புத்துவையே எனக்கு வாசித்துக் காட்டச் சொன் னேன். அவனாலும் வாசிக்க முடியவில்லை. காரணம், அவன் கல்வியறிவு இல்லாதவன். ஆனால், சமாரி தனக்கு வாசித்துச் சொன்னான் என்று அவன் தெரிவித்தான். புத்துவின் எஜமா னிடமிருந்து வந்திருக்கும் ஆணை அது. அறுவடைக்குப் பயிர் கள் தயாராய் இருக்கின்றன என்றும், உடனடியாக வந்து சேரும்படியும் கட்டளையிட்டது. அன்று என் அலுவலகத்தில் வைத்து, தன்னுடைய கதையை என்னிடம் சொன்னான் புத்து. இந்தியாவிலிருக்கும் லட்சக்கணக்கான ஏழைகளின் கதையும் தான் அது. புத்து சொன்ன கதை பின்வருமாறு:

'குடியானவரான என்னுடைய தாத்தா, அவர் வசித்த கிராமத்தின் பனியாவிடம் இரண்டு ரூபாய் கடன் வாங்கி னார். ஒரு வருஷத்துக்கான முன்வட்டியாக அதில் ஒரு ரூபாயை அந்த பனியா பிடித்துக் கொண்டார். தன்னுடைய பாய் கட்டா*வில் என் தாத்தாவின் பெருவிரல் ரேகையை வாங்கிக்கொண்டார். தன்னால் முடிந்தபோதெல்லாம் என் தாத்தா வட்டியாகச் சில அணாக்களைச் செலுத்திவந்தார். தாத்தா இறந்த பிறகு, அந்தக் கடனுக்கு என் அப்பா பொறுப் பேற்றுக் கொண்டார். அந்தச் சமயத்தில் கடன் ஐம்பது ரூபா யாக ஆகியிருந்தது. அப்பாவின் ஆயுள்காலத்தில் அது நூற்றிப் பதினைந்து ரூபாயாக உயர்ந்தது. இதற்கிடையில் மூத்த பனியா இறந்துபோனார். அவருடைய இடத்திற்கு வந்துசேர்ந்த அவரது மகன், என்னுடைய அப்பா இறந்த சமயத்தில், என்னைக் கூப்பிட்டு அனுப்பினார். இப்போது எங்கள் குடும்பக் கடன் கணிசமான தொகையாக வளர்ந்துவிட்டதென்றும், முறையாக முத்திரையிட்ட கடன்பத்திரம் ஒன்றை நான் எழுதிக்கொடுப்பது அவசியம் என்றும் தெரிவித்தார். நானும் எழுதிக்கொடுத்தேன். பத்திரத்தாள் வாங்கவும், பதிவு செய்ய வும் என்னிடம் பணம் இல்லை. அந்தத் தொகையை பனியாவே முன்பணமாகக் கொடுத்தார். அதையும் கடன்தொகையில் சேர்த்துக்கொண்டார். இப்போது, வட்டியுடன் சேர்ந்து நூற்றி முப்பது ரூபாயாக ஆகிவிட்டது.

ஒரு விசேஷச் சலுகையாக, வட்டியை இருபத்தைந்து சதவீதமாகக் குறைக்கச் சம்மதித்தார் பனியா. ஆனால், இந்த உபகாரத்தைச் செய்வதற்கு ஒரு நிபந்தனையும் விதித்தார். கடன்தொகையை முழுக்கச் செலுத்தி முடிக்கும்வரை, அறு வடைக்காலத்தில் நானும் என் மனைவியும் பனியாவுக்கு

---

* கணக்குப் புத்தகம்.

எனது இந்தியா 186

உதவவேண்டும். கூலியில்லாமல் அந்த பனியாவுக்கு நாங்கள் உழைத்துத் தருவோம் என்ற ஒப்பந்தம் தனியாக எழுதப்பட்டது. அதில், நான் என் பெருவிரல் ரேகையைப் பதித்தேன். பனியாவின் நிலத்தில் பத்து வருடங்கள் அறுவடை செய்து உதவியிருக்கிறோம். ஒவ்வொரு வருடமும், கணக்கை நேர் செய்தபிறகு கடன் பத்திரத்தின் பின்புறம் அதைப் பதிவு செய்வார் பனியா. அந்தப் பத்திரத்தில் என் பெருவிரல் ரேகையையும் வாங்கிக்கொள்வார். நான் ஏற்றுக் கொண்டதற்கு அப்புறம், அந்தக் கடன்தொகை எவ்வளவு உயர்ந்திருக்கிறது என்று எனக்குத் தெரியாது. பல வருடங்கள் அந்தக் கடனுக்காக என்னால் பணம் எதுவும் செலுத்த முடியாமலிருந்தது. இப்போது உங்களிடம் வேலை பார்க்கிறபடியால், ஐந்து ரூபாய், ஏழு ரூபாய், பதிமூன்று ரூபாய் என்று மொத்தம் இருபத்தைந்து ரூபாய் செலுத்திவிட்டேன்.'

அந்தக் கடன் பொறுப்பைத் தட்டிக் கழித்துவிடலாம் என்று புத்து கனவுகூடக் கண்டதில்லை. கடனைச் செலுத்த மறுப்பது என்பது நினைத்தும் பார்க்க முடியாத விஷயம். அது புத்துவின் முகத்தில் கரியைப் பூசுவது போலாகும் என்பது மாத்திரமல்ல, அவனுடைய தகப்பன் மற்றும் பாட்டனின் கௌரவத்தையும் குலைக்கக் கூடியது. எனவே, தன்னால் முடிந்த அளவுக்கு பணமாகவும் உழைப்பாகவும் தொடர்ந்து திருப்பிச் செலுத்தி வந்திருக்கிறான். எப்போதாவது அந்தக் கடன் முழுக்கத் தீரும் என்ற நம்பிக்கையே இல்லாமல் வாழ்ந்து வருகிறான். புத்துவின் மரணத்துக்குப் பிறகு, அந்தக் கடனை அடைக்கும் பொறுப்பு அவனுடைய மூத்த மகனைச் சென்று சேரும்.

பனியா வசிக்கும் கிராமத்தில் ஒரு வக்கீல் இருக்கிறார் என்ற தகவலை புத்துவிடமிருந்து தெரிந்து கொண்டேன். அவருடைய பெயரையும் முகவரியையும் கேட்டுக்கொண்ட பிறகு, அந்த பனியா விவகாரத்தில் செய்யவேண்டியதை நான் பார்த்துக்கொள்கிறேன் என்று கூறி, புத்துவை வேலைக்குத் திரும்பிப் போகச் சொன்னேன். தொடர்ந்து, அந்த வக்கீலுடன் நீண்ட கடிதப்போக்குவரத்து ஆரம்பித்தது. திட சித்தம் உடைய பிராமணர் அவர். வீட்டைவிட்டு வெளியேறுமாறும், அவருடைய வேலையைப் பார்த்துக்கொண்டு போகுமாறும் பனியா அவரை அவமானப்படுத்தினான். அதற்குப் பிறகு, எங்களுடைய உற்ற துணைவராக ஆகிவிட்டார் அந்த வக்கீல். பனியா தன் தகப்பனிடமிருந்து சுவீகரித்த பாய் கட்டாவை நீதிமன்றத்தில் ஒரு சான்றாக முன்வைக்க முடியாது என்று வக்கீலிடமிருந்து அறிந்துகொண்டேன். ஏனெனில், வெகு

காலத்துக்கு முன்னரே இறந்துவிட்ட நபர்களின் கைரே கையைக் கொண்ட குறிப்பேடு அது. புத்துவைத் தந்திரமாக ஏமாற்றி, கடன் பத்திரத்தை எழுதி வாங்கியிருந்தான் பனியா. அவனிடமிருந்து நூற்றைம்பது ரூபாயை இருபத்தைந்து சதவீத வட்டிக்கு புத்து **கடன் வாங்கியதாக** அதில் தெளிவாக எழுதப்பட்டிருந்தது. புத்து எழுதிக்கொடுத்த பத்திரம் செல்லும் என்பதால், வழக்காடுவதற்கு இடமில்லை என்று வக்கீல் எனக்கு அறிவுரை சொன்னார். வட்டியின் ஒரு பகுதியாக மூன்று தவணைகள் பணம் செலுத்தியிருக்கிறான்; ஆகவே, அந்தக் கடன்பத்திரம் செல்லும் என்று புத்து ஒப்புக்கொண்டதாகத்தான் அர்த்தம். பணம் செலுத்தியபோதெல்லாம், பத்திரத்தில் அவன் கைநாட்டும் வைத்திருக்கிறான்.

இருபத்தைந்து சதவீதம் வட்டியுடன் கடன்தொகை முழுவதையும் வக்கீலுக்கு மணியார்டரில் அனுப்பினேன். பனியா கடன் பத்திரத்தைத் திருப்பித் தந்துவிட்டான். ஆனால், அறுவடைக்காலத்தில் புத்துவும் அவன் மனைவியும் கூலியில்லாமல் வேலை செய்வதற்கான ஒப்பந்தத்தைத் தர மறுத்துவிட்டான். வக்கீலின் ஆலோசனைப்படி, மிரட்டிப் பணம் பறித்ததாக வழக்குப் போடுவேன் என்று நான் அச்சுறுத்தியதற்குப் பிறகுதான் அந்த ஒப்பந்தத்தை வக்கீலிடம் ஒப்படைத்தான்.

இந்த நடவடிக்கைகள் இழுத்துக்கொண்டு சென்றபோது, புத்து நிம்மதியற்றவனாக இருந்தான். இந்த விவகாரம் பற்றி அவன் என்னிடம் ஒருபோதும் பேசவில்லை. ஆனால், அவன் வேலைசெய்து கொண்டிருக்கும்போது நான் கடந்துசென்ற சமயங்களில் என்னைப் பார்த்த விதத்தை வைத்து என்னால் புரிந்து கொள்ள முடிந்தது; சகல அதிகாரமும் படைத்த பனியாவுடன் என்னை மோதவிட்டது புத்திசாலித்தனமான விஷயம்தானா என்றும், திடீரென்று அந்த பனியா பிரசன்னமாகி, தன்னுடைய இந்த நடத்தைக்கு விளக்கம் கேட்டால், தன்னுடைய நிலை என்ன என்றும் புத்து யோசித்துக்கொண்டிருந்தான்.

ஒரு நாள், எனக்கு ஒரு பதிவுத் தபால் வந்தது. கனத்த முத்திரையிட்ட உறை. ஏகப்பட்ட கைரேகைகளுடன் கூடிய சட்டப் பத்திரம், கைரேகையிடப்பட்ட ஒப்பந்தம் ஒன்று, வக்கீலின் கட்டணத்துக்கான தபால்தலை ஒட்டப்பட்ட ரசீது. இவற்றுடன், புத்து இப்போது சுதந்திர மனிதன் ஆகிவிட்டான் என்று தெரிவிக்கும் கடிதம் ஒன்றும் இருந்தது. இந்த நடவடிக்கைகள் முழுவதற்குமாக எனக்கு ஆன செலவு, இரு நூற்று இருபத்தைந்து ரூபாய்.

புத்து வேலைமுடிந்து திரும்பும்போது, அவனைச் சந்தித்தேன். அந்தப் பத்திரங்களை உறையிலிருந்து வெளியில் எடுத்தேன். அவற்றை நான் கொளுத்துவதற்கு வசதியாகப் பிடித்துக் கொள்ளும்படி அவனிடம் சொன்னேன். புத்து சொன்னான்: 'வேணாம், ஸாஹேப், வேணாம். இந்தப் பத்திரங்களை நீங்க கொளுத்திப் போடக் கூடாது. ஏன்னா, நான் இப்பொ ஒங்களோட அடிமை. ஆண்டவன் சித்தத்தாலெ, ஒங்க கடனை ஒருநாள் நான் அடைச்சிருவேன்.'

புத்து சிரித்தது கிடையாது என்பது மட்டுமல்ல, அவன் மிகவும் அமைதியானவனும் கூட. அந்தக் காகிதங்களைக் கொளுத்தக் கூடாது என்று அவன் தடுப்பதால், அவற்றை அவனே வைத்துக்கொள்ளலாம் என்று நான் சொன்னேன். பதிலுக்கு அவன் தன் கைகளைக் கூப்பி, என் பாதங்களைத் தொட்டான். ஆனால், அவன் தலையை உயர்த்தி நடந்து சென்றபோது, நிலக்கரித் தூசு படிந்த அவன் முகத்தில் கண்ணீர் ஓடைகள் வழிந்தன.

லட்சக்கணக்கான கடனாளிகளில், மூன்று தலைமுறைகளாக அழுத்தி வந்த கடன்தொல்லையிலிருந்து ஒரே ஒருவன் மீட்கப்பட்டுவிட்டான். ஆனால், இந்த எண்ணிக்கை பெருந்திரளாக இருந்திருந்தாலும் என் மகிழ்ச்சி இதைவிட அதிகமானதாக இருந்திருக்காது; புத்துவின் மௌனமான செய்கையைவிட, பனியாவின் கடனை அடைத்தாகிவிட்டது, இனி நாம் சுதந்திரமானவர்கள் என்று தன் மனைவியிடம் கூறுவதற்காகச் சென்ற அவனது நடை தடுமாறுமளவு பார்வையை மறைத்த அவனது கண்ணீரைவிட, எந்தவொரு சொல்லும் என்னை ஆழமாகப் பாதித்திருக்காது.

■

லாலாஜீ

ஸமாரியா காட்டிலிருந்து வரும் நீராவிப் படகு தாமதமாக வந்து சேர்ந்தது. இறங்குதளத்தில் நான் நின்றிருந்தேன். பயணிகள் இறங்கி இணைப்புப் பாலத்தில் ஏறி அகலப்பாதை ரயில் வண்டியைப் பிடிக்க விரைவதைப் பார்த்துக்கொண்டிருந்தேன். அந்த ரயில் புறப்படுவதை அவர்களுக்காகச் சில நிமிடங்கள் தாமதிக்க வைத்திருந்தேன். படகிலிருந்து இறங்கியவர்களில் கடைசியாக வந்தவர், ஒல்லியான மனிதர். விழிப் பள்ளங்களில் ஆழ அமிழ்ந்திருந்த கண்கள். ஒட்டுப்போட்ட உடை அணிந்திருந்தார். பல நாட்களுக்கு முன்னால் அது வெண்ணிறமாக இருந்திருக்கக்கூடும். பல வண்ணக் கைக்குட்டையில் கட்டப்பட்ட சிறு மூட்டையை வைத்திருந்தார். இறங்குதளத்தின் கைப்பிடிக் கம்பியைப் பிடித்துக் கொண்டு ஒருவாறு சிரமப்பட்டு இறங்கியவர், இணைப்புப் பாலத்தில் ஏறாமல் திரும்பிவிட்டார். மந்தமாகவும் சோர்வாகவும் அடிவைத்து ஆற்றின் விளிம்போரம் சென்றார். மிக மோசமாக, வெகு காலமாக, நோயினால் பீடிக்கப்பட்டவர் போலத் தோன்றினார்.

குனிந்து முகம் கழுவிவிட்டு, தன் மூட்டையைத் திறந்து ஒரு துணி விரிப்பை எடுத்தார். கரையில் விரித்துப் படுத்து விட்டார். கங்கை நீர் அவரது உள்ளங்கால்களில் மோதியது. அவருக்கு ரயிலைப் பிடிக்கும் உத்தேசமில்லை என்பது வெளிப்படையாகத் தெரிந்தது. சங்கேத மணி அடித்தபோதும், ரயில் கூவியபோதும் சலனமில்லாமல் இருந்தார். மல்லாந்து படுத்திருந்த அவரிடம் சென்று, ரயில் போய்விட்டது என்று தெரிவித்தேன். குழி விழுந்த கண்களைத் திறந்து என்னைப் பார்த்தார். பிறகு சொன்னார்: 'எனக்கு ரயிலெல்லாம் வேணாம் ஸாஹேப். நான் சாகக் கிடக்கிறவன்.'

அது மாம்பழப் பருவம். வருடத்தின் அதி உச்சமான உஷ்ணகாலம். வழக்கமாக காலரா படுமோசமாய்ப் பரவியி ருக்கும் சமயம். இறங்குதளத்தின் கீழ்ப்படியை அவர் தாண்டிச் செல்லும்போது, காலராவால் பாதிக்கப்பட்டவரோ என்று சந்தேகமாய் இருந்தது. அவர் மிகவும் கடுமையாக நோய்வாய்ப் பட்டிருப்பதைப் பார்த்தபோது, என் சந்தேகம் உறுதிப்பட்டது. என் கேள்விகளுக்கு அவர் பதிலளித்தார்: தனியாகத்தான் பயணம் செய்கிறார். மொக்கமெ காட்டில் அவருக்கு சிநேகிதர் கள் கிடையாது.

அவர் எழுந்து நிற்க உதவினேன். என் பங்களாவுக்கும் கங்கைக்கும் இடையில் இருநூறு கஜ தூரம். அவரை நடத்தி அழைத்துவந்தேன். எனக்குப் பங்கா இழுப்பவனின் வீட்டில் அவரை வசதியாகத் தங்க வைத்தேன். வேலையாட்களின் குடியிருப்புகளிலிருந்து விலகி இருந்தது அந்த வீடு. காலியாக இருந்தது. நான் மொக்கமெ காட்டில் பத்து வருடங்களாக வசித்து வந்தவன். மிகப் பெரிய வேலையாள் பட்டாளத்தை வைத்திருந்தேன். அவர்களில் சிலர், நான் அளித்த வீடுகளில், என்னுடைய மேற்பார்வையின் கீழ் வசித்தார்கள். மற்றவர்கள் அக்கம்பக்க கிராமங்களில் வசித்தார்கள். என்னுடைய ஜனங்களிடையேயும், கிராமத்தவரிடமும் தாராளமாகவே காலராவைப் பார்த்திருந்தேன். எனக்கு எப்போதாவது காலரா தொற்றுமானால், நல்லெண்ணம் கொண்டவர் எவ ராவது என்மேல் பரிதாபப்பட்டு, என்னைத் தலையில் சுட்டுக் கொன்றுவிட வேண்டும், அல்லது அளவுக்கு அதிகமாக அபினைப் புகட்டிவிடவேண்டும் என்பதே என் பிரார்த்தனை.

வருடந்தோறும், காலராவினால் மாள்வதாகச் சொல்லப் படும் பத்தாயிரக்கணக்கான பேர்களில் பாதிப்பேராவது காலராவால் சாவதில்லை; பயத்தினால்தான் சாகிறார்கள் என்று நான் சொன்னால், அநேகம் பேர் ஏற்றுக்கொள்ள மாட்டார்கள். இந்தியாவில் வசிப்பவர்களான நாங்கள் –

நீண்ட காலத்திற்கோ குறுகிய காலத்திற்கோ இங்கே வந்து செல்கிறவர்கள் மாதிரி அல்ல – விதியை நம்புகிறவர்கள். யாருமே, தனக்கான வேளை வந்து சேரும்போதுதான் சாவார்கள் என்று நம்புகிறவர்கள். கொள்ளை நோய்களை நாங்கள் கண்டுகொள்வதில்லை என்று இதற்கு அர்த்தமில்லை. இந்த தேசம் முழுவதும் காலராவைப் பற்றிய அச்சம் இருக்கிறது. கொள்ளை நோயாக அது பரவும்போது, நிஜமாகவே நோயினால் சாகிறவர்கள் போலவே, கடும் அச்சத்தினால் சாகிறவர்களும் இருக்கத்தான் செய்கிறார்கள்.

பங்காக் கூலியின் வீட்டில் இருந்த மனிதர் காலராவால் மிக மோசமாக பாதிக்கப்பட்டிருந்தார் என்பதில் சந்தேகமில்லை. ஆனால், அவர் பிழைக்க வேண்டுமானால், என்னுடைய முரட்டுவைத்தியமும் அவருடைய நம்பிக்கையும் மட்டுமே ஒரே கதி. ஏனெனில், சில மைல்கள் சுற்றுவட்டாரத்தில் ஒரே ஒரு டாக்டர்தான் இருந்தான். மூர்க்கன். திறமைக் குறைவானவன் என்பதோடு பொறுப்பில்லாத ஆசாமியும் கூட. எண்ணெய் பளபளக்கும் அவனது கொழுத்த தொண்டையை அறுத்து அவனை ஒருநாள் கொன்று போட்டிருக்க வேண்டும். ஆனால், என்னிடம் பயிற்சிக்காக வந்த இளம் குமாஸ்தா ஒருவன் முந்திக்கொண்டு விட்டான். வேலையாட்கள் அனைவருமே வெறுத்த அந்த டாக்டரை அகற்றுவதற்கு சிக்கலில்லாத வழி ஒன்றை அவன் கண்டுபிடித்தான்.

டாக்டரும் அவன் மனைவியும் முழுக்க முழுக்க ஒழுங்கீனமானவர்கள். அவர்களது நம்பிக்கையைப் பெற்றான் இந்த இளைஞன். மொக்கமெ காட்டுக்கு வருவதற்கு முன்னால் தாங்கள் அனுபவித்த இன்பங்களையும், எகிப்திய இறைச்சிவளத்தையும் தற்போது இழந்து வருந்துவதாக இவனிடம் அவர்கள் அந்தரங்கமாகச் சொன்னார்கள். இந்தத் தகவல் குமாஸ்தாவின் சிந்தனையைத் தூண்டியது. சில நாட்கள் கழித்து, நீராவிப் படகு ஸமாரியா காட்டுக்குப் புறப்படுவதற்குச் சற்று முன்னர், டாக்டரின் கைக்கு ஒரு தபால் வந்து சேர்ந்தது. அதைப் படித்துவிட்டு, ஒரு அவசர சிகிச்சைக்காக ஸமாரியா காட் வரும்படி தனக்கு அழைப்பு வந்திருப்பதாகவும், இரவு முழுவதும் திரும்பிவருவதற்கில்லை என்றும் தன் மனைவியிடம் அவன் தெரிவித்தான்.

வீட்டை விட்டுக் கிளம்புவதற்கு முன்னால் நேர்த்தியாக உடையணிந்துகொண்டான். வெளியில் குமாஸ்தாவைச் சந்தித்தான். ஒரு கட்டடத் தொகுப்பின் முடிவில் இருந்த காலி அறைக்கு மிக ரகசியமாக அழைத்துச் செல்லப்பட்டான். சில இரவுகளுக்கு முன்னால், என்னுடைய பாய்ண்ட்ஸ்மேன்

ஒருவன் நிலக்கரி விஷவாயு தாக்கி அதே அறையில் வைத்துத் தான் இறந்து போனான். டாக்டர் அந்த அறையில் கொஞ்ச நேரம் காத்திருந்தான். திடமான ஒற்றைக் கதவும், கிராதி ஜன்னலும் உடைய அந்த அறையின் கதவு திறந்தது. முக்காடிட்ட ஒரு உருவம் உள்ளே வந்தது. கதவு சாத்தப்பட்டு, வெளிப்புறமாகப் பூட்டப்பட்டது.

அன்று பின்னிரவில் சரக்குக் கிடங்குகள் வழியாக நான் வீடு திரும்பிக்கொண்டிருந்தேன். இரவு வேலைக்கு வந்த பயிற்சிக் குமாஸ்தாவுக்கும், பணியிலிருந்து அவன் விடுவித்த அவனது சகாவுக்கும் இடையில் நிகழ்ந்த சூடான வாக்குவாதத்தின் ஒரு பகுதி என் காதில் விழுந்தது.

மறுநாள் காலையில் வேலைக்குச் செல்லும் வழியில், மறைந்த பாய்ண்ட்ஸ்மேனின் குடியிருப்பு வாசலில் ஜனக்கூட்டம் நின்றிருந்ததைப் பார்த்தேன். அங்கே இருந்தவர்களில் மிகமிக அப்பாவியாகத் தோற்றமளித்த ஒரு பார்வையாளர், அந்த வீடு வெளியில் பூட்டப்பட்டிருக்கிறது; ஆனால், உள்ளே ஆள் இருக்கிற மாதிரித் தெரிகிறது என்று என்னிடம் தெரிவித்தார். சுத்தியல் கொண்டு வந்து பூட்டை உடைத்துத் திறக்கும்படி அவரிடம் கூறிவிட்டு, என் சட்டபூர்வ உத்தியோகத்தைப் பார்க்க விரைந்து சென்றுவிட்டேன். ஏனெனில், கதவை உடைத்துத் திறந்த பிறகு, அந்த ஆசாமிக்கும் அவன் மனைவிக்கும் நேர்ந்திருந்த அசம்பாவிதத்தை நின்று வேடிக்கை பார்க்க எனக்கு ஆசை இல்லை – அது பார்க்கத் தகுந்ததுதான் என்ற போதிலும்.

அன்றைய தினத்துக்கான என்னுடைய நாட்குறிப்பில் மூன்று பதிவுகள் இடம்பெற்றிருக்கின்றன. ‘1. டாக்டரும் அவருடைய மனைவியும் அவசரமான சொந்த வேலையை முன்னிட்டு வெளியேறிச் சென்றுவிட்டனர். 2. சிவ தேவ் என்ற பயிற்சியாளர் கணக்குக் குமாஸ்தாவாக நிரந்தரப்படுத்தப்பட்டார். மாதம் இருபது ரூபாய் சம்பளம். 3. என்ஜின் ஏறியதால் சேதமடைந்ததாகச் சொல்லப்படும் பாய்ண்ட்டுகளும், பூட்டும் புதிதாக மாற்றப்பட்டன.’ தன்னுடைய கண்ணியமான தொழிலுக்கு இழுக்கு ஏற்படுத்திய ஒரு நபரை மொக்கமெ காட் கடைசியாகப் பார்த்த தினம் அதுதான்.

ஏற்கனவே என்னுடைய பராமரிப்பில் மூன்று காலரா நோயாளிகள் இருந்தனர். எனவே, இந்த ஒல்லி மனிதருக்குப் பணிவிடை செய்ய என்னால் அதிக நேரம் ஒதுக்க முடியவில்லை. என்னுடைய வேலையாட்களிடமிருந்து ஒத்தாசை எதையும் எதிர்பார்ப்பதற்கில்லை. ஏனெனில், அவர்கள் அவ

திப்படுகிறவரின் ஜாதியைச் சேர்ந்தவர்களல்ல. மேலும், அவர்களை நோய் தொற்றும் அபாயத்துக்கு உள்ளாக்குவதும் நியாயமில்லை. ஆனால், என்னுடைய சிகிச்சை அவரைக் குணப்படுத்திவிடும் என்ற நம்பிக்கையை அவரிடம் உருவாக்கிவிட என்னால் முடியும் பட்சத்தில், இது ஒரு விஷயமேயில்லை. அவரிடம் மிகத் தெளிவாகச் சொன்னேன், என்னுடைய வளாகத்திற்குள் அவரைக் கொண்டு வந்து சேர்த்தது அவர் சாவதற்காக அல்ல; அவரது உடம்பைத் தகனம் செய்யும் சிரமத்தை நான் ஏற்றுக்கொள்வதற்காகவும் அல்ல; அவரை குணப்படுத்துவதற்காகத்தான். ஆனால், அவருடைய ஒத்துழைப்பு இருந்தால் மட்டுமே இது சாத்தியமாகும்.

முதல் நாள் இரவில், எங்களுடைய கூட்டு முயற்சிகளையெல்லாம் தாண்டி, அவர் இறந்து விடுவார் என்று நான் அஞ்சினேன். ஆனால், பொழுது விடிந்தபோது அவர் தெளிவாகியிருந்தார். அதற்குப் பிறகு அவருடைய நிலை தொடர்ந்து தேற ஆரம்பித்தது. இனி அவருடைய தெம்பைக் கூட்டுவது மட்டும்தான் பாக்கி. வேறெந்த வியாதியையும் விட, மனித உடம்பின் திராணியை காலரா வெகுசீக்கிரமே வடியச் செய்து விடும்.

அந்த வாரக் கடைசியில், அவர் தன் கதையை எனக்குச் சொன்னார்: அவருடைய பெயர் லாலா. வியாபாரி. ஒருகாலத்தில், செழிப்பாக தானிய வியாபாரம் செய்தவர். அப்போது அவர் ஒரு தவறு செய்தார்; ஒரு ஆளைக் கூட்டாளியாகச் சேர்த்துக்கொண்டார். அவனைப் பற்றி இவருக்கு எதுவுமே தெரியாது. சில வருடங்களுக்கு, வியாபாரம் நன்கு அபிவிருத்தியடைந்தது. எல்லாமே நன்றாக நடந்தது.

ஒரு நாள், தொலைதூரப் பிரயாணம் முடிந்து இவர் திரும்பி வந்தார். கடை காலியாக இருந்தது. கூட்டாளி ஓடிப்போயிருந்தான். இவரது கைவசமிருந்த சொற்பத் தொகை, சொந்தக் கடன்களை அடைப்பதற்கு மட்டுமே போதுமானதாய் இருந்தது. மேற்கொண்டு கடன் தருவதற்கு யாரும் முன்வராததால், இவர் வேலை தேட வேண்டியதாயிற்று. தம்முடன் வியாபாரம் செய்த ஒரு வணிகரிடம் வேலைக்குச் சேர்ந்தார். மாதம் ஏழு ரூபாய் சம்பளத்துக்கு பத்து வருடம் வேலை பார்த்தார். இவர் மற்றும் இவரது மகனுடைய நடைமுறைத் தேவைகளைப் பூர்த்தி செய்வதற்கே அந்தத் தொகை சரியாக இருந்தது – கூட்டாளி இவரிடம் திருடிக்கொண்டு ஓடிய சில நாட்களில் இவருடைய மனைவி இறந்துவிட்டார். இப்போது தன் முதலாளியின் வியாபார விஷயமாக முஸாஃ

பர்பூரிலிருந்து கயாவுக்குச் செல்கிறார். வழியில், ரயிலிலேயே நோய் கண்டுவிட்டது. நீராவிப் படகில் ஏறிய பிறகு, இன்னும் மோசமாகிவிட்டது. புனிதமான கங்கையின் கரையில் இறப் பதற்காக கரையிறங்கித் தவழ்ந்து வந்து சேர்ந்தார்.

எனக்கு அவரை லாலாஜீ என்று மாத்திரம்தான் தெரியும். என்னுடன் சுமார் ஒரு மாதம் தங்கியிருந்தார். ஒரு நாள், கயாவுக்குத் தன் பயணத்தைத் தொடர என் அனுமதியை வேண்டினார். கிடங்குகள் வழியாக நாங்கள் நடந்துசென்று கொண்டிருந்தோம். அப்போது மேற்சொன்ன வேண்டுகோளை விடுத்தார். தினமும் காலை நேரத்தில் நான் வேலைக்குப் புறப்பட்டுச் செல்லும்போது என்னுடன் கொஞ்ச தூரம் நடந்து வரும் அளவு தெம்பு பெற்றிருந்தார். கயா சென்று சேரும்போது, அவருடைய முதலாளி இவரது இடத்தில் வேறு ஆளை வேலைக்கு அமர்த்தியிருந்தால் இவர் என்ன செய்வார் என்று கேட்டேன். வேறு வேலை தேட வேண்டியது தான் என்றார் அவர். ‘வியாபாரத்தை மீண்டும் துவக்குவதற்கு யாரிடமாவது உதவி கேட்கக் கூடாதா?’ என்று கேட்டேன். அவர் சொன்னார்: ‘திரும்பவும் வியாபாரி ஆயிடணும், என் மகனெப் படிக்கவைக்கணும் என்கிற நினைப்பெல்லாம் ராப் பகலா இருந்துகிட்டுத்தான் இருக்கு ஸாஹேப். புதுசாத் தொழிலை ஆரமிக்கணும்னா ஐநூறு ரூபா வேணும். நானோ மாசம் ஏழு ரூபா சம்பளம் வாங்குற வேலைக்காரன். அட மானமாக் குடுக்குறதுக்கு எதுவுமே இல்லாதவன். இந்த உலகத் திலே யாரு என்னை நம்பிக் கடன் குடுப்பாங்க?’

கயா செல்லும் ரயில் இரவு 8 மணிக்குப் புறப்படுகிறது. அதற்குச் சற்று முன்னதாக சாயங்காலம் நான் பங்களாவுக்குத் திரும்பினேன். புதிதாகச் சலவைசெய்த ஆடைகளுடன், வரும்போது கொண்டு வந்ததை விடச் சற்றுப் பெரிதான மூட்டையுடன், என்னிடம் விடை பெறுவதற்காக லாலாஜீ வராந்தாவில் காத்திருந்தார். கயா செல்வதற்கான பயணச்சீட்டையும், ஐந்து நூறு ரூபாய்த் தாள்களையும் அவருடைய கையில் கொடுத்தேன். நிலக்கரி படிந்ததுபோலக் கறுத்த முகத்துடன், பேச்சற்று நின்றார் அவர். தன் கையிலிருந்த ரூபாய்த் தாள்களையும் என் முகத்தையும் மாறிமாறிப் பார்க்க மட்டுமே அவரால் முடிந்தது.

ரயில் கிளம்ப இன்னும் ஐந்து நிமிடங்களே இருக்கின்றன என்று எச்சரிக்கை மணி அடித்தது. என் பாதத்தில் தலை வைத்து வணங்கி, அவர் சொன்னார்: ‘இன்னும் ஒரு வருஷத்துக்குள்ளெ ஒங்க அடிமை இந்தப் பணத்தைத் திருப்பிக் குடுத்துருவான்.’

ஆக, என் சேமிப்பின் பெரும்பகுதியைத் தம்முடன் எடுத்துக்கொண்டு லாலாஜீ கிளம்பிப்போனார். அவரை நான் மீண்டும் சந்திப்பேன் என்பதில் எனக்குச் சந்தேகமே யில்லை. ஏனெனில், இந்தியாவின் ஏழை ஜனங்கள் தமக்குக் காட்டப்பட்ட பரிவை மறப்பதே இல்லை. ஆனால், லாலாஜீ என்னிடம் அளித்த வாக்குறுதியை நிறைவேற்றுவது அவரது சக்திக்கு அப்பாற்பட்ட காரியம் என்று நான் நிச்சயமாக நம்பினேன். இந்த விஷயத்தில் நான் நினைத்தது தவறாகி விட்டது.

ஒருநாள் வேலைமுடிந்து முன்னிரவில் திரும்பினேன். என்னுடைய வராந்தாவில், தூய வெண்ணிற உடை அணிந்த ஒருவர் நிற்பதைக் கண்டேன். அவருக்குப் பின்புறம் இருந்த அறையின் விளக்கு வெளிச்சம் என் முகத்தில் அடித்தது. எனவே, அவர் பேசும்வரை அவரை இன்னாரென்று எனக்குத் தெரியவில்லை. லாலாஜீயேதான் அவர். தமக்குத்தாமே விதித் துக்கொண்ட கெடு முடிவதற்குச் சில நாட்கள் முன்னதாகவே வந்திருந்தார்.

அன்று இரவில், என்னுடைய நாற்காலிக்கு அருகில் தரை யில் உட்கார்ந்துகொண்டு, தன்னுடைய வியாபார நடவடிக் கைகளைப் பற்றிச் சொன்னார்; அவற்றுக்குக் கிடைத்த வெற்றி களைப் பற்றியும் சொன்னார். ஆரம்பத்தில் சில மூட்டைகள் தானியத்துடன் தொடங்கியிருக்கிறார் – ஒரு மூட்டைக்கு நான்கு அணா லாபம் போதும் என்று. படிப்படியாகவும் ஸ்திரமாகவும் வியாபாரத்தைக் கட்டியெழுப்பினார். தற்போது முப்பது டன் சரக்குகளைக் கையாளும் அளவுக்கு முன்னேறி யிருக்கிறார். டன்னுக்கு மூன்று ரூபாய் லாபம் கிடைக்கிறது. அவருடைய மகன் நல்ல பள்ளிக்கூடத்தில் படிக்கிறான். பாட்னாவைச் சேர்ந்த பணக்கார வணிகர் ஒருவரின் மகளைத் திருமணம் செய்துகொள்ளும் அளவு அவர் இப்போது உயர்ந்து விட்டார். இவ்வளவையும் பன்னிரண்டு மாதங்களுக்கும் குறைவான காலத்தில் செய்து முடித்துவிட்டார்.

அவருடைய ரயில் கிளம்புவதற்கான நேரம் நெருங்கியது. ஐந்து நூறு ரூபாய்த் தாள்களை என் முழங்காலின் மீது வைத்தார். பிறகு, தன் சட்டைப் பையிலிருந்து ஒரு பையை எடுத்தார். அதை என்னிடம் நீட்டியவாறு சொன்னார்: 'நீங்க எனக்குக் கடனாகக் கொடுத்த பணத்துக்கு வட்டி இது. இரு பத்தஞ்சு சதவீதம் வச்சுக் கணக்குப் போட்டிருக்கேன்.' நண் பர்களிடம் வட்டி வாங்குவது எங்களுக்கு வழக்கமில்லை என்று சொன்னேன். இப்படிச் சொன்னதன் மூலம், தமது

விஜயத்தில் அவர் எதிர்பார்த்து வந்த மகிழ்ச்சியில் பாதியை யாவது நான் பறித்து விட்டேன் என்றே நம்புகிறேன்.

புறப்படுவதற்கு முன்னால், லாலாஜீ சொன்னார்: 'ஒங்க ளோடெ தங்கியிருந்த ஒரு மாச காலத்திலே, ஒங்க தொழிலாளிகள்ட்டெயும் ஒங்க வேலைக்காரங்ககிட்டெயும் பேசினப்போ, ஒரு விஷயம் கேள்விப்பட்டேன். ஒரு நாளைக்கு ஒரே ஒரு சப்பாத்தியும் கொஞ்சம் பருப்பும் மட்டும் சாப்பிட வேண்டிய கஷ்ட நிலைமை ஒரு சமயம் ஒங்களுக்கு வந்துச் சாமே. அப்பிடி ஒரு நிலைமை இனிமே வராமெ அந்தப் பரமேஸ்வரன் பாத்துக்கிருவான். ஒருவேளை அப்பிடி ஒரு நிலை வந்துச்சுன்னா, அடியேன் என்கிட்டே இருக்கிற சகலத்தையும் ஒங்க காலடியிலே வந்து கொட்டுவேன்.'

பதினோரு வருடங்களுக்குப் பிறகு, மொக்கமெ காட்டை விட்டு நான் நீங்கும்வரை, ஒவ்வொரு வருடமும் ஒரு பெரிய கூடை நிறைய மாம்பழங்கள் எனக்கு வந்துசேரும். லாலாஜீயின் தோட்டத்திலிருந்து பறித்த, தேர்ந்தெடுக்கப்பட்ட மாம்பழங்கள். மீண்டும் ஒரு வர்த்தகராகும் தம்முடைய குறிக்கோளை அவர் எட்டிவிட்டார். கூட்டாளி கொள்ளைய டித்துச் சென்றதால் இழந்திருந்த தமது இல்லத்துக்குத் திரும்பி விட்டார்.

சமாரி

சமாரி என்கிற அவனுடைய பெயரே உணர்த்தி விடுகிறது; இந்தியாவின் ஆறு மில்லியன் தீண்டத் தகாதவர்களில் கீழ்மட்டத் தட்டைச் சேர்ந்தவன் அவன். என்னிடம் வேலை கேட்டு வந்தான். தன் மனைவியுடன் வந்திருந்தான். சற்றுக் கோணலான பெண் அவள்; முகத்தில், வருடக்கணக்காகப் பட்ட துன்பத்தின் முத்திரை படிந்திருந்தது. அவளது கிழிந்த பாவாடையைப் பிடித்துக்கொண்டு இரண்டு குழந்தைகள் நின்றிருந்தன. சமாரி சற்று ஆகிருதி குறைவான ஆள். பலவீனமான உடம்பு கொண்டவன். கிடங்குகளில் வேலை செய்வதற்கான வலு அவனுக்கு இல்லை என்பதால், நிலக்கரி சுமக்கும் வேலையில் அவர்களை அமர்த்தினேன். அடுத்த நாள் காலையில் அவர்கள் இருவருக்கும் மண்வெட்டிகளையும் கூடைகளையும் வழங்கினேன். தங்கள் வலிமைக்கு மிகவும் அப்பாற்பட்ட துணிவுடனும் ஊக்கத்துடனும் அவர்கள் வேலையில் இறங்கினார்கள்.

மாலையில், இவர்களது பங்கு வேலையையும் முடித்துத் தரச்சொல்லி மற்றவர்களை ஈடுபடுத்தினேன். ஏனெனில், ஐம்பது பெட்டிகள் கொண்ட வண்டித் தொடரில் ஒரு பெட்டியில் உள்ள சரக்கை இறக்குவதில் தாமதம் ஏற்பட்டாலும், சில நூறு தொழிலாளிகளின் வேலை பாதிக்கப்படும்.

இரண்டு நாட்கள் மிகவும் தீவிரமாக வேலை செய்தார்கள் சமாரியும் அவனுடைய மனைவியும். ஆனால், பயன்தான் இல்லை. மூன்றாவது நாள் காலையில் கொப்புளங்கள் வெடித்த தங்கள் கைகளில் கந்தல் துணிகளைச் சுற்றிக்கொண்டு, அவர்களுக்கான வேலை ஒதுக்கப்படக் காத்திருந்தார்கள். எழுதப் படிக்கத் தெரியுமா என்று சமாரியிடம் கேட்டேன். கொஞ்சம் கொஞ்சம் ஹிந்தி தெரியும் என்று பதிலளித்தான். மண்வெட்டியையும் கூடைகளையும் பண்டகசாலையில் திருப்பிக் கொடுத்துவிட்டு என் அலுவலகத்துக்கு வருமாறு சொன்னேன்.

சில நாட்களுக்கு முன்னால், நிலக்கரிக் குழுவின் தலைமைத் தொழிலாளியை வேலையை விட்டு நீக்கியிருந்தேன். அவன் வேலைநேரத்தில் குடிபோதையில் இருந்தான் என்பதுதான் காரணம். நான் வேலை நீக்கம் செய்த ஒரே ஆள் அவன்தான். தற்போது பார்க்கும் வேலையை வைத்து சமாரியும் அவன் மனைவியும் பிழைப்பதற்கு வழியில்லை என்று எனக்குப் பட்டதால், சமாரியை தலைமைத் தொழிலாளியாக நியமித்துப் பார்ப்பது என்று முடிவெடுத்தேன். வேலையை விட்டுத் தூக்கியெறிவதற்காகத்தான் அவனை அலுவலகத்துக்கு அழைத்திருக்கிறேன் என்றே சமாரி நினைத்திருப்பான். ஒரு புதிய கணக்குப் புத்தகத்தையும், பென்சிலையும் அவன் கையில் நான் கொடுத்ததும், மிகுந்த பெருமிதமும், ஆசுவாசமும் அடைந்தான். நிலக்கரி இறக்கப்படும் அகல ரயில்பெட்டித் தொடரின் எண்களைக் குறித்து வருமாறு அவனிடம் கூறினேன். ஒவ்வொரு பெட்டியிலும் வேலைசெய்யும் ஆண்கள் மற்றும் பெண்களின் பெயர்களையும் குறித்துக் கொள்ள வேண்டும்.

அரைமணிநேரம் கழித்து, நான் கேட்ட தகவல்களுடன் வந்தான். புத்தகத்தில் நேர்த்தியாகப் பதிவு செய்திருந்தான். அந்தப் பதிவுகள் சரியாக இருக்கின்றனவா என்று சோதித்துவிட்டு, கணக்குப் புத்தகத்தை சமாரியிடமே திருப்பிக்கொடுத்தேன். அவனை, நிலக்கரிக் குழுவின் தலைமைத் தொழிலாளியாக நியமித்திருப்பதாகத் தெரிவித்தேன்.

அந்தச் சமயத்தில் ஆண்களும் பெண்களுமாக இருநூறு பேர் என்னிடம் பணியில் இருந்தார்கள். சமாரி செய்யவேண்

டிய வேலையை நுணுக்கமாக விளக்கினேன். ஒரு மணிநேரத் துக்கு முன்னால், தன் ஜாதியின் காரணமாக உண்டான சகல தகுதியின்மைகளோடும் இடர்ப்பட்ட அந்த எளிய மனிதன், தன் அக்குளில் செருகிய கணக்குப் புத்தகத்துடன் என் அலுவலகத்திலிருந்து வெளியேறி நடந்தான். பென்சிலைக் காதுமடலில் செருகியிருந்தான். அவன் தலை நிமிர்ந்திருந்தது – அவனது வாழ்க்கையிலேயே முதன்முறையாக.

நான் வேலைக்கு அமர்த்திக்கொண்டவர்களில், மிகுந்த மனசாட்சியுள்ளவன் சமாரி. கடும் உழைப்பாளி. அவன் தலைமைப்பொறுப்பேற்ற குழுவில் பிராமணர்கள், சாத்திரிகள், தாக்குர்கள் என்று சகல ஜாதிக்காரர்களும் இருந்தார்கள். கௌரவம், இந்த உயர்ஜாதிக்கார ஆண் பெண்களின் பிறப்புரிமை. அதைக் குலைக்கிற மாதிரி மரியாதைக்குறைவாக அவன் ஒருபோதும் நடந்துகொண்டது கிடையாது. அவனுடைய அதிகாரத்தை ஒருமுறைகூட யாரும் எதிர்த்ததில்லை. தனக்குக் கீழே வேலைபார்த்த ஒவ்வொருவருக்குமான பிரத்தியேகக் கணக்குகளைப் பராமரிப்பது அவனுடைய பொறுப்பு. அவன் என்னிடம் வேலை பார்த்த இருபது வருடங்களில், அவனுடைய கணக்குகளில் ஒருதடவைகூடப் பிழை இருந்ததில்லை.

ஞாயிற்றுக்கிழமை சாயங்காலங்களில் நானும் சமாரியும் அமர்வோம். நான் ஒரு முக்காலியிலும் அவன் பாயிலும் உட்கார்ந்திருப்போம். எங்களுக்கு இடையில் தாமிரத் தம்பிடிகள் ஏராளமாகக் குவிந்திருக்கும். நிலக்கரி படிந்த முகங்களுடன் ஆண்களும் பெண்களும் எங்களைச் சூழ்ந்திருப்பார்கள். தங்களுடைய ஒரு வாரக் கூலியைப் பெற்றுக்கொள்ளும் ஆவலுடன் அவர்கள் காத்திருப்பார்கள். என்னைச் சுற்றி உட்கார்ந்திருந்த கடும் உழைப்பாளிகளான அந்த எளியவர்களுக்கு ஞாயிற்றுக்கிழமைச் சாயங்காலங்கள் மகத்தான இன்பம் தந்தன. அதே அளவுக்கு நானும் மகிழ்ச்சியுற்றேன். நெற்றி வியர்வை சிந்திச் சம்பாதித்த கூலியைப் பெற்றுக் கொள்வதில் அவர்களுக்கு இருந்த அதே ஆனந்தம், எனக்கும் இருந்தது – கூலியை வழங்குவதில்.

அரைமைல் நீளமுள்ள நடைமேடையில் வாரம் முழுவதும் அவர்கள் வேலைசெய்தார்கள். சிலர், நான் அவர்களுக்காகக் கட்டியிருந்த குடியிருப்புகளில் வசித்தார்கள். மற்றவர்கள், அக்கம்பக்கத்து கிராமங்களில் வசித்தார்கள். சமூகத் தொடர்புகள் கொள்வதற்கு அவர்களுக்கு நேரம் கிடையாது. அதற்கான சந்தர்ப்பம் ஞாயிற்றுக்கிழமைச் சாயங்காலங்களில் அவர்களுக்கு வாய்த்தது. அதை முற்றாகப் பயன்படுத்திக்

கொண்டார்கள். கடின உழைப்பாளிகள் சதாசர்வகாலமும் உற்சாகமாக இருக்கக்கூடியவர்கள். கற்பனையான நெருக்கடி களை உற்பத்தி செய்துகொள்ள அவர்களுக்கு அவகாசமில்லை. எப்போதுமே, நிஜமான நெருக்கடிகளை விட, கற்பனையான நெருக்கடிகள் மோசமானவை. என் ஜனங்கள் நிஜமாகவே ஏழைகள். அவர்களுக்கே உரித்தான பிரச்னைகள் ஏராளமாக இருந்தன. என்றாலும், அவர்கள் உற்சாகமாகவே இருந்தனர். அவர்களுக்கு நிகராக அவர்களின் மொழியைப் புரிந்துகொள் ளவும் பேசவும் என்னால் முடியும். எனவே, அவர்களுடைய உல்லாசங்களில் பங்கேற்கவும், அவர்களுடைய வேடிக்கைகள் அனைத்தையும் ரசிக்கவும் முடியும் எனக்கு.

ரயில்வே இலாகா நிலக்கரியின் எடை அடிப்படையில் எனக்கு ஊதியம் வழங்கியது. கிடங்குகளிலும், நிலக்கரி மேடை யிலும் வேலைபார்த்த என்னுடைய ஜனங்களுக்கு நான் ரயில் பெட்டிக் கணக்கில் ஊதியம் தந்தேன். கிடங்குகளில் நடந்த வேலைக்கான கூலியை தலைமைத் தொழிலாளியிடம் கொடுப் பேன். அவர் தங்களால் பணியமர்த்தப்பட்டவர்களுக்குப் பிரித்து வழங்குவார். நிலக்கரி மேடையில் வேலை பார்த்த ஒவ்வொருவருக்கும் நானே நேரடியாகக் கூலி கொடுத்தேன். சமாரியிடம் நான் கொடுக்கும் ரூபாய்த் தாள்களை அவன் மொக்கமெ கடைவீதியில் தம்பிடிகளாக மாற்றிவருவான். ஞாயிற்றுக்கிழமை சாயங்காலங்களில், எங்களுக்கு நடுவில் தம்பிடிகளைக் குவித்து வைத்துக்கொண்டு அமர்வோம்.

ஒவ்வொரு ரயில்பெட்டியிலிருந்தும் நிலக்கரியை இறக்கு வதில் அந்த வாரம் ஈடுபட்ட ஆண்கள் மற்றும் பெண்களின் பெயர்களை அவன் வாசிப்பான். நான் வேகமாக மனக்க ணக்குப் போட்டு, ஒவ்வொரு தொழிலாளிக்கும் உரிய தொகையைப் பட்டுவாடா செய்வேன். ஒரு ரயில்பெட்டி சரக்கை இறக்குவதற்கு, நான் நாற்பது தம்பிடிகள் (பத்து அணா) கொடுத்தேன். ஒரு குறிப்பிட்ட ரயில்பெட்டியில் சரக்கு இறக்கியதற்கு உரிய தம்பிடிகள் சமமாக வகுபடாத பட்சத்தில், உபரித் தொகையை அவர்களில் ஒருவரிடம் வழங்குவேன். பிற்பாடு அந்தத் தொகைக்கு உப்பு வாங்கி அவர்களுக்குள் பங்கு பிரித்துக்கொள்வார்கள். இந்த விதமாகச் சம்பளம் வழங்கும் முறை அனைவருக்கும் திருப்தியளித்தது.

கடினமான வேலைதான்; அதிக நேரம் வேலைபார்க்க வேண்டியிருந்ததுதான்; இருந்தபோதிலும், வயல் வேலைகளில் சம்பாதிப்பதைவிட மூன்று மடங்கு அதிகமாகக் கூலி கிடைத் தது. மேலும், நான் தரும் வேலை நிரந்தரமானது. வயல் வேலையோ, தற்காலிகமானது; பருவம் சார்ந்தது.

ஆரம்பத்தில் சமாரிக்கு மாதம் பதினைந்து ரூபாய் சம்பளம் கொடுத்தேன். அதைப் படிப்படியாய் அதிகரித்து நாற்பது ரூபாய்க்கு உயர்த்தினேன். ரயில்வே இலாகாவில் வேலைபார்த்த குமாஸ்தாக்களில் அநேகம் பேர் வாங்கிய சம்பளத்தை விட இது அதிகம். இதுபோக, கிடங்குகளில் பணி புரிவதற்கு பத்து ஆட்கள் கொண்ட ஒரு குழுவை அமர்த்திக் கொள்ளவும் அவனுக்கு அனுமதி அளித்தேன். இந்தியாவில் ஒரு மனிதனின் பெறுமானம் அவன் எவ்வளவு சம்பாதிக்கிறான், அதை எப்படிச் செலவு செய்கிறான் என்பதைப் பொறுத்தே பெரும்பாலும் அமைகிறது. சமாரியின் சம்பாத்தியம் காரணமாக, சமூகத்தின் சகல தரப்பினரும் அவனை மிகவும் மதித்தனர். சம்பாதித்ததைத் தன்முனைப்பின்றிச் செலவழித்ததால் அவனுக்கு இன்னும் உயர்வான மரியாதை கிடைத்தது.

பசியென்றால் இன்னதென்று அறிந்தவன் சமாரி. தான் பட்ட கஷ்டத்தை மற்றவர்கள் படக்கூடாது என்று, தன்னால் இயன்றவரை உதவி வந்தான். அவனுடைய வீட்டைக் கடந்து செல்கிற எவரும், அவனது ஜாதிக்காரர் என்றால், சாப்பிட அழைக்கப்பட்டார்கள். அவனுடைய மனைவி சமைத்த உணவை உண்ணவியலாதபடி ஜாதிக் கட்டுப்பாடு உள்ளவர்களுக்கு சமையல் பொருட்கள் வழங்கப்பட்டன – அவர்களே சமைத்துச் சாப்பிட்டுக்கொள்ள உதவும் விதமாக. வீட்டை இப்படித் திறந்துபோடுவது தொடர்பாக அவனிடம் நான் கேட்டேன், அவன் மனைவிதான் என்னைக் கேட்கச் சொன்னாள். அவன் பின்வருமாறு கூறினான்: நான் அவனை ஆரம்பத்தில் வேலைக்கு அமர்த்தியபோது கொடுத்த பதினைந்து ரூபாய் சம்பளமே அவனையும் அவன் குடும்பத்தையும் பரிபாலிப்பதற்குப் போதுமானதாக இருக்கிறது. அதைவிட அதிமான தொகையை அவனுடைய மனைவியின் கையில் இப்போது கொடுத்தால், அவள் ஊதாரியாகத்தான் ஆவாள்.

என்னவிதமான ஊதாரித்தனம் என்று நான் கேட்டேன். அவள் அவனது உடைகள் பற்றி சதா நச்சரிக்கிறாளாம். தனக்குக் கீழே வேலைபார்ப்பவர்களை விட உசத்தியான உடைகளை சமாரி உடுக்க வேண்டும் என்கிறாள். உடைகளில் காசைப் போடுவதைவிட, ஏழைகளுக்குச் சாப்பாடு போடுவது உத்தமமானது என்பது சமாரியின் எண்ணம். இந்த வாதத்தை நிறுவுவதற்காக அவன் மேலும் சொன்னான். ‘ஒங்களையே எடுத்துக்கங்க மஹராஜ்.’ – முதல் நாளிலிருந்தே அவன் என்னை இப்படித்தான் அழைத்தான்; கடைசிவரை இப்படியே அழைக்கவும் செய்தான் – ‘உங்க உடுப்பை நீங்க வருஷக்கணக்கா

உடுத்துறீங்க. நீங்களே அப்பிடிச் செய்யும்போது, எனக்கு என்ன, சாதாரண ஆளுக்கு?'

வாஸ்தவத்தில், என் உடையைப் பொறுத்தவரை அவன் சொன்னது சரியல்ல. ஏனென்றால், ஒரே விதமான துணியில் தைக்கப்பட்ட இரண்டு உடைகள் என்னிடம் இருந்தன. ஒன்றை உபயோகிக்கும்போது, நிலக்கரித் தூசு படிந்த மற்றொன்று சலவைக்குப் போயிருக்கும்.

வில்லியம் கெய்ஸர் தன்னுடைய யுத்தத்தைத் தொடங்கிய சமயத்தில், நான் மொக்கமெ காட் வந்து பதினாறு வருடங்கள் ஆகியிருந்தது. யுத்தசேவைக்கு நான் செல்வதற்கு ரயில்வே இலாகா எதிர்ப்புத் தெரிவித்தது. ஆனால், ஒப்பந்தத்தைத் தக்கவைத்துக் கொள்கிறேன் என்று நான் ஒத்துக்கொண்ட பிறகு, யுத்தத்துக்குச் செல்ல அனுமதி அளித்தது. என் ஜனங்களை அழைத்துப் பேசினேன். யுத்தத்தின் விளைவுகளைப் பற்றி அவர்களுக்கு விளக்கிச் சொல்வது என்பது அசாத்தியமான காரியமாய் இருந்தது. என்றாலும், நான் இல்லாத சமயத்தில் தங்கள் வேலையைத் தொடர்ந்து செய்வதற்கு அவர்கள் அனைவருமே விருப்பம் தெரிவித்தார்கள். மொக்கமெ காட்டின் சரக்குப் போக்குவரத்து சகஜமாகவும் எந்த ஒரு பிரச்சினையும் எழாதபடியும் தொடர்ந்ததற்கு அவர்களுடைய விசுவாசமும் அர்ப்பணிப்பு உணர்வுமே முழுக் காரணம். முதலில் ஃபிரான்ஸிலும் பின்னர் வாஜிரிஸ்தானிலும் நான் பணிபுரிந்த காலத்திலும் அது தொடர்ந்தது.

நான் இல்லாத காலத்தில் சரக்கேற்றுதல் ஆய்வாளராக ராம் சரண் பணியாற்றினார். நான்கு வருடங்கள் கழித்துத் திரும்பியதும், என் ஜனங்களுடன் மீண்டும் எனக்குத் தொடர்பு ஏற்பட்டது. அவர்களை விட்டு ஒரே ஒருநாள் மட்டுமே பிரிந்திருந்த மாதிரியான ஆனந்தத்தை அடைந்தேன். ஆலயங்களிலும் மசூதிகளிலும், தனியாருக்குச் சொந்தமான கோவில்களிலும் தாங்கள் நிகழ்த்திய பிரார்த்தனையின் பலனாகவே நான் பத்திரமாகத் திரும்பி வந்திருக்கிறேன் என்று அவர்கள் சொன்னார்கள்.

நான் யுத்தத்திலிருந்து திரும்பியதற்கு அடுத்து வந்த கோடைகாலத்தில் வங்காளம் முழுவதும் காலரா கடுமையாகப் பரவியது. ஒருசமயம், நிலக்கரிக் குழுவைச் சேர்ந்த இரண்டு பெண்களும் ஒரு ஆணும் நோயினால் பாதிக்கப்பட்டனர். பாதிக்கப்பட்டவர்களுக்கு நானும் சமாரியும் முறை வைத்துக்கொண்டு பணிவிடை செய்தோம். அவர்களுக்கு நம்பிக்கையூட்டினோம். வெறும் மனஉறுதியினால் மட்டுமே அவர்களைக் காப்பாற்றினோம்.

அதற்குக் கொஞ்சகாலம் கழித்து, ஒருநாள் இரவில், என்னுடைய வராந்தாவில் யாரோ நடமாடும் சப்தம் கேட்டது. பங்களாவில் நான் மட்டுமே வசித்தேன். ஸ்டாரர் பதவி உயர்வுபெற்றுச் சென்றுவிட்டிருந்தார். யாரென்று நான் கேட்டதற்கு, இருளிலிருந்து பதில் வந்தது. 'நான்தான். சமாரியோடெ சம்சாரம். அவருக்குக் காலரா வந்துருச்சு. ஒங்ககிட்டெச் சொல்றதுக்காக வந்திருக்கேன்.' அந்தப் பெண் மணியைக் காத்திருக்கச் சொல்லிவிட்டு, அவசரமாக உடையணிந்துகொண்டேன். லாந்தர் விளக்கை ஏற்றிக்கொண்டு அவளுடன் புறப்பட்டேன். கையில் கோல் வைத்திருந்தாள் அவள். மொக்கமெ காட்டில் விஷப்பாம்புகள் அதிகம்.

சமாரி அன்று முழுவதும் வேலைபார்த்திருந்தான். பிற்பகலில், அருகிலிருந்த கிராமம் ஒன்றுக்கு என்னுடன் துணையாக வந்தான். அவனுடைய நிலக்கரிக் குழுவில் இருந்த பார்வதி என்ற பெண் மிகவும் மோசமாக நோய்வாய்ப்பட்டிருக்கிறாள் என்று செய்தி கிடைத்திருந்தது. பார்வதி ஒரு கைம்பெண். அவளுக்கு மூன்று குழந்தைகள். மொக்கமெ காட்டுக்கு நான் வந்துசேர்ந்தபோது, என்னிடம் வேலைசெய்ய முன்வந்த முதல் பெண்பிள்ளை அவள்தான். தளராமல் இருபதுவருட காலம் வேலைபார்த்தவள். எப்போதுமே மகிழ்ச்சியாகவும், உற்சாகமாகவும் இருப்பவள். தேவைப்படுகிற யாருக்கும் தயங்காமல் உதவுகிறவள். ஞாயிற்றுக்கிழமை சாயங்காலக் கூட்டங்களின் உயிராகவும் ஆன்மாவாகவும் விளங்குபவள். கைம்பெண்ணாதலால், இந்தியாவின் மிகக் கண்டிப்பான கற்புத்தெய்வத்துக்கு அபவாதம் நேர்ந்துவிடாத வகையில் சகலருடனும் சரளமாக உரையாடுவாள்.

செய்தி கொண்டுவந்த பையனுக்கு அவளைத் தாக்கிய நோய் இன்னதென்று சொல்லத் தெரியவில்லை. ஆனால், அவள் செத்துக்கொண்டிருக்கிறாள் என்று மாத்திரம் உறுதியாகச் சொன்னான். எனவே, எளிய மருந்துகள் சிலவற்றைக் கையில் எடுத்துக்கொண்டு கிராமத்துக்கு விரைந்தேன். வழியில் சமாரியையும் அழைத்துக்கொண்டேன்.

தனது குடிசையில், தரையில் படுத்திருந்தாள் பார்வதி. தலைநரைத்த தனது தாயின் மடியில் தலைவைத்திருந்தாள். நான் பார்த்த முதன்முதல் டிட்டானஸ் நோயாளி அவள்தான். நான் பார்த்த கடைசி நோயாளியும் அவளாகவே இருக்கட்டும். ஒரு சினிமாத் தாரகைக்கு வாய்த்திருந்தால் அதிர்ஷ்டத்தை வாரித் தட்டியிருக்கக்கூடிய பல்வரிசை பார்வதிக்கு. கிட்டித்துவிட்ட அவளது வாயைத் தண்ணீர்

கொடுப்பதற்காக வலிந்து திறந்ததால், பற்கள் உடைந்திருந்தன. அவளுக்கு உணர்வு இருந்தது. ஆனால், பேச இயலவில்லை. அவள் அனுபவித்துக்கொண்டிருந்த வதையை விவரிக்க என்னிடம் வார்த்தைகள் இல்லை. நான் செய்வதற்கும் எதுவும் இல்லை. சுவாசத்தைக் கொஞ்சம் சௌகரியப்படுத்தும் விதமாக, விறைத்திருந்த அவளது தொண்டைச் சதையை இதமாகப் பிடித்து இளக்கிவிட்டேன். நான் இவ்வாறு செய்து கொண்டிருக்கும்போது, மின்சாரம் தாக்கியதுபோல அவளது உடல் வலிப்புக்கொண்டது. நல்லவேளையாக, அவளது இதயம் ஓய்ந்தது. அவளுடைய வாதைகள் முடிவுக்கு வந்தன.

ஈமச் சடங்குகளுக்கான ஏற்பாடுகள் தொடங்கிவிட்டன. அந்தச் சிறு குடிசையை விட்டு வெளியேறித் திரும்பும்போது நானும் சமாரியும் பேசிக்கொள்ள வார்த்தைகளற்று நடந்து வந்தோம். உயர்ஜாதிப் பெண்ணான பார்வதிக்கும் எங்களுக்கும் இடையில் ஏகப்பட்ட மாறுபாடுகள் இருந்தன. ஆனால் அவள்மீது எங்களுக்கு இருந்த நேசத்தில் எந்த மாறுபாடும் இல்லை. உற்சாகமான, கடின உழைப்பாளியான, அந்தச் சிறிய பெண்மணியின் இழப்பை நாங்கள் கட்டாயம் உணர்வோம் என்று எங்கள் இருவருக்குமே தெரியும் – அதைப் பற்றி நாங்கள் பேசிக்கொள்ளாவிட்டாலும்.

சாயங்காலம் நான் வேலை விஷயமாக நான் ஸமாரியா காட் செல்லவேண்டியிருந்தது. அதனால் சமாரியை மறுபடியும் பார்க்கவில்லை. இப்போது அவன் காலராவால் அவதிப்படுகிறானாம். அவன் மனைவி வந்து சொல்கிறாள். இந்தியாவில் வசிக்கிற நாங்கள் காலராவை வெறுக்கிறோம். அதை நினைத்து அஞ்சுகிறோம். ஆனால், அது தொற்றிவிடும் என்று நாங்கள் மிரள்வதில்லை. காரணம், நாங்கள் விதியை நம்புகிறவர்கள். ஆகவே, சமாரியின் நார்க்கட்டிலைச் சுற்றித் தரையில் ஏகப்பட்ட ஆட்கள் உட்கார்ந்திருந்ததைப் பார்த்து நான் ஆச்சரியம் அடையவில்லை.

அந்த அறை இருட்டாக இருந்தது. ஆனாலும், என் கையிலிருந்த லாந்தரின் வெளிச்சத்தில் என்னை அவன் அடையாளம் கண்டுகொண்டான். ‘இந்த நேரத்திலெ போயி ஒங்களை அழைச்சிட்டு வந்திருக்காளே. இந்தப் பொம்பளையை மன்னிச்சுருங்க.’ என்றான். அப்போது இரவு 2 மணி. ‘ராத்திரியிலே போய்த் தொந்தரவு செய்யாதே. காலையிலே சொல்லிக்கிறலாம்னு சொன்னாக் கேக்க மாட்டேனுட்டா.’ பத்து மணி நேரத்துக்கு முன்னால் சமாரி என்னை விட்டுப் பிரிந்து வந்தபோது, ஆரோக்கியமாகத்தான் காணப்

பட்டான். சில மணிநேரத்துக்குள் அவனுடைய தோற்றத்தில் ஏற்பட்டுவிட்ட மாற்றத்தைப் பார்த்து நான் அதிர்ச்சியடைந் தேன். இயல்பாகவே, ஒல்லியான மெல்லிய உடல்வாகு உள்ளவன் அவன். தன் உருவத்தில் பாதியாக இளைத்திருந் தான். கண்கள் உள்ளொடுங்கிப் போயிருந்தன. குரல் பலவீன மாய் இருந்தது. கிசுகிசுப்பாக ஒலித்தது.

அறைக்குள் கடுமையான வெப்பம். பாதி திறந்து கிடந்த அவனது உடம்பை ஒரு துணி விரிப்பால் மூடினேன். ஆட் களை விட்டு அவனது கட்டிலை வெளியே திறந்த முற்றத்தில் கொண்டுவந்து போடச் செய்தேன். காலாராவால் பாதிக்கப் பட்ட ஒருவன் இருப்பதற்கு உசிதமற்ற திறந்த இடம் அது. என்றாலும், உஷ்ணமான அறையைவிட காற்றோட்டமான திறந்த இடம் உத்தமமானது. அவன் இருந்த நிலைமைக்கு, அறைக்குள் அவன் சுவாசிக்கப் போதுமான காற்று இல்லை.

காலரா தாக்கிய எத்தனையோ பேரைக் காப்பாற்ற நானும் சமாரியும் சேர்ந்து போராடியிருக்கிறோம். பதட்ட மடைவதால் உண்டாகும் ஆபத்து பற்றி, வேறெவரையும் விட சமாரிக்கு நன்கு தெரியும். என்வசம் இருக்கும் எளிமை யான சிகிச்சைகளின்மேல் அளவற்ற நம்பிக்கைகொள்ள வேண்டியதன் அவசியத்தையும் தெரியும். அந்த ஈனமான வியாதியுடன் ஒரு வீரனைப் போல அவன் போராடினான். சற்றும் நம்பிக்கை இழக்காது, காலராவை எதிர்த்துப் போராட வும் அவனுடைய தெம்பைத் தக்கவைக்கவும் என நான் வழங்கிய சகலத்தையும் உட்கொண்டான்.

சூழலில் கடுமையான வெப்பம் இருந்தது. சமாரிக்கோ குளிர் அடித்தது. எனக்கு ஒரே ஒரு மார்க்கம்தான் இருந்தது. தணல் கங்குகள் நிரம்பிய தாம்பாளத்தை அவனுடைய கட்டிலுக்கு அடியில் வைத்தேன். மற்றவர்கள் உதவியுடன் அவனுடைய உள்ளங்கைகளிலும், உள்ளங்கால்களிலும் சுக்குப் பொடியை வைத்துத் தேய்த்தேன். இந்தப் போராட்டம் நாற்பத்தெட்டு மணி நேரம் நீடித்தது. ஒவ்வொரு நிமிடமும் மரணத்துடன் யுத்தம். தீரனான அந்தச் சின்னஞ்சிறு மனித னுக்கு நினைவு தப்பியது. நாடி அடங்க ஆரம்பித்தது. வெளி யில் தெரியாதபடி மிக மெல்லியதாக இழைந்தது சுவாசம். நள்ளிரவிலிருந்து அதிகாலை நாலுமணி தாண்டும்வரை இதே நிலையில் அவன் கிடந்தான். என் நண்பன் குணமடை யப்போவதே இல்லை என்பது எனக்குத் தெரிந்தது. நெடுநேர மாக சந்தடியின்றி என்னோடு சேர்ந்து கவனித்து வந்த ஆட்கள், தரையில் அமர்ந்துகொண்டும் சுற்றி நின்றுகொண் டும் இருந்தனர்.

சமாரி திடீரென்று எழுந்து உட்கார்ந்தான். மிகவும் இயல்பான குரலில் கேட்டான். ‘மஹராஜ், மஹராஜ். எங்கே இருக்கீங்க?’ நான் அவன் கட்டிலின் தலைமாட்டில் நின்று கொண்டிருந்தேன். முன்னால் குனிந்து அவன் தோளில் கைவைத்தேன். என் கையைத் தன் இரண்டு கைகளாலும் பிடித்துக்கொண்டு, அவன் சொன்னான்: ‘மஹராஜ், பரமேஸ் வரன் என்னைக் கூப்புடுறாரு. நான் போகணும்.’ பிறகு, தன் இரண்டு கைகளையும் கூப்பி, தலைவணங்கி, ‘பரமேஸ்வரா, இதோ வந்திட்டேன்.’ என்றான். நான் அவனை மீண்டும் படுக்கையில் கிடத்தியபோது, அவன் இறந்திருந்தான்.

சகல ஜாதிகளையும் சேர்ந்த சுமார் நூறுபேர் அங்கே இருந்தார்கள்; சமாரியின் கடைசி வார்த்தைகளைக் கேட்டார் கள். நெற்றியில் சந்தனம் இட்டிருந்த அந்நியர் ஒருவரும் அங்கே இருந்தார். வெறும் கூட்டை நான் படுக்கையில் கிடத்தியபோது, இறந்தவர் யார் என்று அந்தப் புதிய நபர் கேட்டார். அவர்தான் சமாரி என்று தெரிவித்தார்கள்.

அவர் சொன்னார்: ‘ஆஹா. ரொம்ப நாளாத் தேடிக்கிட் டிருந்தேன். இப்பொக் கண்டுபிடிச்சிட்டேன். காசியிலிருக்கிற மகாவிஷ்ணு ஆலயத்திலே நான் பூசாரியாய் இருக்கேன். என்னோட குருநாதரான தலைமைப் பூசாரி இந்த மனுஷர் செஞ்ச நல்ல காரியங்களைப் பத்திக் கேள்விப்பட்டுருக்காரு. இவரைத் தேடிப் பிடிச்சு, கோவிலுக்குக் கூட்டிட்டு வரச் சொல்லி என்னை அனுப்பினாரு. அவருக்கு இவரைத் தரிசிக் கணும்னு ஆசை. இப்பொ நான் திரும்பிப் போயி, சமாரி இறந்துட்டாருன்னு என் குருநாதர்ட்டெச் சொல்லப் போறேன். சமாரி சொன்ன கடைசி வார்த்தைகளையும் அவர்கிட்டெச் சொல்லுவேன்.’ பிறகு, தன் கையில் வைத்திருந்த மூட் டையைக் கீழே வைத்தார். காலணிகளைக் கழற்றினார். கட்டிலின் கால்மாட்டை அணுகினார். இறந்து கிடந்த தீண்டத் தகாதவருக்குத் தலைவணங்கி அஞ்சலி செலுத்தினார் அந்தப் பிராமணப் பூசாரி.

சமாரிக்கு நடந்தது போன்ற ஒரு இறுதிச் சடங்கு மொக்கமெ காட்டில் இன்னொருதடவை நடப்பதற்கில்லை. நட்புப் பாராட்ட யாருமே இல்லாதவனாக, தகுதியின்மை காரணமாகக் குறைந்த மதிப்புள்ளவனாக வந்து சேர்ந்து, மிகப் பலரால் நேசிக்கப்பட்டவனாக, அனைவராலும் மதிக்கப் பட்டவனாகப் பிரிந்து சென்ற அவனுக்கு இறுதி அஞ்சலி செலுத்த சமூகத்தின் அனைத்துத் தரப்பினரும் வந்தார்கள். மேல்ஜாதி கீழ்ஜாதி வசதியானவர்கள் ஏழைகள் ஹிந்துக்கள்

முகமதியர்கள் தீண்டத்தகாதவர்கள் கிறிஸ்தவர்கள் என்று சகலமானவர்களும் வந்திருந்தார்கள்.

எங்கள் கிறிஸ்தவ நம்பிக்கைகளின் பிரகாரம், சமாரி ஒரு அஞ்ஞானி. இந்தியாவின் தீண்டத்தகாத ஜாதியினரில், கீழ் மட்டப் படியைச் சேர்ந்தவன். ஆனால், அவன் சென்று சேர்ந்த இடத்துக்குப் போகும் பாக்கியம் எனக்குக் கிடைக்குமானால், நான மன நிறைவு பெறுவேன்.

■

மொக்கமெ காட் வாழ்க்கை

மொக்கமெ காட்டில் நானும் என் ஆட்களும் சதா வேலைபார்த்தும் தூங்கியும் மட்டுமே எங்கள் காலத்தைக் கழிக்கவில்லை. ஆரம்பத்தில் வேலை எங்கள் அனைவருக்குமே மிகமிகச் சிரமமாகத்தான் இருந்தது. அதேவிதமாகத் தொடரவும் செய்தது. ஆனால், காலம் செல்லச் செல்ல, கைகள் கடின மடைந்தன. முதுகுத் தசைகள் உரம் பெற்றன. எங் கள் வேலையில் நிலைகொண்டோம். ஒரே திசை யில் ஒரே குறிக்கோளோடு பாடுபட்டோம் – எங் களைச் சார்ந்தவர்களின் நல்வாழ்க்கைக்காக – என்பதால் வேலை சகஜமாக நடந்து வந்தது.

பொழுதுபோக்குகளுக்கான சிறு இடைவேளை களும் உருவாயின. மொக்கமெ காட்டில் ஏராள மாகக் குவிந்திருந்த சரக்குகளை ஏற்றி அனுப்பிக் காலிசெய்ததில் நாங்கள் பெற்றிருந்த நற்பெயர்; அதன்பிறகு சரக்குப் போக்குவரத்து தடைபடாமல் நடந்தது; இவற்றுக்கெல்லாம் நாங்கள் அனைவருமே பங்களித்திருந்தோம். இந்த நற்பெயரைச் சம்பாதித்

ததில் எங்கள் அனைவருக்குமே ஒரு பெருமிதம் இருந்தது. அதைத் தக்கவைத்துக்கொள்ள உறுதிபூண்டிருந்தோம். ஆகையால், சொந்தக் காரணங்களினால் ஒருவர் வேலைக்கு வர இயலாமல் போகும்போது, அவரது வேலையை அவருடைய சகாக்கள் உற்சாகமாகச் செய்து முடித்தனர்.

சிறிதளவு கால அவகாசமும் சட்டைப்பையில் கொஞ்சம் பணமும் மீந்தபோது, முதலவேலையாக, என்னுடைய தொழிலாளர்கள் மற்றும் குறைந்த சம்பளம் வாங்கும் ரயில்வே ஊழியர்களின் குழந்தைகளுக்காக ஒரு பள்ளிக்கூடம் தொடங்கினேன். ஆர்வமுள்ள கல்வியாளரான ராம் சரணிடமிருந்து துவங்கியது இந்த யோசனை. ஒருவேளை, கற்பதற்கான வாய்ப்புகள் மிகவும் குறைவாகவே அவருக்குக் கிடைத்தன என்பதுகூட ராம்சரணின் ஆர்வத்துக்குக் காரணமாக இருக்கலாம்.

நாங்கள் இருவரும் சேர்ந்து ஒரு குடிசையை வாடகைக்குப் பிடித்தோம். ஆசிரியர் ஒருவரை நியமித்தோம். இருபது குழந்தைகளுடன் பள்ளியைத் தொடங்கினோம். பின்னாட்களில் ராம் சரண் பள்ளி என்றே அழைக்கப்பட்டது அது. நாங்கள் எதிர்கொண்ட முதல் பிரச்னை, ஜாதிப் பாகுபாடு. எங்கள் ஆசிரியர் அந்தப் பிரச்னையை விரைவிலேயே சமாளித்துவிட்டார். குடிசையின் பக்கவாட்டுத் தடுப்புகளை அகற்றிவிட்டார். மேல்ஜாதிக் குழந்தைகளும், கீழ்ஜாதிக் குழந்தைகளும் பாடம் படிப்பதற்காக ஒரே குடிசையில் வந்து உட்கார்வதுதான் இயலாத காரியம். ஒரே கொட்டகையில் வந்து அமர்வதில் யாருக்கும் ஆட்சேபம் இல்லை.

ஆரம்பத்திலேயே அந்தப் பள்ளிக்கூடம் மாபெரும் வெற்றிபெற்றுவிட்டது. ராம் சரணுடைய சளைக்காத ஆர்வத்துக்குத்தான் நன்றி சொல்லவேண்டும். முறையான கட்டடங்கள் கட்டப்பட்ட பிறகு; மேலும் ஏழு ஆசிரியர்கள் நியமிக்கப்பட்ட பிறகு; மாணவர் எண்ணிக்கை இருநூறை எட்டிய பிறகு; பள்ளிக்கூடத்தின் நிதிப் பொறுப்பை அரசாங்கம் ஏற்றுக்கொண்டது. நாங்கள் ஆசுவாசமடைந்தோம். அரசாங்கம் அந்தப் பள்ளியை நடுநிலைப் பள்ளியின் அந்தஸ்துக்கு உயர்த்தியது. ராம் சரணுக்கு ராய் ஸாஹிப் பட்டம் வழங்கியது. அவருடைய நண்பர்கள் அனைவரும் பெரும் மகிழ்ச்சி அடைந்தார்கள்.

ராம் சரணுக்குச் சமமான அந்தஸ்தில் அகல ரயில் பாதைத் துறையில் அதிகாரியாய் இருந்த டாம் கெல்லி முனைப்புள்ள விளையாட்டு வீரர். அவரும் நானும் சேர்ந்து

மனமகிழ் மன்றம் துவக்கினோம். ஒரு காலியிடத்தைச் சுத்தம் செய்து சமதளமாக்கி, கால்பந்து மைதானமொன்றும் ஹாக்கி மைதானமொன்றும் தயார் செய்தோம். கோல் கம்பங்களை நட்டோம். கால்பந்தும், ஹாக்கி விளையாட்டுக்கான வளை தடிகளும் வாங்கினோம். ஆளுக்கொரு கால்பந்து அணியையும் ஹாக்கி அணியையும் உருவாக்கிப் பயிற்சி தரத் தொடங்கினோம். ஒப்பீட்டளவில், கால்பந்து விளையாடப் பயிற்சியளிப்பது சுலபமாக இருந்தது. ஹாக்கி விளையாடக் கற்றுத் தருவது அவ்வளவு எளிதாய் இல்லை. காரணம், முறையான வளைதடிகள் வாங்குவதற்கு எங்களிடம் வசதி இல்லை; அந்தக் காலத்தில் கால்ஸா தடி என்று அழைக்கப்பட்ட வளைதடிகளை நாங்கள் வாங்கியிருந்தோம். இவை பஞ்சாபில் தயாரிக்கப்படுபவை. கருவேல மரம் அல்லது சிறு ஓக் மரத்தின் கோலால் ஆனவை. வேர்ப்பகுதியைத் தேவையான அளவு வளைத்து ஹாக்கி வளைதடிக்கான உருவத்தில் ஆக்கப்படுபவை. ஆரம்பத்தில் விளையாட வந்தவர்களில் அநேகம் பேர், பின்னர் நின்றுவிட்டார்கள். ஏனெனில் 98 சதவீதம் விளையாட்டு வீரர்கள் வெறுங்காலுடன் விளையாடினர். வளைதடிகள் மிகவும் கனமாகவும் சொரசொரவென்றும் இருந்தன. பயன்படுத்தப்பட்ட பந்தோ, மரத்தாலானது.

விளையாட்டுகளின் அடிப்படை விதிகளை இரண்டு அணிகளும் கற்றுக்கொண்ட பிறகு, அதாவது பந்தை எந்தத் திசையில் கொண்டு செல்ல வேண்டும் என்கிற அளவுக்கு மட்டும் கற்றுக்கொண்ட பிறகு, ரயில்வே துறைக்குள்ளாக விளையாட்டுப் போட்டிகளை நடத்தத் தொடங்கினோம். அவற்றில் பங்கேற்றவர்களுக்கு நிகராக பார்வையாளர்களுக்கும் ஆனந்தம் கிடைத்தது.

மிகமிகப் பருமனானவர் கெல்லி. இதை லேசில் ஒத்துக் கொள்ள மாட்டார். அவர் எப்போதுமே அவர்களது அணியின் கோல்கீப்பராக விளையாடினார். வெளியூர் அணிகளுடன் விளையாடுவதற்காக எங்கள் அணிகள் இணையும்போது எங்கள் அணியின் கோல்கீப்பராக இருப்பார். நான் ஒல்லியான லகுவான உடல்வாகு கொண்டவன். சென்ட்டர் ஃபார்வர்டாக விளையாடினேன். கால் தட்டியோ, வளைதடியால் வாரிவிடப்பட்டோ எப்போதாவது நான் விழ நேரும்போது பெரும் தர்மசங்கடத்துக்கு ஆளாவேன். கெல்லி ஒருவரைத் தவிர்த்து, அத்தனை வீரர்களும் விளையாட்டை நிறுத்திவிட்டு ஓடோடிவந்து என்னைத் தூக்கி விடுவார்கள். என் உடையில் ஒட்டிய புழுதியைத் தட்டி விடுவார்கள். ஒருதடவை இம்மாதிரி நடந்துகொண்டிருக்கும்போது, எதிரணி வீரர் ஒருவர்

பந்தை உருட்டிச் சென்று கோல் போட முயன்றார். பார்வையாளர்கள் களத்தில் இறங்கி அவர் கோல் போடுவதைத் தடுத்துவிட்டனர். பந்தைக் கைப்பற்றி, அவரையும் பிடித்து வைத்துக் கொண்டார்கள்.

மனமகிழ்மன்றத்தை நாங்கள் துவக்கிக் கொஞ்ச நாளிலேயே, வங்காளம் மற்றும் வடமேற்கு ரயில்வே தன்னுடைய ஐரோப்பிய அதிகாரிகளுக்காக – என்னையும் சேர்த்து நான்கு பேர் இருந்தோம் – மன்றக் கட்டிடம் ஒன்றைக் கட்டியது. டென்னிஸ் மைதானம் ஒன்றையும் உருவாக்கியது. இந்த மன்றத்தின் கௌரவ அங்கத்தினராக கெல்லி நியமிக்கப்பட்டார். மிகவும் பயனுள்ள அங்கத்தினர் எனத் தம்மை நிரூபித்துக்கொண்டார். காரணம் அவர் பில்லியர்ட்ஸ், டென்னிஸ் இரண்டிலுமே கெட்டிக்காரர். நானும் கெல்லியும் ஒரு மாதத்தில் இரண்டு மூன்று தடவைக்குமேல் டென்னிஸ் விளையாட முடிந்ததில்லை. ஆனால், அன்றன்றைய வேலை முடிந்ததும், பல நாள் மாலைப்பொழுதுகளில் பில்லியர்ட்ஸ் விளையாடி மகிழ்ந்தோம்.

மொக்கமெ காட்டின் சரக்குக் கிடங்குகளும் பக்க நடைபாதைகளும் ஒன்றரை மைல் நீளம் உள்ளவை. கெல்லி அவ்வளவு தொலைவு அநாவசியமாக நடப்பதைத் தவிர்ப்பதற்காக, அவருடைய ரயில்வே துறை ஒரு தள்ளுவண்டியை வழங்கியிருந்தது. தண்டவாளத்தில் நகரும் அந்த வண்டியைத் தள்ளிச் செல்வதற்கு நான்கு ஆட்களையும் வழங்கியது. இந்த வண்டி எனக்கும் கெல்லிக்கும் அளவற்ற மகிழ்ச்சியைத் தந்தது. குளிர்மாதங்களில், தலைப்பட்டையுள்ள வாத்துகள் வந்து சேரும். பௌர்ணமி அல்லது அதையொட்டிய நாட்களில், வண்டியை எடுத்துக்கொண்டு கிளம்புவோம். பிரதான ரயில் தடத்தில் ஒன்பது மைல்கள் செல்வோம். சேருமிடத்தில் சிறு குளங்கள் ஏகப்பட்டவை இருந்தன. இவற்றில் சில குளங்கள் சில கஜ அகலம் மட்டுமே உள்ளவை. மற்றவை, ஒரு ஏக்கர் அல்லது அதைவிடவும் விசாலமானவை. அவற்றைச் சுற்றிலும் நிற்கும் அவரைச் செடிகள் எங்களுக்கு மிக நல்ல மறைப்பாக உதவும்.

சூரியன் அஸ்தமிக்கிற நேரத்தில் இந்தக் குளங்களுக்குச் சென்று சேர்கிற மாதிரி பார்த்துக்கொள்வோம். கெல்லி ஒரு குளத்தின் அருகிலும் நான் மற்றொன்றின் அருகிலுமாக நிலை கொண்ட மாத்திரத்தில், வாத்துகள் வரத் தொடங்கும். நிஜமாகவே, பத்தாயிரக்கணக்கான வாத்துகள். பகல் பொழுதை கங்கைக் கரையின் தீவுகளில் கழித்துவிட்டு, மாலைப்பொழுதில் இந்தக் குளங்களிலுள்ள களைகளைப் புசிக்க வரும்;

அல்லது குளங்களுக்கு அப்பால் உள்ள வயல்களின் கோதுமை மற்றும் தானியக் கதிர்களை உண்ண வந்து சேரும். எங்கள் இடத்துக்கும் கங்கைக்கும் இடையில் பாதி தூரத்தில் உள்ள ரயில்வே தடத்தைக் கடந்த பிறகு, வாத்துகள் தாழப் பறக்கத் தொடங்கும். எங்கள் தலைக்கு மேலே வாகான உயரத்தில் பறக்கும். நிலா வெளிச்சத்தில் சுடுவதற்குக் கொஞ்சம் பயிற்சி தேவை. ஏனெனில், தலைக்கு மேலே பறக்கும் பறவைகள் பார்வைக்கு அவை இருக்கும் இடத்தைவிடச் சற்று அதிக உய ரத்தில் பறக்கிற மாதிரித் தென்படும். எனவே, அவற்றைத் தாண்டிச் சுடவேண்டுமென்றுதான் யாருக்குமே தோன்றும். துப்பாக்கி வெடியின் வெளிச்சத்தையும் ஓசையையும் கண்ட தும் வாத்துகள் ஆகாயத்தில் செங்குத்தாக மேலேறிவிடும். மீண்டும் கிடைவசமாக அவை பறக்கத் தொடங்குவதற்குள் இரண்டாம் முறை சுடுவதற்கான துப்பாக்கி எல்லைக்கு வெளியே சென்று விடும்.

ஆற்றின் விளிம்பாக அமைந்த பனைமர வரிசைக்கு மேலே முழுநிலா உதயமாகும் அந்த குளிர்கால மாலைப் பொழுதுகளும்; வாத்துகளின் முழக்கத்தோடு இசையும் குளிர்காற்றின் அதிர்வும் மீள் ஒலியும்; தலைக்குமேல் பத்து முதல் நூறு வாத்துகள் கடக்கும்போது எழும் சிறகோசையும் நான் மொக்கமெ காட்டில் கழித்த வருடங்களின் மிக மகிழ்ச் சியான தருணங்களாக நினைவில் இருப்பவை.

வேலை எனக்கு எப்போதுமே சலிப்பூட்டியதில்லை. காலத்தை ஒரு பாரமாக என் கைகளில் சுமந்ததில்லை. கங்கையைக் கடப்பதற்கான ஏற்பாடுகளைச் செய்வது; மொக்கமெ காட்டில் மில்லியன் டன் சரக்குகளைக் கையாள் வது; இவற்றோடு, கங்கையின் இரு கரைகளுக்கும் இடையில் ஓடிய நீராவிப் படகுகளும் என் பொறுப்பில்தான் இருந்தன. வருடத்துக்கு ஒரு லட்சம் பயணிகளை அவை ஏற்றிச் சென் றன. இமயமலையில் கனமழை பெய்த பிறகு, கங்கைநதி நாலைந்து மைல் அகலம் கொண்டதாக ஆகிவிடும். அந்தச் சமயத்தில் நதியைக் கடப்பது எனக்கு எப்போதுமே உவப் பான விஷயம். என் கால்களுக்கு ஓய்வு கிடைக்கும். நிதான மாகப் புகைபிடிக்கலாம். இவற்றோடு, இன்னொரு விதத்திலும் அது உதவிகரமாக இருந்தது; மனிதர்களை ஊன்றிக் கவனிப் பது என்னுடைய பொழுதுபோக்குகளில் ஒன்று.

இரண்டு பெரும் ரயில்வே அமைப்புகளுக்கிடையிலான இணைப்பாகப் படகுப் போக்குவரத்து செயல்பட்டது. ஒரு அமைப்பு வடக்குமுகமாக ரயில்களை இயக்குவது. மற்றொன்று

தெற்குமுகமாக இயக்குவது. ஒவ்வொரு முறையும் கடந்து சென்ற எழுநூறு பயணிகளில் இந்தியாவின் அனைத்துப் பாகங்களையும் சேர்ந்தவர்கள் இருந்தார்கள். அதன் எல்லைகளுக்கு அப்பால் உள்ள தேசங்களைச் சேர்ந்தவர்களும் இருந்தார்கள்.

ஒருநாள் காலையில், நீராவிப் படகின் மேல்தளத்தில் சாய்ந்து நின்றிருந்தேன். கீழ்த்தளத்தில் மூன்றாம் வகுப்புப் பயணிகள் தங்கள் இருக்கைகளில் வந்து அமர்வதைப் பார்த்துக் கொண்டிருந்தேன். இங்கிலாந்திலிருந்து வந்த இளைஞர் ஒருவர் என்னுடன் இருந்தார். சமீபத்தில் ரயில்வேயில் சேர்ந்தவர். மொக்கமெ காட்டில் வேலைகள் நடைபெறும் விதத்தைக் கற்றுவருவதற்காக என்னிடம் அனுப்பப்பட்டவர். பதினைந்து நாட்கள் என்னுடன் இருந்துவிட்டுத் திரும்பிச் செல்கிறார். ஆற்றைக் கடந்து ஸமாரியா காட் செல்லும் அவருக்குத் துணையாக நான் செல்கிறேன்; கோரக்பூர் நோக்கி நீண்ட ரயில் பயணத்தைத் துவக்கவிருக்கும் அவரை வழியனுப்புவதற்காக.

தையல்காரரைப் போல, அருகில் இருந்த பெஞ்சில் சம்மணமிட்டு அமர்ந்திருந்தார் ஒரு இந்தியர். தாமும் கீழ்த் தளத்தை நோக்கிக்கொண்டிருந்தார். என்னுடைய இளம் சகாவான க்ராஸ்த்வைட்டுக்கு, தான் பணிபுரியவிருக்கும் இந்த தேசத்திலுள்ள சகலத்தின்மீதும் பெரும் ஆர்வம் இருந்தது. சளசளவென்று பேசியவாறு திறந்த தளத்தில் வந்து சேரும் ஜனங்களைப் பார்க்கும்போது, அவர்களெல்லாம் யார், இந்தியாவின் ஒரு பகுதியிலிருந்து இன்னொரு பகுதிக்கு எதற்காகச் செல்கிறார்கள் என்று தெரிந்துகொள்ள மிகவும் ஆசையாக இருக்கிறது என்று அவர் சொன்னார்.

மத்தி மீன்களைப்போல வந்து அடைந்த ஜனக் கூட்டம் தற்போது நிலைப்பட்டிருந்தது. ஆகவே, அவருடைய ஆசையைப் பூர்த்திசெய்ய முயல்கிறேன் என்று சொன்னேன். வலது புறத்திலிருந்து கிளம்பி தளத்தைச் சுற்றி வரலாம்; தளத்தின் ஓரக் கம்பியில் சாய்ந்து வெளிவட்டத்தில் உட்கார்ந்திருப்பவர்களை மட்டும் கவனிக்கலாம் என்றேன்.

எங்களுக்கு அருகாமையில் இருந்த மூவரும் பிராமணர்கள். அவர்கள் மிகவும் பாதுகாப்பாக வைத்திருந்த, ஈரக் களிமண்ணால் வாய் அடைக்கப்பட்ட, பெரிய தாமிரப் பாத்திரங்களில் கங்கை நீர் இருக்கிறது. கங்கையின் வலது ஓரத்தில் ஓடும் நீர் இடது ஓரத்தில் ஓடும் நீரைவிடப் புனிதமானதாகக் கருதப்படுகிறது. இந்தப் பிராமணர்கள் மிகவும் பிரசித்தி

பெற்ற ஒரு மஹாராஜாவின் வேலையாட்கள். வலது கரையில் நீர் நிரப்பிக் கொண்டு போகிறார்கள். படகிலும் ரயிலிலுமாக எண்பது மைல்கள் பயணம் செய்து, மஹாராஜாவின் சொந்த உபயோகத்துக்காக கங்கை நீரை எடுத்துச் செல்கிறார்கள். பிரயாண காலங்களில் கூட, தன் சொந்த உபயோகங்களுக்கு கங்கைநீரைத் தவிர வேறு எதையும் பயன்படுத்த மாட்டார் மஹாராஜா.

பிராமணர்களுக்கு அடுத்தபடியாக உட்கார்ந்திருப்பவர் ஒரு முகமதியர். மெத்தை தைக்கும் தொழில் செய்பவர். பழையதாகி, மொத்தையாய் இருக்கும் பஞ்சுமெத்தைகளைத் தன்னிடம் இருக்கும் யாழ்போன்ற கருவியால் அடித்தவாறு ஒவ்வொரு நிலையமாகப் போகிறவர். இந்தக் கருவியைக் கொண்டு அடித்து அடித்து, பழைய நைந்த பஞ்சைக்கூட புத்தம்புதிய இலவம் பஞ்சு ஆக்கிவிடக் கூடியவர்.

அடுத்து இருப்பவர்கள் இருவரும் திபெத்திய லாமாக்கள். கயாவில் உள்ள பௌத்த ஆலயத்துக்குப் புனித யாத்திரை சென்று திரும்புகிறார்கள். இந்தக் குளிர்காலக் காலைப்பொழு தில் கூட, வெக்கையாய் உணர்கிறார்கள். அவர்களுடைய நெற்றியில் பூத்திருக்கும் வியர்வை முத்துகளைப் பார்த்தால், உங்களுக்கே இது தெரியும்.

லாமாக்களுக்கு அடுத்து அமர்ந்திருப்பவர்கள், பனார ஸுக்கு யாத்திரை சென்று திரும்பும் நால்வர் குழு. அவர்கள் நேபாளத்தின் அடிவாரத்தில் உள்ள தங்கள் சொந்த ஊருக்குத் திரும்புகிறார்கள். நூல்திரிகளால் சுற்றிப் போர்த்தப்பட்ட இரண்டு பெரிய கண்ணாடி ஜாடிகளை வைத்திருக்கிறார்கள். சிறு மூங்கில் கழியில் கட்டித் தொங்கும் அந்த ஜாடிகளில் பனாரஸின் கங்கை நீர் இருக்கிறது. தங்கள் கிராமத்திலும் பக்கத்து கிராமங்களிலும் மதச் சடங்குகளுக்குப் பயன்படக் கூடிய நீர். இதன் ஒவ்வொரு துளியையும் அவர்கள் விற்கப் போகிறார்கள்.

இதேவிதமாகப் பார்த்து வந்தேன். இடது புறத்தில் கடை சியாக உட்கார்ந்திருக்கும் நபரிடம் வந்து சேர்ந்தேன். க்ராஸ் வைத்திடம் சொன்னேன்: இந்த ஆள் என்னுடைய பழைய சிநேகிதன். என்னுடைய தொழிலாளிகளில் ஒருவனுடைய தகப்பன். ஆற்றின் இடது கரையில் இருக்கும் தன்னுடைய நிலத்தில் உழப் போகிறான்.

கீழ்த்தளத்தில் இருந்த பயணிகளைப் பற்றி நான் சொல்லி வந்ததையெல்லாம் பெரும் ஆர்வத்துடன் க்ராஸ்வைத் கேட்டுக் கொண்டார். இப்போது எங்களுக்கு அருகில் உள்ள பெஞ்ச்

சில் அமர்ந்திருக்கும் மனிதர் யார் என்று கேட்டார். 'ஓ. இவரா. இவர் ஒரு முகமதிய கனவான். தோல்வியாபாரி. கயாவிலிருந்து முஸாஃபர்பூர் செல்கிறார்.' நான் சொல்லி முடித்ததும், கால்களை மடித்து அமர்ந்திருந்த அவர் தம் கால்களைத் தொங்கப்போட்டார். தளத்தில் பாதங்களை ஊன்றி, சிரிக்க ஆரம்பித்தார்.

என் பக்கம் திரும்பி நயமான ஆங்கிலத்தில் சொன்னார். 'கீழ்த்தளத்தில் இருக்கும் மனிதர்களைப் பற்றி உங்கள் நண் பருக்கு நீங்கள் வர்ணித்துச் சொன்னதை மிகவும் ரசித்துக் கேட்டேன். என்னைப் பற்றி வர்ணித்ததையும்தான்.' வெய்யி லால் என் முகம் கறுத்திருந்ததால், என் முகம் வெட்கிச் சிவந் தது தெரிந்திருக்காது. அவருக்கு ஆங்கிலம் தெரியாது என்றே நான் நினைத்திருந்தேன். 'மற்றவர்களைப் பற்றி நீங்கள் வர்ணித்தது முழுக்க முழுக்கச் சரியாக இருக்கலாம். என்னைப் பற்றியது மட்டும் விதிவிலக்கு. நீங்கள் சொன்னமாதிரி நான் ஒரு முகமதியன்தான். கயாவிலிருந்து முஸாஃபர்பூருக்குச் செல்கிறவன்தான். இத்தனைக்கும், கயாவில் வாங்கிய என்னு டைய பயணச்சீட்டை நான் யாரிடமும் காண்பிக்கவில்லை. அதனால், உங்களுக்கு இதெல்லாம் எப்படித் தெரிந்திருக்கிறது என்று என்னால் யூகிக்க முடியவில்லை. ஆனால், என்னைத் தோல்வியாபாரி என்று நீங்கள் சொன்னது மாத்திரம் சரி யல்ல. நான் செய்வது தோல்வியாபாரம் அல்ல, புகையிலை வியாபாரம்.'

சில சந்தர்ப்பங்களில், முக்கியஸ்தர்களுக்காக சிறப்பு ரயில்கள் விடப்படும். இந்த ரயில்கள் விடப்படுவதையொட்டி, அவற்றுக்கு இணைப்பாக நீராவிப் படகும் விடப்படும். அதன் நேர அட்டவணைக்கு நான்தான் பொறுப்பு. ஒருநாள் பிற் பகலில் சிறப்பு ரயிலில் வந்துசேர்ந்த நேபாளப் பிரதமரைப் பார்த்தேன். நேபாளத்தின் தலைநகரான காத்மண்டுவிலிருந்து கல்கத்தா வந்த ரயிலில் அவரும், அவரது குடும்பத்தைச் சேர்ந்த இருபது பெண்மணிகளும், அவருடைய செயலாளரும், பணியாட்களின் பெரும் பட்டாளமும் வந்தனர்.

ரயில் வந்து நின்றதும், நேபாளத்தின் தேசிய உடைய ணிந்த ஒரு வழுக்கைத் தலை ராட்சசன் ரயிலிலிருந்து குதித் திறங்கி பிரதமர் பயணம் செய்த பெட்டியை நோக்கிச் சென் றான். பெரிய குடையொன்றை விரித்தான். ரயில் பெட்டியின் கதவையொட்டித் தன் முதுகைக் காட்டியவாறு நின்றான். வலது தோளை உயர்த்தி, தனது கையை இடுப்பில் ஊன்றிக் கொண்டான். அவனுக்குப் பின்னால் இருந்த கதவு திறந்தது.

பிரதமர் தோன்றினார். தங்கப் பிடி போட்ட பிரம்பைக் கையில் வைத்திருந்தார். பழக்கத்தின் லாகவத்துடன் அந்த மனிதனின் தோளில் உட்கார்ந்தார். அவர் வசதியாக அமர்ந்து கொண்ட பின், பிரதமரின் தலைக்குமேல் குடையை உயர்த்திப் பிடித்தபடி புறப்பட்டான் அவன். நீராவிப் படகை நோக்கி நடந்தான். கால் புதையும் மணல் தரையில், முன்னூறு கஜ தூரம், ஸெல்லுலாய்டு பொம்மையைத் தூக்கிச் செல்கிற மாதிரி அவ்வளவு இலகுவாகப் பிரதமரைச் சுமந்து சென்றான்.

பிரதமரின் செயலாளருடன் அறிமுகமான பின்னர், இவ்வளவு அபாரமான பளுதூக்கும் திறனை நான் என்றுமே கண்டதில்லை என்று அவரிடம் தெரிவித்தேன். அவர் கூறினார்: ‘வேறு வாகன வசதிகள் எதுவும் கிடைக்காத இடங்களில், பிரதமர் இந்த வழுக்கைத் தலையனைத்தான், இதேவிதமாகத் தான், பயன்படுத்துவார்.’ அந்த மனிதன் ஒரு நேபாளி என்று செயலர் சொன்னார். ஆனால், ஐரோப்பியனாக இருப்பான் என்பதே என் யூகம். அவனுக்கோ அவனுடைய எஜமானர் களுக்கோ மாத்திரமே தெரிந்த காரணங்களால், இந்திய எல்லையில் உள்ள ஒரு சுதந்திர ராஜ்யத்தில் பணியமர்ந்திக் கிறான்.

நீராவிப் படகுக்குப் பிரதமர் தூக்கிச் செல்லப்பட்ட போது, நான்கு பணியாட்கள் செவ்வக வடிவமான கறுப்புப் பட்டுத் துணியை ஒரு ரயில் பெட்டிக்கு அருகில் தரையில் விரித்தனர். ரயில் பெட்டியின் ஜன்னல்கள் அனைத்தும் மூடப்பட்டிருந்தன. சுமார் பனிரண்டடி நீளமும் எட்டடி அகலமும் உடைய செவ்வகத் துணி அது. அதன் நான்கு மூலைகளிலும் பொருத்தப்பட்டிருந்த கண்ணிகளில், உச்சியில் கொக்கிகள் கொண்ட வெள்ளித்தண்டுகள் செருகி உயர்த்தி நிறுத்தப்பட்டன. இப்போது அந்தச் செவ்வகம் அடிப்பகுதி யற்ற பெட்டிபோல உருக்கொண்டது. அந்த அமைப்பின் ஒரு முனை, மூடிய ரயில்பெட்டியின் கதவு உயரத்துக்கு உயர்த்தப் பட்டது. ரயில்பெட்டியை விட்டு வெளியேறி, பிரதமரின் குடும்பப் பெண்கள் இருபதுபேரும் பட்டுத்துணிப் பெட்டிக் குள் நுழைந்தார்கள். பெட்டிக்கு வெளிப்புறமாகத் தண்டுதாங் கிகள் நடந்தனர். அந்தப் பெண்களின் மினுங்கும் தோற்செருப் புகள் மட்டும் வெளித்தெரிய, நீராவிப் படகை நோக்கி அந்த ஊர்வலம் சென்றது.

படகின் கீழ்த் தளத்தில் பட்டுத்துணிப் பெட்டியின் ஒரு முனை மட்டும் உயர்த்தப்பட்டது. மேல்தளத்துக்குச் செல்லும் படிக்கட்டில் அந்தப் பெண்மணிகள் மெல்ல ஓடி ஏறினர். அவர்கள் அனைவருமே பதினாறு முதல் பதினெட்டு வயது

கொண்டவர்கள் போலத் தோன்றினர். மேல்தளத்தில் நான் பிரதமருடன் பேசிக்கொண்டிருந்தேன். அந்தப் பெண்கள் வந்தவுடன் நான் மேல்தளத்தை விட்டுச் சென்று விடுகிறேன் என்று நான் முன்னர் தெரிவித்தபோது, அதற்கு அவசிய மில்லை என்று சொல்லிவிட்டார். பொதுஜனங்கள் தமது குடும்பப் பெண்களைப் பார்த்துவிடாமல் இருப்பதற்காகத் தான் அந்தப் பெட்டியாம்.

அந்தப் பெண்களின் உடைகளைப் பற்றி விவரிப்பது என்னால் இயலாத காரியம். ஒன்றே ஒன்று மட்டும் சொல்ல லாம். இறுக்கமாகத் தரித்த பலவண்ண ரவிக்கைகளும் நாற் பது கஜம் நயமான பட்டினால் தைக்கப்பட்ட அகன்று விரிந்த பாவாடைகளும் அணிந்து, சகலத்தையும் பார்த்து விடும் ஆர்வத்துடன் படகில் மூலைக்கு மூலை அவர்கள் திரிந் தார்கள். அப்போது, அபூர்வமான, அற்புதமான வண்ணத்துப் பூச்சிகள் போலத் தோன்றினார்கள்.

மொக்கமெ காட்டில் பிரதமர் மற்றும் அவரைச் சேர்ந்த பெண்மணிகளைப் படகிலிருந்து சிறப்பு ரயிலுக்கு அழைத்துச் சென்றபோதும், மேற்சொன்ன சம்பிரதாயங்கள் அத்தனையும் கடைப்பிடிக்கப்பட்டன. குழுவினர் அனைவரும், அவர்களு டைய சாமான் மலையும் வந்து ஏறிக்கொண்ட பிறகு ரயில் பெருமூச்சு விட்டவாறு கல்கத்தாவை நோக்கிப் புறப்பட்டது. பத்து நாட்கள் கழித்து அந்தக் குழு திரும்பி வந்தது. சமாரியா காட்டில் நான் அவர்களைக் காத்மண்டுவுக்கு வழியனுப்பி வைத்தேன்.

சில நாட்கள் கழித்து, அறிக்கை ஒன்றில் மூழ்கியிருந்தேன். அன்றிரவே அதை அனுப்பியாகவேண்டும். என் நண்பரான அந்தச் செயலர் அலுவலகத்துக்குள் நுழைந்தார். அவருடைய உடை அழுக்காகவும் கசங்கியும் இருந்தது – பல இரவுகள் அந்த உடையுடனே படுத்துத் தூங்கிய மாதிரி. சென்றமுறை பிரதமருடன் பார்த்தபோது இருந்த நாகரிகமான, நேர்த்தி யான தோற்றத்தைக் காணோம். நாற்காலியில் அமரச் சொன் னேன். அமர்ந்துகொண்டார். பீடிகை எதுவும் இல்லாமல் விஷ யத்துக்கு வந்தார். அவர் கடுமையான சிக்கலில் மாட்டியிருக் கிறாராம். அவர் கூறிய கதை பின்வருமாறு:

‘எங்கள் கல்கத்தா விஜயத்தின் கடைசி நாளன்று, தன் குடும்பத்துப் பெண்மணிகளைப் பிரதமர் ஹாமில்டன் அண்ட் கோ கடைக்கு அழைத்துச் சென்றார். நகரின் முன்னணி நகைக்கடை அது. அவர்களுக்குப் பிடித்த நகைகளை வாங்கிக் கொள்ளச் சொன்னார். நகைகளுக்குரிய விலையை வெள்ளி

ரூபாய்களாகக் கொடுத்தோம். உங்களுக்குத்தான் தெரியுமே, சாமான்கள் வாங்குவதற்காகவும், எங்கள் செலவுகளுக்காகவும் நேபாளத்திலிருந்து போதுமான அளவு பணம் கொண்டுவருவது எங்கள் வழக்கம்.

'நகைகளைத் தேர்ந்தெடுக்கவும் பணத்தை எண்ணவும்; நகைகளைக் கொண்டுவருவதற்காகவென்றே நான் கொண்டு சென்றிருந்த கைப்பெட்டியில் அவற்றை அடுக்கி வைப்பது, பிறகு அந்தப் பெட்டிக்கு நகைக்கடைக்காரர் முத்திரையிடுவது என்றும் நாங்கள் எதிர்பார்த்ததை விட அதிக நேரம் செலவாகிவிட்டது. இதனால், ஹோட்டலுக்கு நாங்கள் அவசரமாகத் திரும்பி வந்தோம். எங்கள் சாமான்களையும் பரிவாரங்களையும் சேகரித்துக்கொண்டு ரயில் நிலையத்துக்கு விரைந்தோம் – எங்களுக்காகக் காத்திருந்த சிறப்பு ரயிலைப் பிடிக்க.

'நாங்கள் காத்மண்டு சென்று சேரும்போது இரவாகிவிட்டது. மறுநாள் காலையில் பிரதமர் என்னைக் கூப்பிட்டனுப்பினார். நகைகள் இருந்த கைப்பெட்டி எங்கே என்று கேட்டார். அரண்மனையில் உள்ள அத்தனை அறைகளிலும் தேடினோம். கல்கத்தாவுக்கு எங்களுடன் வந்த ஒவ்வொருவரிடமும் விசாரித்தோம். நகைப்பெட்டி பற்றி ஒரு தடயமும் கிடைக்கவில்லை. அதை எப்போதாவது பார்த்ததாகக் கூட எவரும் சொல்லவில்லை.

'கடையிலிருந்து ஹோட்டலுக்கு நான் ஏறிச் சென்ற மோட்டார் காரிலிருந்து அதை எடுத்துச் சென்றது எனக்கு ஞாபகமிருக்கிறது. ஆனால், அதற்குப் பிறகு பிரயாணத்தின் போது எந்த இடத்திலும் அதைப் பார்த்த ஞாபகம் இல்லை. அந்தப் பெட்டிக்கும் அதில் இருந்த பொருட்களுக்கும் நான் மட்டுமே பொறுப்பு. அது கிடைக்காவிட்டால், எனக்கு வேலை போவது மாத்திரமில்லை. வேறு எதையெல்லாமோ இழக்க வேண்டிவரும். எங்கள் தேசத்தின் சட்டப்படி, நான் இழைத்திருப்பது மாபெரும் குற்றம்.

'ஞான திருஷ்டி உடைய ஸாது ஒருவர் நேபாளத்தில் இருக்கிறார். மிகப் பெரிய மலைத்தொடரின் சரிவில் உள்ள குகையில் இருப்பவர். நண்பர்களின் ஆலோசனைப்படி, அவரிடம் போனேன். கந்தல் ஆடை உடுத்தியிருந்த அந்தக் கிழவரிடம் என் பிரச்சினையைச் சொன்னேன். நான் சொல்வதை கேள்விகள் ஏதும் கேட்காமல் மௌனமாகக் கேட்டுக் கொண்டார். மறுநாள் காலையில் வரச் சொன்னார்.

'மறுநாள் காலையில் மீண்டும் போனேன். முந்தின நாள் இரவில் உறங்கும்போது தமக்கு ஒரு தரிசனம் கிடைத்ததாகச்

சொன்னார்: ஒரு அறையின் மூலையில் பல்வேறுவிதமான பைகளுக்கும் பெட்டிகளுக்கும் அடியில் அந்தப் பெட்டி மறைந்துகிடக்கிறதாம். அதன் முத்திரைகள் கச்சிதமாக இருக்கின்றன. அந்த அறை ஒரு பெரிய நதிக்கு வெகு அருகில் இருக்கிறது. அதற்கு ஒரே ஒரு கதவுதான் உண்டு; கிழக்குப் பார்த்த கதவு. இவ்வளவுதான் அந்த ஸாது சொன்னார்.' என்று சொல்லி முடித்தார் செயலர். அவருடைய கண்களில் கண்ணீர் நிரம்பியிருந்தது. தொண்டை அடைத்தது. 'நேபாளத்திலிருந்து ஒரு வாரம் வெளியே செல்வதற்கு அனுமதி வாங்கிக்கொண்டு, உங்களால் ஏதாவது உதவ முடியுமா என்று பார்க்க வந்தேன். ஏனென்றால், அந்த ஸாது தன் தரிசனத்தில் கண்ட நதி கங்கையாகவும் இருக்கலாமே.'

ஞானதிருஷ்டி கைவரப்பெற்றவர்களாகச் சொல்லப்படுபவர்களின் திறமையை இமயமலையில் உள்ளவர்கள் எவருமே சந்தேகப்படுவதில்லை. தொலைந்து போன அல்லது கைமறதியாய் வைக்கப்பட்ட பொருட்களை மீட்பதற்கு அவர்கள் உதவுவார்கள் என்றும் நம்பினார்கள். ஸாது கூறியதை செயலர் நம்புகிறார் என்பதைப் பற்றிச் சந்தேகமே இல்லை. அவருடைய பதற்றமெல்லாம், தொலைந்து போன பெட்டியை மீட்பது பற்றித்தான். அதில் 1,50,000 ரூபாய் (பத்தாயிரம் பவுண்டுகள்) மதிப்புள்ள நகைகள் இருந்தன.

மொக்கமெ காட்டில் உதிரியாகப் பல்வேறு சாமான்கள் வைக்கப்பட்டிருக்கும் அறைகள் பல இருந்தன. ஆனால், அவற்றில் எதுவுமே ஸாதுவின் வர்ணனைப்படி இல்லை. என்றாலும், அந்த வர்ணனைக்குச் சற்று ஒத்துவரும் ஒரு அறையை எனக்குத் தெரியும். மொக்கமெ காட் ரயில் நிலையச் சந்திப்பின் சரக்கு அலுவலகம் அது. மொக்கமெ காட்டிலிருந்து இரண்டுமைல் தொலைவில் இருப்பது. கெல்லியின் தள்ளுவண்டியை இரவல் பெற்று, செயலரை ரயில்நிலையத்துக்கு ராம் சரணுடன் அனுப்பினேன். சரக்கு அலுவலகத்துக்குப் பொறுப்பாளராக இருந்த குமாஸ்தா அந்தப் பெட்டியைப் பற்றித் தமக்கு ஒன்றுமே தெரியாது என்று கூறிவிட்டார். என்றாலும், சரக்ககத்தினுள் இருந்த சாமான் குவியலை நடைமேடைக்கு இடம்பெயர்ப்பதில் அவருக்கு ஆட்சேபணை இல்லை. இதைச் செய்த மாத்திரத்தில் அந்தப் பெட்டி கிடைத்துவிட்டது, முத்திரைகள் எதுவும் சிதையாமல்.

வேறொரு கேள்வி எழுந்தது. குமாஸ்தாவுக்குத் தெரியாமல், சரக்கு அலுவலகத்துக்குள் பெட்டி வந்தது எப்படி? இப்போது நிலைய அதிகாரி காட்சிக்குள் வந்துசேர்ந்தார்.

அவருடைய விசாரணையில், ரயில் பெட்டிகளைச் சுத்தம் செய்கிறவர்தான் அந்தப் பெட்டியை அலுவலகத்துக்குள் கொண்டுவைத்ததாகத் தெரிய வந்தது. அங்கு வேலைபார்க்கிற வர்களிலேயே ஆகக் குறைந்த சம்பளம் வாங்குகிறவர் அவர். கல்கத்தாவிலிருந்து மொக்கமெ காட்டுக்குப் பிரதமர் பயணம் செய்த ரயிலைச் சுத்தம் செய்வதற்கு அனுப்பப்பட்டிருக்கிறார். ஒரு ரயில்பெட்டியில் இருக்கைக்கு அடியில் அந்தக் கைப் பெட்டி செருகப்பட்டுக் கிடந்ததைப் பார்த்திருக்கிறார். பணி முடிந்ததும், நடைமேடையில் கால் மைல் தூரம் அந்தக் கைப்பெட்டியைத் தூக்கிவந்திருக்கிறார். நடைமேடையில் அப்போது யாருமே இல்லை. யாரிடம் பெட்டியை ஒப்படைப் பது என்று தெரியாமல், சரக்கு அலுவலகத்தின் ஒரு மூலை யில் அதை வைத்துவிட்டார்.

தான் செய்ததற்கு அவர் வருத்தம் தெரிவித்தார். தான் ஏதாவது தவறாகச் செய்திருந்தால் மன்னித்துவிடுமாறும் கேட்டுக்கொண்டார்.

பிரம்மச்சாரிகளும் சரி, அவர்களது வேலைக்காரர்களும் சரி, கிட்டத்தட்ட நிலையான நடைமுறைகளுக்கு ஆளாகிவிடு கின்றனர். என்னுடைய பணியாட்களும் நானும் விதிவிலக் கல்ல. வேலை கடுமையாய் இருக்கும் நாட்களைத் தவிர, வழக்கமாகவே இரவு எட்டு மணிக்கு நான் வீடு திரும்பிவிடு வேன். என் வீட்டு வேலையாள் வராந்தாவில் காத்திருப்பான். நான் வருவதைப் பார்த்தவுடன், நீர்நிரப்புகிறவரை அழைத்து, வெந்நீர் போடும்படி கூறுவான். கோடையோ, குளிர்காலமோ, நான் எப்போதும் வெந்நீரில்தான் குளிப்பேன்.

வீட்டின் முகப்பில் வராந்தாவின் புறமாக மூன்று அறை கள் இருந்தன. சாப்பாட்டு அறை, ஓய்வறை, படுக்கையறை. படுக்கையறையை ஒட்டி ஒரு சிறிய குளியலறை இருந்தது. பத்தடி நீளமும் ஆறடி அகலமும் உடையது. குளியலறைக்கு இரண்டு கதவுகளும் ஒரு ஜன்னலும் உண்டு. ஒரு கதவு வராந்தாவுக்குப் போவதற்கு. மற்றொன்று படுக்கையறைக்குள் செல்ல. ஜன்னல், படுக்கையறைக் கதவுக்கு எதிர்ப்புறம், வீட்டின் வெளிச்சுவரில் மிக உயரத்தில் இருந்தது.

குளியலறையில் இருந்த சாதனங்களாவன: முட்டை வடிவ மரக் குளியல்தொட்டி; அதனுள் இறங்கி உட்காருமளவுக்கு நீளமானது. தொட்டிக்கு அருகில், மரத்தாலான மணைப் பலகை. மேற்பரப்பில் துளைகள் போடப்பட்டது. குளிர்ந்த நீரைப் பிடித்து வைப்பதற்கான மண் தாழிகள் இரண்டு.

நீர் நிரப்புகிறவர் வெந்நீரைத் தயார் செய்தபிறகு, என்னுடைய வேலையாள் குளியலறையின் வெளிக்கதவைத் தாழிடுவான். படுக்கையறை வழியாக வெளியேறிச் செல்வான். போகும்போது, நான் கழற்றி வைத்திருக்கும் ஷூக்களை எடுத்துக்கொண்டு போவான் – சமையலறையில் வைத்து அவற்றைச் சுத்தம் செய்வதற்காக. இரவு உணவைக் கொண்டு வரும்படி நான் சொல்லும்வரை, அங்கேயே இருப்பான்.

ஒருநாள் இரவு, என் வேலையாள் சமையலறைக்குள் சென்ற பிறகு, ஒப்பனைமேஜையிலிருந்த சிறு கைவிளக்கை எடுத்துக்கொண்டு, குளியலறைக்குள் போனேன். குட்டைச் சுவரில் விளக்கை வைத்தேன். ஆறு அங்குல உயரமும், ஒன்பது அங்குல அகலமும் கொண்ட அந்தச் சுவர், அறையின் அகல வசத்தில் செல்வது. பிறகு திரும்பி, கதவைத் தாழிட்டேன். இந்தியாவின் பெரும்பான்மையான கதவுகள் போல, தாழ்ப்பாள் போடாவிட்டால், கீல்களில் தொங்கும் அந்தக் கதவு; சரியாக மூடாது.

நாள் முழுவதையும் நிலக்கரி மேடையில் கழிப்பவன் நான். அதனால் சோப்பைத் தாராளமாக உபயோகிப்பேன். தயாரிப்பாளர்களின் பெருமையைப் பறைசாற்றும் நுரை தலையிலும் முகத்திலும் இருக்க, சோப்பை மணைப் பலகையில் வைப்பதற்காகக் கண்களைத் திறந்தேன். அரண்டுபோனேன். குளியல் தொட்டியின் முனையில் ஒரு பாம்பின் தலை தெரிந்தது. என் கால் விரல்களுக்கு சில அங்குல தொலைவில். பெரிய நாகப்பாம்பு. தலையில் சோப்பைத் தேய்த்த என் அசைவுகளும், தண்ணீரை விசிறியதும் பாம்புக்கு எரிச்சலூட்டியிருக்க வேண்டும். அதன் படம் அகலமாக விரிந்திருந்தது. வஞ்சகமான வாயிலிருந்து துருத்தியிருந்த பிளவுபட்ட நாக்கை நீட்டி நீட்டி இழுத்துக்கொண்டது.

நான் சரியாகச் செயல்படுவதென்றால், என் கைகளைத் தொடர்ந்து அசைத்தவாறு, கால்களைப் பின்னோக்கி இழுத்திருக்க வேண்டும். நிதானமாக நகர்ந்து எழுந்து நின்றிருக்க வேண்டும். எனக்குப் பின்புறம் இருந்த கதவை நோக்கிப் பின்னுக்கு நகர்ந்திருக்கவேண்டும். இவ்வளவையும், பாம்பின் மீதிருந்து பார்வையை அகற்றாமல் செய்திருக்கவேண்டும்.

முட்டாள்தனமாக, குளியல் தொட்டியின் பக்கச் சுவர்களைப் பிடித்துக்கொண்டு எழுந்து பின்னால் நகர்ந்து குட்டைச் சுவரின் மேல் ஏறிக்கொண்டேன். இவையனைத்தையும் ஒரே மூச்சில் செய்தேன். சிமெண்ட்டுச் சுவரில் என் பாதம் வழுக்கியது. சமாளித்துக்கொள்ள முயன்றபோது என் முழங்கையி

லிருந்து நீர் சொட்டி, விளக்கின் திரியை அணைத்துவிட்டது. அறைக்குள் கும்மிருட்டு சூழ்ந்தது. ஆக, இந்தியாவின் மிகக் கடும் விஷப்பாம்புடன் ஒரு சின்னஞ் சிறிய இருட்டறையில் நான் அடைந்து கிடந்தேன்.

இடது பக்கமோ, பின்னோக்கியோ ஓர் அடி எடுத்து வைத்தாலும் போதும், இரண்டு கதவுகளில் ஏதேனும் ஒன்றின் அருகில் சென்றுவிடலாம். ஆனால், பாம்பு எங்கே இருக்கிற தென்று தெரியாததால், நகர்வதற்கு பயமாய் இருந்தது – வெறுங்காலால் அதை மிதித்துவிடுவேனோ என்று. மேலும், இரண்டு கதவுகளிலுமே, கீழ்த் தாழ்ப்பாள் போடப்பட்டிருந் தது. தாழ்ப்பாளை அறிவதற்கு நான் கையால் துழாவித்தான் பார்க்கவேண்டும். பாம்பை மிதிக்காமல் நான் தவிர்த்துவிட் டாலும் கூட, அறையிலிருந்து வெளியேறும் தனது முயற்சியில், பாம்பு தாழ்ப்பாளின் அருகில் சென்றிருப்பதற்கு வாய்ப்பு உண்டு.

வீட்டின் உணவறை இருந்த பக்கத்தில், பணியாட்களின் குடியிருப்பு இருந்தது. ஆனால், வளாகத்தின் ஒரு மூலையில், ஐம்பது கஜம் தொலைவில் இருந்தது அது. ஆகவே, அவர் களைக் கூப்பிட்டுக் கூச்சலிடுவதில் பயனில்லை. நான் தப்பிப் பது தொடர்பாக எனக்கு ஒரே ஒரு நம்பிக்கைதான் இருந் தது. இரவு உணவு கொண்டு வரும்படி நான் அழைப்பதற் காகக் காத்திருக்கும் என் வேலையாளுக்கு அலுப்புத் தட்ட லாம்; அல்லது நண்பர்கள் யாராவது என்னைப் பார்க்க வந்து சேரலாம். நாகப்பாம்பு என்னைக் கொத்துவதற்கு முன்னால், இவற்றில் ஏதாவது ஒன்று நடந்துவிடும் என்று மனமார நம்பினேன்.

என்னை மாதிரியேதான் அந்தப் பாம்பும் சிறைப்பட் டிருக்கிறது என்னும் எண்ணம் எனக்கு ஆறுதல் தருவதா யில்லை. காரணம், சில நாட்களுக்கு முன்புதான் என்னுடைய ஆட்களில் ஒருவனுக்கு இதேபோன்று நேர்ந்திருந்தது. பிற்ப கலின் ஆரம்பத்தில் அவன் தன் வீட்டுக்குள் சென்றிருக்கிறான், சற்று முன்னால் என்னிடம் வாங்கிய சம்பளத்தொகையை வைத்துவிட்டு வருவதற்காக. பெட்டியைத் திறக்கும்போது, தனக்குப் பின்னாலிருந்து உஸ்ஸென்ற ஓசையைக் கேட் டிருக்கிறான். திரும்பிப் பார்த்தால், திறந்திருந்த கதவின் திசையி லிருந்து இவனை நோக்கி ஒரு நல்லபாம்பு வந்துகொண்டி ருந்திருக்கிறது. அந்த அறைக்கு ஒரே கதவுதான் இருந்தது. சுவரில் ஒண்டிக்கொண்டு, அந்தத் துரதிர்ஷ்டசாலி தன் கைகளால் பாம்பைத் தடுக்க முயன்றிருக்கிறான். அவனது கைகளிலும் கால்களிலும் பன்னிரண்டு முறை கொத்தியது

பாம்பு. அவன் அலறியதைக் கேட்டு அக்கம்பக்கத்தவர்கள் காப்பாற்ற ஓடி வந்தார்கள். ஆனால், சில நிமிடங்களில் அவன் இறந்து விட்டான்.

அந்த இரவில் நான் ஒன்றைக் கற்றுக்கொண்டேன். பெரிய விஷயங்களை விடவும், சிறிய விஷயங்கள் பயங்கர மானதாகவும், நிலைகுலைய வைப்பதாகவும் இருக்க முடியும். என காலில் வழிந்து சொட்டிய ஒவ்வொரு துளி நீரும், தன் பற்களைப் பதிப்பதற்கு முன்னோட்டமாக என் வெற்றுச் சருமத்தை நக்கும் நாகப் பாம்பின் பிளவுண்ட நீண்ட நாக் காக என் கற்பனையில் உருக்கொண்டது.

பாம்புடன் எவ்வளவு நேரம் அந்த அறைக்குள் இருந்தேன் என்று சொல்லத் தெரியவில்லை; வெறும் அரைமணிநேரம் தான் என்று பிற்பாடு என் வேலையாள் சொன்னான். இரவு உணவுக்காக சாப்பாட்டுமேஜையை அவன் தயார் செய்யும் ஓசைகள் கேட்டன. அதைவிட இனிமையான ஓசையை நான் கேட்டதேயில்லை. குளியலறைக் கதவருகில் வருமாறு அவனை அழைத்தேன். என்னுடைய சங்கடத்தை எடுத்துச் சொன் னேன். லாந்தரும் ஏணியும் கொண்டுவரச் சொன்னேன். மறுபடியும் நீண்ட நேரம் காத்திருந்த பிறகு, குழப்பமான ஒலிகள் கேட்டன. வீட்டின் வெளிச்சுவரில் ஏணியைச் சாத்தும் ஓசை கேட்டது. தரையிலிருந்து பத்தடி உயரத்தில் இருந்த ஜன்னலில் லாந்தர் காட்டப்பட்டது. அறைக்குள் வெளிச்சம் விழவில்லை. எனவே, லாந்தரைப் பிடித்துக்கொண் டிருந்த ஆளிடம் ஜன்னலின் செருகுகண்ணாடியை உடைத்து திறப்பு உருவாக்கி, லாந்தரை உள்ளே நீட்டச் சொன்னேன். லாந்தரை நிற்கும்வசமாக உள்ளே செலுத்த முடியாதபடி அந்தத் திறப்பு மிகவும் சிறியதாக இருந்தது. என்றாலும், மூன்று முறை அணைந்து திரும்பத் திரும்ப ஏற்றப்பட்ட பிறகு, ஒருவழியாய் லாந்தர் அறைக்குள் வந்து சேர்ந்தது.

பாம்பு எனக்குப் பின்னால் இருக்கிறது என்று எண்ணிக் கொண்டு தலையைத் திருப்பிப்பார்த்தேன். இரண்டு அடி தள்ளி இருந்த படுக்கையறைக் கதவின் கீழே அது படுத்திருப் பதைக் கண்டேன். மெல்ல முன்புறம் குனிந்து, கனமான அந்த மணைப்பலகையை எடுத்தேன். அதை உயரத் தூக்கி, தரையில் என்னை நோக்கி ஊர்ந்த பாம்பின் மேல் போட்டேன். அதிர்ஷ்டவசமாக, என் குறி மிகக் கச்சிதமாக இருந்தது. பாம் பின் தலையிலிருந்து ஆறு அங்குலம் தள்ளி, அதன் கழுத்தை நசுக்கியது பலகை. மரப்பலகையைக் கொத்தியது பாம்பு. தன் வாலைச் சுழற்றி அடித்தது. நான் வராந்தாக் கதவை

நோக்கி அவசரமாகப் பாய்ந்தேன். ஒரே நொடியில் வெளி யேறிவிட்டேன்.

லாந்தர்களும் தடிகளும் கொண்ட ஒரு கூட்டமே வெளி யில் கூடியிருந்தது. காரணம், பூட்டிய அறைக்குள் ஒரு பெரிய பாம்புடன் மரணப் போராட்டத்தில் நான் சிக்கியிருக்கிறேன் என்று ரயில்வே குடியிருப்பு முழுவதும் செய்தி பரவியிருந்தது.

பலகைக்கு அடியில் நசுங்கிக் கிடந்த பாம்பு உடனடி யாகக் கொல்லப்பட்டது. அனைவரும் தங்கள் வாழ்த்துக் களைத் தெரிவித்துவிட்டுப் போனார்கள். கடைசி ஆளும் போனபிறகுதான், நான் ஆடையில்லாமல் நிற்கிறேன் என்பதை யும், என் கண்களில் சோப்பு நிரம்பியிருப்பதையும் உணர்ந் தேன்.

குளியலறைக்குள் அந்தப் பாம்பு எப்படி வந்துசேர்ந்தது என்று எனக்குத் தெரியவில்லை. ஏதேனும் ஒரு கதவு வழியாக வந்திருக்கலாம்; வைக்கோல் வேய்ந்த கூரையிலிருந்து விழுந் திருக்கலாம். கூரையில் அணில்களும் எலிகளும் ஏராளமாக இருந்தன. குருவிக்கூடுகளால் உண்டான துவாரங்களும் இருந் தன. எப்படியோ, நானும் சரி, எனக்குக் குளியல் ஏற்பாடுகள் செய்த வேலையாட்களும் சரி, அன்றிரவில் சாவின் வாசலை நெருங்கிவிட்டுத் திரும்பியிருக்கிறோம். அதற்காக நாங்கள் நன்றிகூரத்தான் வேண்டும்.

மொக்கமெ காட்டில் ஹிந்து விடுமுறை நாட்களோ, முகமதிய விடுமுறை நாட்களோ அனுஷ்டிக்கப்பட்டது கிடை யாது. எந்த விசேஷநாளானாலும் வேலை நடந்தாகவேண்டி யிருந்தது. என்றாலும், நாங்கள் அனைவருமே வருடம் முழுக்க பெரும் மகிழ்ச்சியுடனும் எதிர்பார்ப்புடனும் எதிர்நோக்கிக் காத்திருந்த நாள் ஒன்று உண்டு. கிறிஸ்துமஸ் தினம்தான் அது. அன்றைய தினம், பத்துமணிவரை நான் வீட்டிலேயே இருந் தாக வேண்டும் என்பது சம்பிரதாயம். மிகச் சரியாகப் பத்து மணிக்கு ராம் சரண் வந்து என்னை அலுவலகத்துக்கு அழைத் துச்செல்வார். பிரமாதமான ஆடைகள் உடுத்தியிருப்பார். அந்தச் சந்தர்ப்பத்துக்காகவென்றே வைத்திருக்கும் இளஞ்சிவப்பு நிறப் பட்டுத் தலைப்பாகை அணிந்திருப்பார்.

உயர்ந்த ரகத் திரைச்சீலைகள் வாங்குமளவு எங்களிடம் வசதி கிடையாது. ஆனால், சிவப்பு மற்றும் பச்சை நிற சங் கேதக் கொடிகள் ஏராளமாக இருந்தன. கொடிகளையும், தங்க அரளி மற்றும் மல்லிகைச் சரங்களையும் கொண்டு ராம்

சரணும், தாமாகவே முன்வந்து அவருக்கு உதவியவர்களும் அதிகாலையிலிருந்து உழைத்து அலங்கரித்திருந்தனர். அலுவல கமும் அதன் சுற்றுப்புறமும் விழாக்கோலம் பூண்டிருந்தன.

அலுவலகக் கதவின் அருகில் ஒரு மேஜையும் நாற்காலி யும் போடப்பட்டிருந்தன. மேஜையின் மேல் ஒரு உலோகக் குடம் வைக்கப்பட்டிருந்தது. என்னுடைய தோட்டத்தின் மிகச் சிறந்த ரோஜாக்கள் கெட்டி நூலால் இறுகத் தொடுக்கப்பட்டு, கொத்தாக அந்தக் குடத்தில் செருகப்பட்டிருந்தன. மேஜையின் முன்புறம் ரயில்வே ஊழியர்கள், தலைமை வேலையாட்கள் மற்றும் என்னுடைய தொழிலாளர்கள் அனைவரும் வரிசை யாக அமர்ந்திருந்தனர். அனைவருமே தூய ஆடை அணிந் திருந்தார்கள். வருடம் முழுவதும் எவ்வளவோ அழுக்காக நாங்கள் இருந்திருக்கலாம். கிறிஸ்துமஸ் தினத்தில் சுத்தமாக இருந்தாக வேண்டும்.

நாற்காலியில் நான் உட்கார்ந்தபிறகு, ராம் சரண் ஒரு மல்லிகை மாலையை எனக்கு அணிவித்தார். ராம் சரணின் நீண்ட உரையுடன் நிகழ்ச்சிகள் தொடங்கின. தொடர்ந்து நான் ஒரு சிற்றுரையாற்றினேன். குழந்தைகளுக்கு இனிப்புகள் வழங்கப்பட்டன. இந்தக் குழப்படியான விவகாரம் அனை வருக்கும் திருப்தியளிக்கும் விதமாக நிகழ்ந்து முடிந்தபின், அந்த நாளின் நிஜமான நிகழ்ச்சி ஆரம்பித்தது – ராம் சரணுக் கும், அலுவலர்களுக்கும், தொழிலாளிகளுக்கும் போனஸ் தொகை வழங்கும் நிகழ்ச்சி.

ஒப்பந்தப் பிரகாரம் எனக்குக் கிடைத்த கட்டணத் தொகை, அற்பமான அளவில் சிறியது. ஆனாலும், அனைவரும் மனமு வந்து ஒத்துழைத்ததால் நான் லாபம் ஈட்டவே செய்தேன். இந்த லாபத்தில் எண்பது சதவீதம் கிறிஸ்துமஸ் தினத்தன்று பகிர்ந்து வழங்கப்பட்டது. போனஸ் தொகை மிகவும் குறை வானதுதான் – லாபகரமான வருடங்களில், ஒருமாதச் சம்பளத் திற்கும் குறைவான தொகை. அல்லது ஒருமாதச் சம்பளம் – என்றாலும், பெரிதும் பாராட்டப்பட்டது. இதன் மூலம் கிடைத்த நற்பெயர் மற்றும் மனமார்ந்த ஒத்துழைப்பின் காரணமாக வருடத்துக்கு ஒரு மில்லியன் டன்கள் சரக்குகளை என்னால் கையாள முடிந்தது. இருபத்தோரு வருடங்கள்; ஒரே ஒரு மனக்கசப்பான சம்பவம் கூட நிகழாதபடி; ஒரே ஒரு நாள் கூட வேலை நிற்காதபடி.

இந்தக் காலத்தில் பெருகிவிட்ட தொழிலாளர் போராட் டங்கள், வேலைநிறுத்தங்கள், மதத் தகராறுகள் போன்ற வற்றைக் கேள்விப்படும்போது, நானும் என் ஆட்களும் பணி

புரிந்த நாட்களை நன்றியோடு நினைவுகூர்கிறேன். அனைவரின் அக்கறையும் ஒன்றேயாக இருந்த நாட்கள் அவை. ஹிந்துக்களும் முகமதியர்களும் தாழ்த்தப்பட்டவர்களும் கிறிஸ்தவர்களும் ஒன்றாக வாழ்ந்து ஒன்றாக வேலைபார்த்து ஒன்றாயிருந்து களித்த அற்புதமான இணக்கத்தின் நாட்கள். போராட்டக்காரர்களை மட்டும் அகற்றிவிட்டால், இன்றும் அவற்றை நிலவச் செய்ய முடியும் – ஏனெனில், இந்தியாவின் வறியவர்களுக்கிடையில் பரஸ்பர விரோதம் கிடையாது.

வரைபடம்

0 10 20 40
SCALE
நேபாளம்
N
S
கோரக்பூர்
கந்தக்
கோக்ரா
கங்கை
தர்பங்கா
முஸாபர்பூர்
சமஸ்டிபூர்
ஸோன்பூர்
ஸஹர்ஸா
ஸமாரியா காட்
வாரணாசி
மொஹல்சராய்
பட்னா
மொக்கமெ காட்
லக்கிசராய்
பாகல்பூர்
ஸோன்
கயா
அலகாபாத் நோக்கி
கல்கத்தா மற்றும் நிலக்கரி வயல்கள் நோக்கி

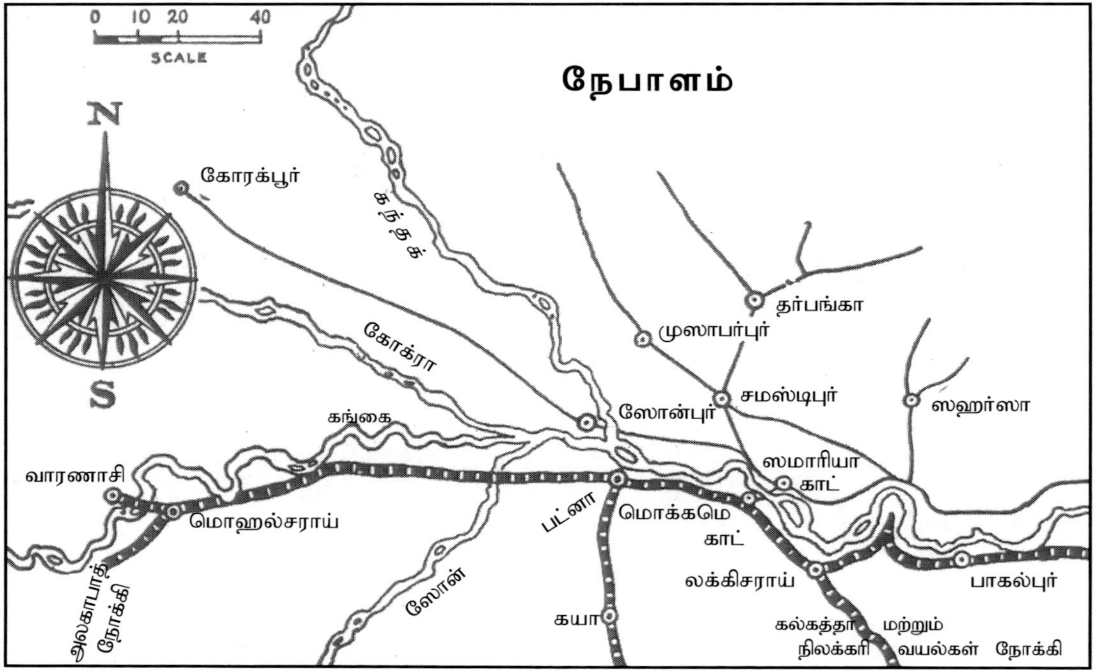